അശാന്തിയുടെ
കാഴ്ചകൾ

INSIGHT PUBLICA®

Nadakkavu, Kozhikode, Kerala, 673011
www.insightpublica.com
e-mail: insightpublica@gmail.com
Title: **Asanthiyude Kazhchakal**
Author: **C.V. Ramesan**
(Malayalam)
Book Design:KJVJ
First Edition: February 2022

Printed and Published by
InsightinPublica Printers & Publishers Pvt. Ltd.
ISBN 978-93-5517-205-1
₹249

അശാന്തിയുടെ കാഴ്ചകൾ

ലോകസിനിമാപഠനങ്ങൾ

സി. വി. രമേശൻ

INSIGHT PUBLICA®

1959 ൽ വടകര താലൂക്കിലെ പതിയാരക്കരയിൽ ജനനം. ഗവ: മടപ്പള്ളി കോളേജ്, ഗവ: ബ്രണ്ണൻ കോളേജ് എന്നിവിടങ്ങളിലെ പഠനത്തിനുശേഷം, കോഴിക്കോട് ശ്രീനാരായണഗുരു കോളേജിൽ അദ്ധ്യാപകനായി 1983 മുതൽ 2015 വരെ പ്രവർത്തിച്ചു, 2015 ൽ വിരമിച്ചു.

മലയാളത്തിലെ ആനുകാലികങ്ങളിലും ചലച്ചിത്രസമീക്ഷ, ദൃശ്യതാളം എന്നീ മാസികകളിലും സിനിമയുമായി ബന്ധപ്പെട്ട ലേഖനങ്ങളും എഴുതുന്നു. സിനിമാനിരൂപണങ്ങളായ *അതിജീവനത്തിന്റെ കാഴ്ചകൾ, പാലസ്തീൻ സിനിമ, സത്യജിത് റായ്*(എഡിറ്റർ), *കിം കി ഡുക്ക്*(എഡിറ്റർ) എന്നീ പുസ്തകങ്ങൾ പ്രസിദ്ധീകരിച്ചു.

ഭാര്യ: ചിത്രലേഖ വി. വി.
മകൻ : അഭിഷേക് സി. വി.
വിലാസം: സാവേരി, പതിയാരക്കര പി.ഓ. വടകര
കോഴിക്കോട് ജില്ല.673105
ഫോൺ : 9447636672
വാട്സ് ആപ്പ് : 7907525440
ഇ മെയിൽ : ramesancv@gmail.com

സി. വി. രമേശൻ

ഉള്ളടക്കം

അശാന്തമായ കാഴ്ചാനുഭവങ്ങൾ 7

സ്നേഹത്തിന്റെ ഉറവകൾ തേടുന്ന സംഘർഷ ജീവിതങ്ങൾ 11

അഭിമുഖം:
മാനവികതയും സ്നേഹവും അന്വേഷിക്കുന്ന ചലച്ചിത്രകാരി 26

ബോസ്നിയൻ കൂട്ടക്കൊലയുടെ ദുരന്തകാഴ്ചകൾ 33

ചരിത്രത്തിൽ നിന്ന് കഴുകിക്കളയാൻ
കഴിയാത്ത രക്തക്കറകൾ 43

ചാട്ടവാറടിയും ജയിലഴികളും
അതിജീവിക്കുന്ന ഇറാൻ ചലച്ചിത്രകാരൻ 57

ഈഥറിൽ തെളിയുന്ന ഫാസിസ്റ്റ് ശാസ്ത്രവഴികൾ 81

അഭിമുഖം: സനുസ്സിയോടൊത്ത് ഒരു സായാഹ്നം 97

കറുത്ത മിശിഹായെ ചതിക്കുന്ന ജൂദാസ് 106

അമേരിക്കയിലെ നവനാടോടി ജീവിതങ്ങൾ 122

റാഡു ജൂഡ് സമൂഹത്തിലെ
അശ്ലീലതകൾ ദൃശ്യവൽക്കരിക്കുന്നു 136

ക്യാൻവാസായി മാറുന്ന അഭയാർത്ഥിശരീരം 149

ഇറാൻ സിനിമയിലെ പുതിയ പ്രതിരോധകാഴ്ച 160

അഭിമുഖം:
ഇറാനിലെ രാഷ്ട്രീയ ചലച്ചിത്രകാരൻ മുഹമ്മദ് റസ്സോഫ് 179

അശാന്തമായ കാഴ്ചാനുഭവങ്ങൾ

ലോകസിനിമയിലെ പുതിയ ചിത്രങ്ങളെക്കുറിച്ചുള്ള പഠനങ്ങളാണ് 'അശാന്തിയുടെ കാഴ്ചകളി'ൽ വായനക്കാർക്ക് മുമ്പിലെത്തുന്നത്. ചലച്ചിത്രരംഗത്തെ വ്യത്യസ്ത തലമുറകളിൽപ്പെടുന്നവരുടെ ശ്രദ്ധേയസിനിമകളാണ് ഇവിടെ വിശകലനം ചെയ്യുന്നത്. പോളിഷ് ചലച്ചിത്രകാരൻ ക്രിസ്റ്റോഫ് സനൂസി, റഷ്യൻ സംവിധായകൻ ആന്ദ്രേ കൊഞ്ചലോവസ്കി, ഇറാൻ സിനിമയിലെ മുഹമ്മദ് റസ്ലോഫ് എന്നിവരുടെ പുതിയ ചിത്രങ്ങൾക്കൊപ്പം, യുവതലമുറയിലെ, കെയ്‌വാൻ കരീമി, കൗതർ ബെൻ ഹാനിയ, ജൂലിയ ജ്യുകോർണോ, ക്ലിയോ ജാവോ, റാഡു ജൂഡ് തുടങ്ങിയവർ സംവിധാനം ചെയ്ത് അന്താരാഷ്ട്ര ചലച്ചിത്രമേളകളിൽ പുരസ്കാരങ്ങൾ നേടിയ ചിത്രങ്ങളും ഇവിടെ പരിശോധിക്കുന്നു.

വർത്തമാനകാല ജീവിതം വിവിധരീതികളിൽ നേരിട്ടുകൊണ്ടിരിക്കുന്ന കടന്നുകയറ്റങ്ങളും, അവയുണ്ടാക്കുന്ന സംഘർഷങ്ങളും ആകുലതകളും ആവിഷ്കരിക്കുന്ന ഈ ചിത്രങ്ങൾ, സമകാലീനലോകം രേഖപ്പെടുത്തുന്ന അശാന്തിയാണ് പൊതുവെ ദൃശ്യവൽക്കരിക്കുന്നത്. ഈ ദുരന്തജീവിതക്കാഴ്ചകൾ തീവ്രമായി പ്രേക്ഷകർക്ക് മുമ്പിലെത്തിക്കുന്ന സംവിധായകർ, സമൂഹത്തോടും സിനിമയെന്ന മാദ്ധ്യമത്തോടുമുള്ള തങ്ങളുടെ പ്രതിബദ്ധത ഈ ചിത്രങ്ങളിലൂടെ ആവിഷ്കരിക്കുകയാണ്.

ഈ വർഷത്തെ കാൻ ചലച്ചിത്രോൽസവത്തിൽ മികച്ച ചിത്രമായി 'പാം ദി ഓർ' നേടിയ, ജൂലിയ ജ്യുകോർണോയുടെ 'ടിറ്റാൻ', ശാസ്ത്രത്തിന്റെ ഫാസിസ്റ്റ് സഞ്ചാരങ്ങളാവിഷ്കരിക്കുന്ന, സനൂസിയുടെ പുതിയ ചിത്രം 'ഈഥർ' എന്നിവ ഇവിടെ പഠനവിധേയമാക്കപ്പെട്ട

ചിത്രങ്ങളിലുൾപ്പെടുന്നുണ്ട്. സിനിമകളിലെ ഭരണകൂടവിരുദ്ധ പരാമർശങ്ങളുടെ പേരിൽ ഇറാൻ ഗവർമെന്റ് ജയിലിടച്ച സംവിധായകൻ മുഹമ്മദ് റസ്സോഫിന്റെ പുതിയ ചിത്രം 'ദേർ ഈസ് നോ ഈവിൾ', ബോസ്നിയൻ യുദ്ധത്തിന്റെ ദൃശ്യവൽക്കരണമായ 'ക്വാ വാദിസ് ഐദ', ഈ വർഷത്തെ ഓസ്കർ ചിത്രം 'നോമാഡ് ലാൻഡ്' എന്നീ സിനിമകളുടെ വിശകലനങ്ങളും ഈ സമാഹാരത്തിലുണ്ട്. അമേരിക്കയിലെ കറുത്തവരുടെ പോരാട്ടം ആവിഷ്കരിക്കുന്ന പുതിയ ചിത്രം 'ജൂദാസ് ഏൻഡ് ദ ബ്ലേക്ക് മിശിഹാ', ആന്ദ്രേ കൊഞ്ചലോവ്സ്കിയുടെ പുതിയ രാഷ്ട്രീയ-ചരിത്ര ചിത്രം 'ഡിയർ കോമ്രേഡ്സ്', അഭയാർത്ഥി ജീവിതത്തിന്റെ വേറിട്ട ആവിഷ്കാരമായ 'ദ മേൻ ഹൂ സോൾഡ് ഹിസ് സ്കിൻ', റുമാനിയൻ നവതരംഗചലച്ചിത്രകാരൻ റാഡു ജൂഡിന്റെ 'ബേഡ് ലക്ക് ബാങ്ങിങ് ഓർ ലൂണി പോൺ' എന്നിവയും പരിഗണിക്കപ്പെടുന്ന ചിത്രങ്ങളിൽപ്പെടുന്നു. ഈ ചിത്രങ്ങളിൽ, ജൂലിയ ജ്യകോർണോയുടേയും റാഡു ജൂഡിന്റേയും സിനിമകൾ പുതിയ പരീക്ഷണ ചിത്രങ്ങളായി അന്താരാഷ്ട്രാംഗീകാരങ്ങൾ നേടിയവയാണ്. 'റൈറ്റിങ്ങ് ഓൺ ദ സിറ്റി' യെന്ന ഡോക്യുമെന്ററിയുടെ പേരിൽ ഇറാൻ ഭരണകൂടം ചാട്ടവാറടിയും ജയിൽശിക്ഷയും വിധിച്ച യുവസംവിധായകൻ കെയ്വാൻ കരീമിയുടെ സംഘർഷം നിറഞ്ഞ ചലച്ചിത്രജീവിതം വിശദമായി പരിശോധിക്കുന്ന ദീർഘലേഖനം ഈ സമാഹാരത്തിന്റെ സവിശേഷതയായി വായനക്കാർ സ്വീകരിക്കുമെന്ന് കരുതുന്നു.

പുസ്തകം വിശകലനം ചെയ്യുന്ന ചലച്ചിത്രങ്ങളിൽ മിക്കവയും യുവ ചലച്ചിത്രകാരുടേതാണെന്നത് ശ്രദ്ധേയമാണ്. ലോകസിനിമയിലെ യുവസാന്നിദ്ധ്യം പുതിയ പ്രതീക്ഷകളാണ് പ്രേക്ഷകർക്ക് നൽകുന്നത്. ചലച്ചിത്രകാരുമായുള്ള അഭിമുഖങ്ങൾ പുസ്തകത്തിന്റെ മറ്റൊരു സവിശേഷതയാണ്. സന്യസി, റസ്സോഫ്, ജൂലിയ ജ്യകോർണോ എന്നിവരുമായുള്ള അഭിമുഖങ്ങൾ പ്രസിദ്ധീകരണ അവകാശത്തോടെ പരിഭാഷ ചെയ്ത് ഉൾപ്പെടുത്തിയിട്ടുണ്ട്. അവരുടെ സമീപനങ്ങളും നിലപാടുകളും തിരിച്ചറിയാൻ ഇവ സഹായകമാകും എന്ന് കരുതുന്നു.

സമൂഹം നേരിടുന്ന പ്രതിസന്ധികളും വെല്ലുവിളികളും എക്കാലവും ചലച്ചിത്രം രേഖപ്പെടുത്തിയിട്ടുണ്ട്. ലോകമഹായുദ്ധങ്ങൾ, നാസി അക്രമങ്ങൾ, മത/ജാതി ഭീകരത തുടങ്ങി ലോകത്തിന്റെ പല ഭാഗങ്ങളിൽ നടന്ന സംഘർഷങ്ങൾ ശക്തവും തീവ്രവുമായി ആവിഷ്കരിച്ചുകൊണ്ടാണ് ചലച്ചിത്രകല നിലനിന്നിരുന്നത്. അതേ രീതിയിൽ, സമകാലീനലോകം നേരിട്ടുകൊണ്ടിരിക്കുന്ന സംഘർഷങ്ങളും, അവ വ്യക്തികളിലും സമൂഹങ്ങളിലുമുണ്ടാക്കുന്ന ദുരന്തങ്ങളും അശാന്തിയും

ദൃശ്യവൽക്കരിച്ചുകൊണ്ടാണ് ചലച്ചിത്രം മുമ്പോട്ട് പോകുന്നതെന്ന തിരിച്ചറിവോടെയാണ് ഈ സമാഹാരം വായനക്കാർക്ക് മുമ്പിലെത്തിക്കുന്നത്.

പുസ്തകത്തിന്റെ സാക്ഷാൽക്കാരത്തിനായി സഹായങ്ങൾ ചെയ്തു തന്ന സുഹൃത്ത് പ്രമോദ് കുമാർ, ഇതു പ്രസിദ്ധികരിക്കാൻ തയ്യാറായ ഇൻസൈറ്റ് പബ്ലിക്കയുടെ സുമേഷ് എന്നിവരെ ഹൃദയം നിറഞ്ഞ നന്ദി അറിയിക്കുന്നു. നാമെല്ലാവരേയും അസ്വസ്ഥരാക്കിക്കൊണ്ട് ലോകത്തിൽ നിലനിൽക്കുന്ന അശാന്തി അവസാനിക്കുമെന്ന പ്രതീക്ഷയോടെ, 'അശാന്തിയുടെ കാഴ്ചകൾ' വായനക്കാർക്ക് മുമ്പിൽ വെക്കുന്നു.

രമേശൻ സി. വി.

2021 നവംബർ 9

വടകര.

സ്നേഹത്തിന്റെ ഉറവകൾ തേടുന്ന സംഘർഷ ജീവിതങ്ങൾ

I just think that gender is irrelevant to define someone.
I do think that love is capable to make you see through that
and any other representation.
What I'm trying to portray here is how gender is a fantasy.
- Julia Ducornau

"സ്നേഹം നരകത്തിൽ നിന്ന് വരുന്ന ഒരു പട്ടിയേപ്പോലെയാണ്". അലക്സിയയുടെ മാറിടങ്ങൾക്കിടയിൽ പച്ചകുത്തിയിരിക്കുന്നത് ജർമ്മൻ -അമേരിക്കൻ കവി ചാൾസ് ബുകോവ്സ്കി (Charles Bukowski) യുടെ കവിതാസമാഹാരത്തിന്റെ പേരാണ്. ഈ വർഷത്തെ (2021) കാൻ അന്താരാഷ്ട്രചലച്ചിത്രമേളയിൽ 'പാം ദി ഓർ' ലഭിച്ച ചിത്രം 'ടിറ്റാൻ' (Titane) അലക്സിയയുടെ ശരീരത്തിന്റേയും മനസ്സിന്റേയും അപ്രതീക്ഷിതങ്ങളും അസാധാരണങ്ങളുമായ സഞ്ചാരങ്ങളാണ് ആവിഷ്കരിക്കുന്നത്. ഫ്രഞ്ച് ചലച്ചിത്രകാരി ജൂലിയ ജ്യകോർണോ (Julia Dukournau) സംവിധാനം ചെയ്ത ബോഡി ഹൊറർ (Body Horror) ചിത്രം ടിറ്റാൻ, അവരുടെ മുൻരചന റോ (Raw, 2016) പോലെ പ്രേക്ഷകരെ അക്ഷരാർത്ഥത്തിൽ ഞെട്ടിക്കുന്നുണ്ട്. സസ്യാഹാരിയായിരുന്ന പെൺകുട്ടി മനുഷ്യമാംസം കഴിക്കുന്ന ദൃശ്യങ്ങളുമായി 'റോ' കാനിൽ പ്രദർശിപ്പിച്ചപ്പോൾ പ്രേക്ഷകരിൽ ചിലർ തിയേറ്ററിൽ ബോധരഹിതരായി വീണിരുന്നു. കാറുമായി ലൈംഗികബന്ധത്തിലേർപ്പെടുകയും ഗർഭിണിയാകുകയും ചെയ്യുന്ന അലക്സിയയെ 'ടിറ്റാനി'ൽ കണ്ട് അത്ഭുതപ്പെടുമ്പോഴും, സംവിധായിക മുമ്പോട്ട് വെക്കുന്ന സ്നേഹത്തിന്റേയും ലൈംഗികതയുടേയും വ്യത്യസ്തങ്ങളായ

ജൂലിയ ജ്യകോർണൊ പാം ദി ഓർ പുരസ്കാരവുമായി

സമീപനങ്ങളും ചിന്തകളും അവഗണിക്കാൻ പ്രേക്ഷർക്ക് കഴിയില്ല. കാറുമായി ലൈംഗിബന്ധത്തിലേർപ്പെടുന്നത് സ്വപ്നം കാണുകയും, കൊലപാതക പരമ്പരകളിലൂടെ സംഘർഷഭരിതമായ ജീവിതം നയിക്കാൻ നിർബ്ബന്ധിതയായാകുകയും ഒടുവിൽ സ്നേഹത്തിന്റെ ഊഷ്മളമായ ഉറവകളിൽ സ്വയം സമർപ്പിക്കുകയും ചെയ്യുന്ന അലക്സിയയുടെ ജീവിതക്കാഴ്ച ചലച്ചിത്രലോകത്ത് പുതിയ ചർച്ചകൾക്ക് വഴി തുറക്കുന്നു. ചുരുങ്ങിയ സമയത്തിനിടയിൽ ലോകം ഏറ്റെടുത്തുകഴിഞ്ഞ ചിത്രത്തിലൂടെ അലക്സിയയുടെ ജീവിതം പ്രേക്ഷകരുടെ മുമ്പിലെത്തിക്കുന്ന സംവിധായിക ജ്യകോർണോ സഞ്ചരിക്കുന്ന വഴികൾ പതിവു ചലച്ചിത്രകാരുടേതിൽ നിന്നും തികച്ചും വ്യത്യസ്തങ്ങളാണ്. ഡേവിഡ് ലിഞ്ചി (David Lynch)ന്റെ Eraserhead (1978), ജപ്പാനീസ് ചിത്രമായ Tetsuo: The Iron Man (Shinya Tsukamoto, 1989), Teeth (Mitchell Lichtenstein, 2007), Videodrome, The Fly (David Cronenberg, 1983, 1986), Raw (Julia Ducournau, 2016) എന്നിങ്ങനെ പ്രസിദ്ധങ്ങളായ ബോഡി ഹൊറർ ചിത്രങ്ങൾക്കൊപ്പം ഏറ്റവും പുതിയ രചനയായി നിരൂപകർ 'ടിറ്റാൻ' ചേർത്തുകഴിഞ്ഞു.

2021ലെ അന്താരാഷ്ട്രചലച്ചിത്രമേളയ്ക്ക് സവിശേഷതകളേറെയുണ്ടായിരുന്നു. മേളയിലെ ഏറ്റവും മികച്ച പുരസ്കാരവും ലോകചലച്ചിത്രരംഗത്ത് ലഭിക്കാവുന്ന പരമോന്നത ബഹുമതിയുമായ 'പാം ദി ഓർ' (Palme d'Or) ചരിത്രത്തിലാദ്യമായി ഒരു സംവിധായികയ്ക്ക് ലഭിച്ചു എന്നതാണ് അവയിൽ പ്രധാനം. 1993 ൽ ന്യൂസ്‌ലാൻഡ് സംവിധായിക

ജയിൻ കാമ്പിയോൻ (Jane Campion) 'ദ പിയാനോ' (The Piano) യും ചൈനീസ് ചലച്ചിത്രകാരൻ ഷെൻ കൈഗ് (Chen Kaige), 'ഫെയർവെൽ മൈ കോൺക്യൂബി' (Farewell My Concubine) നുമായി പുരസ്കാരം പങ്കിട്ടിരുന്നെങ്കിലും ആദ്യമായി ഒരു വനിത തനിച്ച് അത് നേടുന്നത് ഈ വർഷമാണ്. 1955 ൽ കാനിൽ മികച്ച ചിത്രത്തിനായുള്ള പുരസ്കാരം 'പാം ദി ഓർ' ആയി മാറ്റിയതിനു ശേഷം ഇതാദ്യാമായാണ് ഒരു സംവിധായിക അത് സ്വന്തമാക്കുന്നത് എന്നത് ജൂലിയാ ജ്യകോർനൊ (Julia Ducournau) യുടെ ചലച്ചിത്രജീവിതം മാറ്റിയെഴുതിയിരിക്കുകയാണ്. വെള്ളക്കാരനല്ലാത്ത ഒരു ചലച്ചിത്രകാരൻ ജൂറി ചെയർമാനായി എന്ന മറ്റൊരു സവിശേഷതകൂടി 2021ലെ മേളയ്ക്കുണ്ട്. നൂറ്റാണ്ടിനോടടുക്കുന്ന കാനിന്റെ ചരിത്രം തിരുത്തിയത് പ്രസിദ്ധ അമേരിക്കൻ സംവിധായകനായ സ്പൈക് ലീ (Spike Lee)യാണ്. മേളയിൽ ഏറ്റവും ഉന്നത പുരസ്കാരം നേടിയത് 'ടിറ്റാൻ' (Titane) ആണെന്ന് സ്പൈക് ലീ പ്രഖ്യാപിച്ചതോടെ, ദിവസങ്ങൾക്ക് മുമ്പ് വിജയചിത്രങ്ങൾ പ്രവചിച്ച പത്രലേഖകരും നിരൂപകരും കാണികളും അക്ഷരാർത്ഥത്തിൽ ഞെട്ടുകയായിരുന്നു. ജൂറിയുടെ തിരഞ്ഞെടുപ്പ് എല്ലാവരുടേയും പ്രതീക്ഷകൾ തെറ്റിച്ചെന്ന് റിപ്പോർട്ട് ചെയ്ത പത്രലേഖകർ, പ്രഖ്യാപനം നടന്ന് മിനുട്ടുകൾ കഴിഞ്ഞ് മാത്രമേ കാനിലെ കാണികൾ സമനില വീണ്ടെടുത്തുള്ളൂ എന്നാണ് വെളിപ്പെടുത്തുന്നത്.

ലോകചലച്ചിത്രരംഗത്തെ ഏറ്റവും ഉന്നതമായ പുരസ്കാരം 'പാം ദി ഓർ' ലഭിച്ചതറിഞ്ഞ ജൂലിയ ജ്യകോർനൊയുടെ ആദ്യ പ്രതികരണമിങ്ങിനെയായിരുന്നു: "ലോകം കൂടുതലായി ചലനാത്മകമായിക്കൊണ്ടിരിക്കയാണ്. വൈവിദ്ധ്യങ്ങൾ, തുറന്നമനസ്സുകളോടെ സമീപിക്കാനും 'ഭീകര' ദൃശ്യങ്ങളെ സ്വീകരിക്കാനും ജൂറി കാണിച്ച തുറന്ന മനസ്സിനു ഞാൻ നന്ദി പറയുന്നു". ജൂലിയയുടെ ആദ്യചിത്രം 'റോ' പ്രേക്ഷകരിലുണ്ടാക്കിയ അത്ഭുതവും ഭയവും 'ടിറ്റാനി'ലും അവർ പ്രതീക്ഷിക്കുന്നുണ്ട്. റോയുടെ തുടർച്ചയായി കരുതാവുന്ന 'ടിറ്റാൻ' പല ഘട്ടങ്ങളിലും പ്രേക്ഷകരുടെ ഭാവനയ്ക്കുമപ്പുറത്തുള്ള ലോകത്തിലേക്കാണ് കടന്നുചെല്ലുന്നത്.

2016-ൽ, 'റോ'യുമായി ലോകസിനിമാരംഗത്തെത്തിയ ജൂലിയ, അഭിനന്ദനങ്ങൾക്കൊപ്പം വിമർശനങ്ങളും നേരിട്ടിരുന്നു. സ്ത്രീശക്തിയുടെ ആഘോഷമായി വിശേഷിക്കപ്പെട്ട റോ, നാമാരാണെന്നും നമുക്കാരായിത്തീരണമെന്നും തിരിച്ചറിയാനാവശ്യപ്പെടുമ്പോൾ പലപ്പോഴുമെത്തിച്ചേരുന്നത് രക്തത്തുള്ളികൾ ഇറ്റുവീഴുന്ന വഴികളിലാണ്. മനുഷ്യമാംസം കഴിക്കുന്ന ദൃശ്യങ്ങളുള്ള ചിത്രം, മറ്റൊരു സിനിമയും സൃഷ്ടിക്കാത്ത ഷോക്കാണ് പ്രേക്ഷകരിലുണ്ടാക്കുന്നത്. മാസ്മരികവും മനോഹരവുമായ

2021 കാൻ ഫെസ്റ്റിവൽ ജ്യൂറി

കാഴ്ചകളോടെ സിനിമകൾ നമ്മെ ശാന്തരാക്കുമ്പോൾ, റോയിലേയും ടിറ്റാനിലേയും ദൃശ്യങ്ങൾ നമ്മെ ഭയചകിതരാക്കുകയും പ്രകോപിപ്പിക്കുകയുമാണ് ചെയ്യുന്നത്. നമുക്ക് ചുറ്റുമുള്ള ജീവിതങ്ങളിലെ അവഗണിക്കാൻ പറ്റാത്ത യാഥാർത്ഥ്യങ്ങളായി ഈ കാഴ്ചകളെ നാം തിരിച്ചറിയുന്നു. പലപ്പോഴും അമേരിക്കൻ ചലച്ചിത്രകാരൻ ഡേവിഡ് ലിഞ്ചി (David Lynch) ന്റെ സർറിയൽ ദൃശ്യങ്ങളേയും, കനേഡിയൻ ഹൊറർ മാസ്റ്റർ ഡേവിഡ് പോൾ ക്രോണെൻബർഗി (David Paul Cronenberg)ന്റെ ശരീരഭീകരതാകാഴ്ചകളേയും 'റോ' ഓർമ്മിപ്പിക്കുന്നുണ്ട്. അതോടൊപ്പം ജ്യൂലിയ ഡ്യൂകോർണോയുടെ ഏകാന്തവും അനന്യവുമായ ചലച്ചിത്രയാത്രകളുടെ അടയാളങ്ങളും ഈ ചിത്രത്തിൽ നാം അനുഭവിക്കുന്നു. ദൈനംദിന ജീവിതത്തിൽ ഒരു യുവതി നേരിടുന്ന, അല്ലെങ്കിൽ നേരിടാൻ പോവുന്ന അനുഭവങ്ങൾ തന്നെയാണ് ഇവയെന്ന് തിരിച്ചറിയുമ്പോൾ നമ്മുടെ മനസ്സ് ആശങ്കപ്പെടുന്നു. നാം ജീവിക്കുന്ന ലോകവും അവിടെ നേരിടാൻ പോകുന്ന സംഭവങ്ങളുമാണ് ജ്യൂലിയ തന്റെ എല്ലാ ചിത്രങ്ങളിലും ദൃശ്യവൽക്കരിക്കുന്നത്. സ്ത്രീജീവിതങ്ങൾ അഭിമുഖീകരിക്കുന്ന ദുരന്തങ്ങളിൽ കലരുന്ന രക്തത്തുള്ളികൾ അവർ കണ്ടെടുക്കുന്നു, അവ തീവ്രമായി ആവിഷ്കരിക്കുന്നു. പൊതുവേ വിശേഷിപ്പിക്കപ്പെടുന്നതുപോലെ, വെറും ബോഡി ഹൊറർ സിനിമകളായി നമുക്ക് അവയെ ലളിതവൽക്കരിക്കാൻ കഴിയില്ല. അവയിൽ നിന്ന് വ്യത്യസ്തങ്ങളായ ഈ ചിത്രങ്ങളുമായി പുരുഷൻ മേധാവിത്വമുറപ്പിക്കുന്ന ചലച്ചിത്രലോകത്ത് ജ്യൂലിയ സ്വയം രേഖപ്പെടുത്തുകയാണ്. വെറ്റിനറി കോളേജിൽ പഠിക്കുന്ന, പൂർണ്ണ വെജിറ്റേറിയനായ ജസ്റ്റിൻ ആകസ്മികമായി മനുഷ്യമാംസം രുചിക്കാനിടയാകുകയും പിന്നീട് അതിന്റെ അടിമയായി മാറുന്നതും തുടർന്ന്, ആ ശീലം അവരെ ജീവിതത്തിന്റെ സങ്കീർണ്ണതകളിലെത്തിക്കുന്നതാണ് 'റോ' ആവിഷ്കരിക്കുന്നത്. ജ്യൂലിയയുടെ മാതാപിതാക്കൾ

ഡോക്ടർമാരായതിനാൽ മാംസവുമായി ബന്ധപ്പെട്ട ചർച്ചകൾ വീട്ടിൽ പതിവായിരുന്നെന്ന് അഭിമുഖത്തിൽ അവർ വെളിപ്പെടുത്തുന്നുണ്ട്. വരും കാല ജീവിതത്തിലെ ഭീകരതനിറഞ്ഞ കാഴ്ചകളായി 'റോ' പ്രേക്ഷകരെ പിന്തുടർന്നുകൊണ്ടേയിരിക്കുന്നു.

'റോ'യുടെ തുടർച്ചയായി ജൂലിയ സംവിധാനം ചെയ്ത പുരസ്കാരചിത്രം ടിറ്റാനിലെ ലൈംഗിക ദ്രവാവസ്ഥ (gender fluidty) തുടക്കം മുതൽ ചിത്രത്തിൽ പ്രേക്ഷകർ തിരിച്ചറിയുന്നുണ്ട്. സ്ത്രീ-പുരുഷലൈംഗികതകൾക്കപ്പുറത്ത് അചേതനവസ്തുക്കളിൽ ലൈംഗികതയുടെ സാന്നിദ്ധ്യം രേഖപ്പെടുത്തുന്ന ഈ അവസ്ഥയെക്കുറിച്ച് ജ്യകോർണോ തന്റെ അഭിമുഖത്തിൽ സൂചിപ്പിക്കുന്നുണ്ട്. പല ഘട്ടങ്ങളിലായി ടിറ്റാൻ ഇത്തരത്തിലുള്ള കാഴ്ചകൾ രേഖപ്പെടുത്തുന്നു. കാർഷോകളിൽ സ്ട്രിപ് ഡാൻസറായ അലക്സിയ, കാറുകളുമായുള്ള ലൈംഗികബന്ധത്തിന്റെ സൂചനകൾ തന്റെ നൃത്തത്തിൽ പ്രദർശിപ്പിക്കുന്നു. പിന്നീട് അലക്സിയ കാഡില്ലാക്കുമായുള്ള ലൈംഗികബന്ധത്തിൽ രതിമൂർച്ഛ അനുഭവിക്കയും തുടർന്ന് ഗർഭിണിയാവുകയും ചെയ്യുന്നു. ടിറ്റാനിലെ ആദ്യദൃശ്യത്തിലെ കാറിന്റെ 'അവയവങ്ങളു'ടെ കാഴ്ചയോടെ ഇതാരംഭിക്കുന്നുണ്ട്. കാറിന്റെ ആന്തരികവും ബാഹ്യവുമായ ഭാഗങ്ങളിലൂടെ സഞ്ചരിക്കുന്ന ക്യാമറ, ഇരുട്ടിലും വെളിച്ചത്തിലുമായി അവ ചിത്രീകരിക്കുമ്പോൾ, സംഗീതത്തിന്റെ സാന്നിധ്യത്തോടെ, അതിന്റെ 'ശരീരഭാഗങ്ങളി'ലൂടെ കടന്നുപോകുന്നതായാണ് പ്രേക്ഷകർക്ക് അനുഭവപ്പെടുന്നത്. കുട്ടിയായ അലക്സിയയെ പിൻസീറ്റിലിരുത്തി അവളുടെ അച്ഛൻ കാറോടിക്കുമ്പോൾ കാറിന്റെ എഞ്ചിൻ

ടിറ്റാൻ

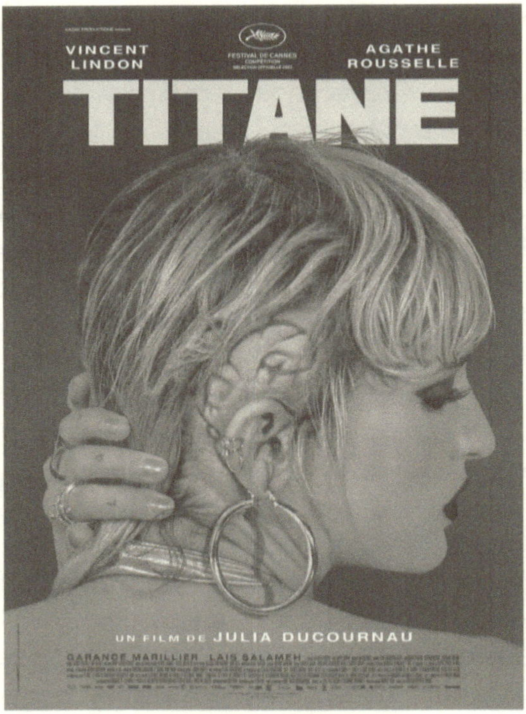

ശബ്ദത്തേയും അതിനകത്തെ സംഗീതത്തേയും അലക്സിയയുടെ മുരൾച്ച മറികടക്കുന്നു. ഇടയ്ക്ക് മയങ്ങിപ്പോകുന്ന അയാളുടെ സീറ്റിൽ ചവിട്ടുന്ന മകളോട്, സീറ്റ് ബെൽട്ടിടാനായി അയാൾ പറയാൻ ശ്രമിക്കുമ്പോൾ, പെട്ടെന്ന് നിയന്ത്രണം നഷ്ടപ്പെട്ട് കാർ അപകടത്തിൽപ്പെടുന്നു. ഗുരുതരമായി മുറിവേറ്റ് അലക്സിയയെ ആശുപത്രിയിൽ അഡ്മിറ്റ് ചെയ്യുന്നു. അവിടെ വെച്ച് നടക്കുന്ന ചികിൽസയ്ക്കിടെ, അവളുടെ തലക്കകത്ത് ടൈറ്റാനിയം ദണ്ഡ് വെച്ച് ശസ്ത്രക്രിയ നടത്തേണ്ടിവരുന്നു. ഇതുമായി ബന്ധപ്പെടുത്തിയാണ് ചിത്രത്തിനു ടിറ്റാനെന്ന പേര് സംവിധായിക നൽകുന്നത്. ഈ ടൈറ്റാനിയം ദണ്ഡാണ് അലക്സിയയുടെ ജീവിതത്തെ അടിമുടി മാറ്റുന്നത്. ലോകത്തോടുള്ള വെറുപ്പും, 'യഥാർത്ഥ' പിതാവിനായുള്ള അന്വേഷണവുമായി പിന്നീടവളുടെ ജീവിതം സംഘർഷഭരിതങ്ങളായ വഴികളിലൂടെയാണ് കടന്നുപോകുന്നത്. ചികിൽസ കഴിഞ്ഞ് ആശുപത്രിയിൽ നിന്ന് അമ്മയോടും അച്ഛനോടുമൊന്നിച്ച് ഇറങ്ങിവരുന്ന അലക്സിയ, നേരെ പോകുന്നത് റോഡരികിൽ നിർത്തിയിട്ടിരിക്കുന്ന കാറിനടുത്തേക്കാണ്. അതിനെ തലോടിയും ആലിംഗനം ചെയ്തും നീങ്ങുന്ന അലക്സിയ ഡ്രൈവറുടെ ഭാഗത്തെ ഗ്ലാസ്സിൽ തന്റെ

ചുണ്ടുകളമർത്തി ചുംബിക്കുന്നു.

തുടർന്ന്, കാർഷോകളിൽ രതിസൂചനകൾ നൽകുന്ന നൃത്തം ചെയ്ത് ജീവിതം മുമ്പോട്ട് കൊണ്ടുപോകുന്ന യുവതിയായ അലക്സിയിലേക്കാണ് ചിത്രം ചെന്നെത്തുന്നത്. അവിടെ കാണികളുടെ ആവേശമായി മാറുന്ന അലക്സിയയുടെ ഓട്ടോഗ്രാഫിനായി അവർ കാത്തിരിക്കുന്നു. ആരാധകനെന്ന് പറഞ്ഞുകൊണ്ട് പിന്നാലെ വരുന്ന ചെറുപ്പക്കാരൻ പ്രേമാഭ്യർത്ഥന നടത്തി ബലം പ്രയോഗിച്ച് ചുംബിക്കുമ്പോൾ, തന്റെ മുടിയിലെ പിന്നുപയോഗിച്ച് അലക്സിയ അയാളെ ക്രൂരമായി കൊല ചെയ്യുന്നു. തുടർന്നുള്ള അവളുടെ ജീവിതം അക്രമങ്ങളിലൂടേയും കൊലപാതക പരമ്പരയടക്കമുള്ള സംഘർഷങ്ങളിലൂടെയുമാണ് കടന്നുപോകുന്നത്.

ആദ്യകൊലപാതകത്തിനുശേഷം കുളിക്കുന്നതിനിടയിലാണ് അലക്സിയ കാഡില്ലാക്കിന്റെ 'വിളി' കേൾക്കുന്നത്. വാതിലിൽ ഒരു ലോഹക്കഷണം വന്ന് തട്ടുന്ന ശബ്ദം കേട്ട അവൾ, എതോ മാന്ത്രികശക്തിയാൽ ആകർഷിക്കപ്പെട്ടപോലെ, പൂർണ്ണ നഗ്നയാണെന്ന് ഓർക്കുകപോലും ചെയ്യാതെ നടന്നുചെന്ന് മുറ്റത്ത് കാണുന്ന കാഡില്ലാക്കിലേക്ക് കയറുന്നു. കാറുമായി, ദീർഘനേരം നീണ്ടുനിൽക്കുന്ന, തികച്ചും വയലന്റായ ലൈംഗികബന്ധം നടത്തുന്ന അലക്സിയ. ഇത് കാരണം താൻ ഗർഭിണിയാകുന്നതും തന്റെ ശരീരത്തിൽ നിന്ന് രക്തത്തിനുപകരം എഞ്ചിൻ ഓയിൽ പുറത്തേക്കൊഴുകുന്നതും അടിവയർ വീർത്തുവരുന്നതും അലക്സിയ അറിയുന്നു. തുടർന്ന്, സ്വവർഗ്ഗലൈംഗികബന്ധങ്ങളിൽ സംതൃപ്തയാകാതെ, തന്റെ ലൈംഗികചോദനകളുമായി

റോ

റോ

പൊരുത്തപ്പെടാത്ത ലോകവുമായി സമരസപ്പെടാൻ കഴിയാതെ, അക്രമങ്ങളും കൊലപാതകങ്ങളും നിറയുന്ന ജീവിതത്തിൽ, തന്റെ ശരീരത്തിന്റെ കാമനകൾക്കനുസരിച്ച് ജീവിതം മുമ്പോട്ട് കൊണ്ടുപോകാൻ നിർബ്ബന്ധിതയാകുന്ന അലക്സിയയേയാണ് പ്രേക്ഷകർ കാണുന്നത്. ഒരു സീരിയൽ കില്ലറായി പോലീസ് അന്വേഷിക്കുന്ന അലക്സിയ, അവരിൽ നിന്ന് രക്ഷപ്പെടാനായി നഗരം വിടുന്നു. ടെലിവിഷനിലും ചുമർ പരസ്യങ്ങളിലും കാണുന്ന, കുട്ടിയായിരുന്നപ്പോൾ കാണാതായ അഡ്രിയെനായി വേഷവും രൂപവും മാറുന്ന അലക്സിയ പോലീസ് സ്റ്റേഷനിലെത്തുന്നു. താൻ അഡ്രിയാനാണെന്ന് അറിയിക്കുന്ന അലക്സിയയെ കാണാൻ അവന്റെ അച്ഛനായ അഗ്നിശമനസേനയിലെ ക്യാപ്റ്റൻ വിൻസെന്റ് സ്റ്റേഷനിൽ വരുന്നു. തെളിവുകളൊന്നും ആവശ്യപ്പെടാതെ അലക്സിയയെ മകനായി അയാൾ സന്തോഷത്തോടെ സ്വീകരിക്കുന്നു.

വിൻസെന്റിന്റേയും അഡ്രെയിനായി മാറിയ അലക്സിയുടേയും ജീവിതക്കാഴ്ചകളിലേക്ക് പ്രേക്ഷകരെകൊണ്ടുപോകുന്ന ചിത്രത്തിന്റെ രണ്ടാം പകുതിയിലെ അന്തരീക്ഷം തികച്ചും വ്യത്യസ്തമാണ്. നഷ്ടപ്പെട്ട മകൻ തിരിച്ചുവന്നതിൽ ആശ്വസിക്കുന്ന വിൻസെന്റ്, അവൻ ആൺവേഷത്തിലുള്ള ഗർഭിണിയായ യുവതി അലക്സിയയാണെന്നറിഞ്ഞിട്ടും അവളോടുള്ള തന്റെ സ്നേഹം തുടരുന്നു. തന്റെ 'യഥാർത്ഥ അച്ഛനെ' തിരിച്ചറിയുന്ന അലക്സിയയുടെ ജീവിതവും പുതിയൊരു വഴിയിലൂടെയാണ് നീങ്ങുന്നത്. ആദ്യപകുതിയിലെ അക്രമാസക്തവും സംഘർഷഭരിതവുമായ അന്തരീക്ഷത്തിൽ നിന്ന് വ്യത്യസ്തമായി, സ്നേഹത്തിന്റേയും

കരുതലിന്റേയും പരസ്പരാശ്രിതത്വത്തിന്റേയും നിരവധി സന്ദർഭങ്ങൾ രണ്ടാം പകുതി രേഖപ്പെടുത്തുന്നുണ്ട്. മകൻ നഷ്ടപ്പെട്ടതോടെ വീട് വിട്ട് പോയ വിൻസെന്റിന്റെ ഭാര്യ തിരികെവന്ന്, അലക്സിയ തങ്ങളുടെ മകൻ അഡ്രിയനല്ലെന്ന് തിരിച്ചറിഞ്ഞിട്ടും, സ്നേഹം നൽകി സ്വന്തം ഭർത്താവിനെ സംരക്ഷിക്കാൻ അവളോട് ആവശ്യപ്പെടുന്നുണ്ട്. വിൻസെന്റിന്റെ ബലിഷ്ഠങ്ങളായ ശരീരപേശികൾക്കുള്ളിൽ നിർമ്മലമായ സ്നേഹത്തിന്റെ നീരുറവകളാണ് അലക്സിയ കണ്ടെത്തുന്നത്. അവളുടെ മടിയിൽ തലപൂഴ്ത്തിക്കിടക്കുന്ന വിൻസെന്റിനെ ആശ്വസിപ്പിച്ചുകൊണ്ട്, അയാളുടെ മുടിയിഴകളിൽ തലോടുന്ന അലക്സിയയുടെ കാഴ്ച പിങ്ക് നിറത്തിലുള്ള പശ്ചാത്തലപ്രകാശത്താൽ നിറയുന്നു. ഒടുവിൽ, താൻ കബളിപ്പിക്കപ്പെടുകയായിരുന്നു എന്ന് തിരിച്ചറിഞ്ഞിട്ടും എപ്പോഴും താൻ സഹായത്തിനു കൂടെയുണ്ടാവുമെന്ന് പറഞ്ഞ്, ഗർഭിണിയായ അലക്സിയെ ആശ്വസിപ്പിക്കുന്ന വിൻസെന്റ്, ചിത്രത്തിൽ അപൂർവ്വമായി മാത്രം രേഖപ്പെടുത്തപ്പെടുന്ന സ്നേഹത്തിന്റേയും കരുണയുടേയും കാഴ്ചയാണ്. അലക്സിയയും വിൻസെന്റും ചേർന്ന് നിർവ്വചിക്കുന്ന പുതിയൊരു ലോകത്തിന്റെ കാഴ്ചയിലാണ് സംവിധായിക ചിത്രം അവസാനിപ്പിക്കുന്നത്. അസ്വാഭാവികമായ ലൈംഗികതയും കൊലപാതകങ്ങളടക്കമുള്ള സംഘർഷങ്ങളും അവയുടെ എല്ലാ തീവ്രതകളോടെയും രേഖപ്പെടുത്തുമ്പോഴും, പരസ്പരസ്നേഹത്തിന്റേയും കരുതലുകളുടേയും കാഴ്ചകൾ ആവിഷ്കരിക്കുന്നുണ്ട് എന്നതാണ് ടിറ്റാന്റെ സവിശേഷത.

ക്രൂരമായ യാഥാർത്ഥ്യങ്ങളുടെ ദൃശ്യവൽക്കരണങ്ങൾക്കൊപ്പം സൂക്ഷ്മമായ മന:ശ്ശാസ്ത്രവിഷയങ്ങളും ചിത്രത്തിന്റെ പ്രമേയത്തിന്റെ ഭാഗമായി മാറുന്നുണ്ട് എന്നത് വെറുമൊരു 'ബോഡി ഹൊറർ മൂവി'യിൽ നിന്ന് 'ടിറ്റാനെ' ശ്രദ്ധേയവും വ്യത്യസ്തവുമായ ഒരു കാഴ്ചാനുഭവമാക്കുന്നു. അലക്സിയയടക്കമുള്ള കഥാപാത്രങ്ങൾ അനുഭവിക്കുന്ന ശരീരശാസ്ത്രപരമായ പീഡനങ്ങൾ (anatomical agonies) ചിത്രം ദൃശ്യവൽക്കരിക്കുന്നുണ്ട്. കുട്ടിക്കാലത്തെ കാറപകടത്തിനുശേഷമുള്ള ചികിൽസയുടെ ഭാഗമായി നടന്ന ഓപ്പറേഷനിൽ തലക്കുള്ളിൽ വെച്ച ടൈറ്റാനിയം ദണ്ഡ് അലക്സിയയുടെ ഭാവിജീവിതത്തിൽ മാനസിക പ്രശ്നങ്ങൾക്ക് കാരണമാകുമെന്ന് ഡോക്ടർ അവളുടെ മാതാപിതാക്കൾക്ക് മുന്നറിയിപ്പ് നൽകുന്നുണ്ട്. ഈ ടൈറ്റാനിയം ദണ്ഡ്, കൊലപാതകത്തിനായി അലക്സിയ ഉപയോഗിക്കുന്ന തന്റെ മുടിയിലെ പിൻ, ഗർഭഛിദ്രം നടത്താനായി അവൾ ഉപയോഗിക്കുന്ന അതേ പിൻ, അവളുടെ അടിവയറ്റിൽ നിന്ന് പുറത്തേക്ക് തള്ളിനിൽക്കുന്ന ലോഹത്തകിട്, അഡ്രിയനാകാൻ, മൂക്കിന്റേയും കൈകളുടേയും രൂപം മാറ്റാനായി ഉപയോഗിക്കുന്ന ബാത്ത് റൂമിലെ ലോഹസിങ്ക്, ഗർഭിണിയായ

റോ

അലക്സിയയുടെ ശരീരത്തിൽ നിന്ന് പുറത്തേക്ക് വരുന്ന മോട്ടോർ ഓയിൽ ഇവയൊക്കെ കാറും അതിന്റെ ഭാഗങ്ങളും ലോഹവുമായുമുള്ള അലക്സിയയുടെ ബന്ധം സൂചിപ്പിക്കുന്നുണ്ട്. പ്രായത്തെ മറികടക്കാൻ മരുന്ന് കുത്തിവെക്കുന്ന വിൻസെന്റും അതിനുശേഷമയാളനുഭവിക്കുന്ന വേദനയും ചിത്രം തീവ്രതയോടെ ആവിഷ്കരിക്കുന്നു. ഇവയൊക്കെ ശരീരശാസ്ത്രപരമായ പീഡനങ്ങളായി ചിത്രം ദൃശ്യവൽക്കരിക്കുകയാണ്.

മനസ്സിനെ അനുസരിക്കാൻ വിസ്സമ്മതിക്കുന്ന ശരീരത്തിന്റെ സഞ്ചാരങ്ങളുടെ ആവിഷ്കാരം കൂടിയാണ് ടിറ്റാൻ. ആനന്ദവും വേദനയും,

നിർവൃതിയും പീഡനവും, തമ്മിലുള്ള സംയോജനങ്ങളുടെ സമഗ്രമായൊരു കാഴ്ചയാണത്. അതേപോലെ, പിതൃത്വവും അതിന്റെ പീഡനങ്ങളും (വിൻസെന്റ്, അഡ്രിയെൻ), ബാല്യവും അതിലെ അവകാശങ്ങളും (അലക്സിയ) സവിശേഷമായ രീതിയിൽ ദൃശ്യവൽക്കരിക്കുന്ന ചിത്രവുമാണത്. സമൂഹത്തിൽ, തലമുറകൾക്കിടയിൽ ചരിത്രപരവുമായ, സമൂർത്തവും സമ്പൂർണ്ണവുമായ മാറ്റങ്ങൾ നടന്നുകൊണ്ടിരിക്കയാണെന്ന് അടിവരയിടുന്ന ചിത്രം, ശരീരക്ഷമതയെന്ന ആശയത്തെ മുമ്പോട്ട് വെക്കുന്നുണ്ട്. ചിത്രത്തിന്റെ അവസാനഭാഗത്തെ കുട്ടിയുടെ ജനനം, ഭൂതകാലത്തെ പീഡനങ്ങൾ മറക്കാനും ദുസ്സഹങ്ങളായ സങ്കൽപ്പങ്ങൾ നിരാകരിക്കാനുമുള്ള ഒരു അവസരമായി ചിത്രം ഉപയോഗിക്കുന്നു. ഐഡന്റിറ്റിയേക്കുറിച്ചുള്ള സങ്കീർണ്ണവും വൈവിദ്ധ്യപൂർണ്ണവുമായ കാഴ്ചപ്പാട് ആവിഷ്കരിക്കുന്ന ടിറ്റാൻ, ചലച്ചിത്രരംഗത്തെ ധീരമായൊരു ചുവടുവെപ്പായി കണക്കാക്കാവുന്നതാണ്.

പലപ്പോഴും, ഡേവിഡ് ലിഞ്ചിന്റെ സർറിയൽ ക്ലാസ്സിക് Eraserhead (1977) നെ ഓർമ്മിപ്പിക്കുന്ന ടിറ്റാൻ, അർത്ഥരഹിതമെന്നോ അസ്വാഭാവികമെന്നോ തോന്നുന്ന നിരവധി ദൃശ്യങ്ങൾ ചേർത്തുവെച്ചാണ് ജൂലിയ നിർമ്മിച്ചിരിക്കുന്നത്. റോ പോലെ, ഒരേ സമയം അത്ഭുതപ്പെടുത്തുകയും ചിന്തിപ്പിക്കയും ഞെട്ടിക്കയും ചെയ്യുന്ന ടിറ്റാൻ, സ്ത്രീജീവിതവും ലൈംഗികതയും തികച്ചും വ്യത്യസ്തമായൊരു പ്രമേയവും കാഴ്ചയുമാകുമ്പോൾ ലോകസിനിമയിൽ വമ്പിച്ച ചർച്ചകൾക്ക് വഴിയൊരുക്കുമെന്ന് തീർച്ചയാണ്.

അലക്സിയയായി വേഷമിടുന്ന അഗാഥേ റൂസെല്ലെ (Agathe Rouselle)യുടെ ടിറ്റാനിലെ പ്രകടനം, അവർ ആദ്യമായാണ് സിനിമയിലഭിനയിക്കുന്നതെന്ന വസ്തുത അവിശ്വസനീയമാക്കുന്നുണ്ട്. ചിത്രത്തിലെ തന്റെ അഭിനയാനുഭവങ്ങൾ അഗാഥേ ഇങ്ങനെ ഓർമ്മിക്കുന്നു: "എനിക്ക് ഏജന്റില്ലാതിരുന്നതിനാൽ, ഇൻസ്റ്റഗ്രാം പോസ്റ്റ് കണ്ടാണ് കാസ്റ്റിങ്ങ് ഡയറക്റ്റർ എന്നെ ചിത്രത്തിലേക്ക് ക്ഷണിക്കുന്നത്. എനിക്ക് പരിചിതമായ, ജെൻഡറുമായി ബന്ധപ്പെട്ട ചിത്രമാണെന്ന് അറിഞ്ഞപ്പോൾ സന്തോഷം തോന്നി. പലപ്പോഴും ആൺകുട്ടിയായും പുരുഷനായും ആളുകൾ എന്നെ തെറ്റിദ്ധരിക്കാറുണ്ട്. കൂടാതെ, ശാരീരികമായ അഭ്യാസങ്ങൾ ആവശ്യമായ ചിത്രമാണെന്നറിഞ്ഞപ്പോൾ എന്റെ ആവേശം വർദ്ധിച്ചു. പതിവായി എക്സർസൈസ് ചെയ്യാറുള്ള എനിക്ക്, ചിത്രമാവശ്യപ്പെടുന്നതുപോലെ ഒരു യന്ത്രമായി മാറാൻ വളരെ എളുപ്പമായിരുന്നു. പൊതുജീവിതത്തിനു പുറത്താണ് ഞാനെന്ന് എനിക്കെപ്പോഴും തോന്നാറുണ്ട്". കവിതയെഴുത്തും

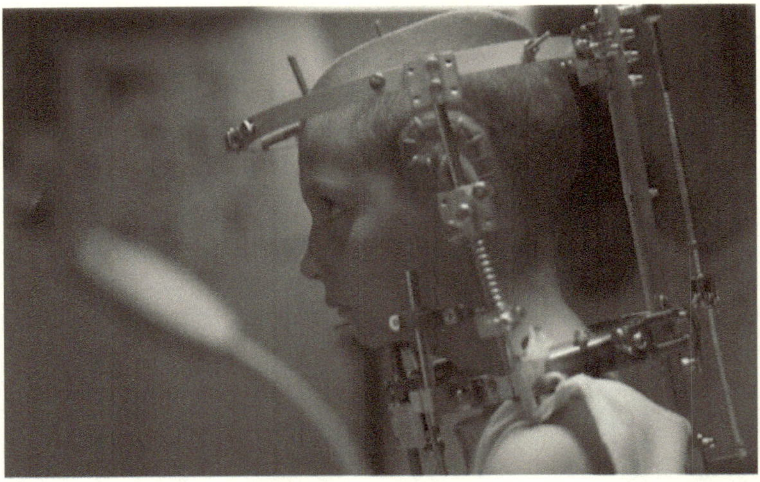

ടിറ്റാൻ

ഫോട്ടോഗ്രാഫിയും സ്ത്രീപക്ഷപ്രവർത്തനങ്ങളുമായി സജീവമായ അഗാഥേ പറയുന്നു. "എനിക്ക് ജീവിതത്തിൽ പൂർണ്ണതയോടെ ചെയ്യാനായ ഏകകാര്യം ഈ ചിത്രത്തിലെ അഭിനയം മാത്രമാണെന്നാണ് ഞാൻ കരുതുന്നത്. ഞാനുമായി ഒരു ബന്ധവുമില്ലെങ്കിലും, അലക്സിയയുടെ റോൾ ചെയ്തപ്പോൾ വളരെ സന്തോഷം തോന്നി. ഒരു അഭിനേതാവിന്റെ യഥാർത്ഥ ജോലി സ്വയം മറ്റൊരാളായി മാറുകയാണല്ലോ! ഞാൻ പൂർണ്ണമായും ജൂലിയയക്ക് സമർപ്പിക്കുകയായിരുന്നു, എന്റെ ശരീരവും മനസ്സും രണ്ടുമാസക്കാലത്തേക്ക് എനിക്കന്യമായിരുന്നു." മുപ്പത്തിമൂന്ന് വയസ്സുള്ള പാരീസിലെ നടി അഗഥേ റൂസെല്ലേ പറയുന്നു.

തന്റെ ആദ്യ ചലച്ചിത്രസംരംഭമായ 'ജൂനിയർ' എന്ന ഷോർട്ട് ഫിലിമിൽ ഒരു തെറിച്ച പെൺകുട്ടി പിന്നീട് സാധാരണക്കാരിയായി മാറുന്നതാവിഷ്ക്കരിച്ചിരുന്ന ജൂലിയ ഡ്യുകോർണോ, തുടർന്ന് നിർമ്മിച്ച ആദ്യ ഫീച്ചർ ഫിലിം 'റോ'യിൽ പെൺകുട്ടി ഒരു സ്ത്രീയായിത്തീരുന്നതാണ് ദൃശ്യവൽക്കരിക്കുന്നത്. അതിനുശേഷം സംവിധാനം ചെയ്യുന്ന 'ടിറ്റാനി'ൽ പതിവുലൈംഗിക അവസ്ഥകൾ തെറ്റിക്കുന്ന അലക്സിയയെ ജൂലിയ ആവിഷ്ക്കരിക്കുന്നു. ക്രമാനുഗതമായ ഈ മാറ്റത്തെക്കുറിച്ച് വിശദീകരണം നൽകുന്ന ജൂലിയയിൽ വ്യക്തമായ ചലച്ചിത്രകാഴ്ചപ്പാടും സമീപനങ്ങളുമുള്ള ഒരു ചലച്ചിത്രകാരിയേയാണ് നാം തിരിച്ചറിയുന്നത്. ഈ മൂന്നു ചിത്രങ്ങളും തനിക്ക് ഒരേ സിനിമയുടെ ഭാഗങ്ങളായാണ് അനുഭവപ്പെടുന്നതെന്ന് വിശദമാക്കുന്ന അവർ, ഒരു ചിത്രത്തിൽ നിന്ന് അടുത്തതിലേക്കെത്തുമ്പോൾ തന്റെ കഥാപാത്രങ്ങൾ

വളരുകയാണെന്ന് പറയുന്നു. പലപ്പോഴും ഒരേ പശ്ചാത്തലവും അഭിനേതാക്കളുടെ വസ്ത്രങ്ങളും ഈ ചിത്രങ്ങളിൽ ആവർത്തിക്കുന്നത് നമുക്ക് കാണാൻ കഴിയും. ടിറ്റാനിലെ ലൈംഗിക ദ്രവാവസ്ഥയെ അഭിമുഖത്തിൽ സംവിധായിക ഇങ്ങനെയാണ് വിശദീകരിക്കുന്നത്: "അതാണ് ചിത്രത്തിന്റെ മുഖ്യപ്രമേയം. ഞാനങ്ങനെയാണ് ലോകത്തെ കാണുന്നത്. കൂടുതലായി വികസിക്കപ്പെട്ടുകൊണ്ടിരിക്കുന്ന ലോകം. പെട്ടികൾക്കുള്ളിലായായി ഒതുക്കിവെക്കപ്പെടാത്തതും ലിംഗവ്യത്യാസങ്ങൾ പ്രസക്തമാകാത്തതുമായ ഒരു ലോകം. ഒരാളുടെ വ്യക്തിത്വം, അയാൾ പുരുഷനാണോ സ്ത്രീയാണോ എന്നതുവുമായി ബന്ധപ്പെട്ടതല്ല. നമ്മെ നിർവ്വചിക്കുന്ന മുഖ്യഘടകം ഒരിക്കലും ലിംഗവ്യത്യാസമായിരിക്കരുത്. സംവിധായിക എന്ന് എന്നെ വിളിക്കുന്നവരോട് എനിക്ക് വെറുപ്പാണ്. ഞാൻ സിനിമകൾ സംവിധാനം ചെയ്യുന്ന ഒരാളാണ്. ഞാൻ ഒരു സ്ത്രീയല്ല. ഞാൻ ഒരാളാണ്." ഇങ്ങനെ തികച്ചും തീവ്രമായി അവർ സ്വയം നിർവ്വചിക്കുന്നു. അപ്രസക്തമാവുന്ന ലിംഗവ്യത്യാസത്തിന്റെ ഒരു എക്സ്റ്റെൻഷനായാണ് കാറുമായുള്ള അലക്സിയയുടെ ലൈംഗികബന്ധം അവർ ടിറ്റനിൽ ആവിഷ്കരിക്കുന്നതെന്നും ലൈംഗികദ്രവാവസ്ഥയേക്കുറിച്ച് ചിന്തിക്കുന്നതെന്നും വ്യക്തമാണ്. താൻ ഒരു കാർ എഞ്ചിൻ പ്രസവിക്കുന്നതായി സ്വപ്നം കണ്ട് അത്ഭുതപ്പെട്ട ജൂലിയ, അതിൽ നിന്നാണ് ടിറ്റാനു തുടക്കം കുറിക്കുന്നത്.

ലിംഗവ്യത്യാസങ്ങളും സചേതന-അചേതന ഭിന്നതകളും ഇല്ലാത്ത തികച്ചും സജീവമായ ലോകം തന്നെയാണ് ജൂലിയ തന്റെ മനസ്സിൽ സൂക്ഷിക്കുന്നത്. ഇതോടൊപ്പം സമകാലീന ലോകം സ്ത്രീകളെ കാണുന്ന അനാരോഗ്യകരമായ രീതിയും ചിത്രം ആവിഷ്കരിക്കുന്നുണ്ട്. കാറുകളും സ്ത്രീകളും ഒരേപോലെ വസ്തുവൽക്കരിക്കപ്പെട്ട (objectified) ആയ കാലത്താണ് നാം ജീവിക്കുന്നതെന്ന് അവർ പറയുന്നു. ചിത്രങ്ങളിലെ ലൈംഗികദൃശ്യങ്ങളേക്കുറിച്ച് ജൂലിയ ഇങ്ങനെയാണ് അഭിപ്രായപ്പെടുന്നത്: "മിക്ക സിനിമകളിലുമുള്ള ലൈംഗികദൃശ്യങ്ങളും അനാവശ്യമായി സൃഷ്ടിക്കപ്പെടുന്നവയാണ്. എന്റെ യാഥാസ്ഥിതികമായ കാഴ്ചപ്പാടായി ഇതിനെ കാണരുത്. ഒരു കഥാപാത്രത്തിന്റെ ചിത്രത്തിലെ സഞ്ചാരത്തിനു അത്തരം ദൃശ്യങ്ങൾ അതാവശ്യമല്ലെങ്കിൽ അവ ഒഴിവാക്കണമെന്നാണെന്റെ അഭിപ്രായം. രണ്ട് പേർ തമ്മിലുള്ള ലൈംഗികബന്ധം മാത്രമേ സംവിധായകനു/ സംവിധായികയ്ക്ക് ആവിഷ്കരിക്കാനുള്ളുവെങ്കിൽ ആ ദൃശ്യം ഒഴിവാക്കാവുന്നതാണ്. ഇത്തരം ദൃശ്യങ്ങൾ സിനിമയിൽ കൂടുതലായുണ്ടാവാൻ സംവിധാനം ചെയ്യുന്ന

മിക്കവരും പുരുഷന്മാരാരാണെന്നതാണ്.” ലോകത്തിന്റെ മുമ്പോട്ടുള്ള യാത്രയ്ക്ക് സ്നേഹം കൂടിയേ തീരൂ എന്ന് വിശ്വസിക്കുന്ന ജൂലിയ, അലക്സിയയും വിൻസെന്റും തമ്മിലുണ്ടാവുന്ന ബന്ധം യഥാർത്ഥ സ്നേഹമായി ഭാവിയിൽ ലോകം തിരിച്ചറിയുമെന്നും കരുതുന്നു.

താൻ നിർമ്മിക്കുന്ന രീതിയിലുള്ള ചിത്രങ്ങൾ അമേരിക്കയിൽ വളരെ വ്യാപകമാണെങ്കിലും, തന്റെ ജന്മനാടായ ഫ്രാൻസിൽ ആ തരംഗം ആരംഭിച്ചിട്ടേയുള്ളൂ എന്ന് പറയുന്ന ജൂലിയ, അത്തരമൊരു ചലച്ചിത്രരൂപത്തിനു ഫ്രാൻസിൽ ഊർജ്ജം നൽകിക്കൊണ്ട് മുമ്പോട്ട് പോകാനാണ് തീരുമാനിച്ചിരിക്കുന്നത്. പലതരത്തിലുള്ള ചലച്ചിത്ര കാഴ്ചകളുടേയും ചലച്ചിത്ര പ്രസ്ഥാനങ്ങളിലൂടെയും ചരിത്രം പറയുന്ന ഫ്രാൻസിൽ ജനിച്ച് അവിടെ ജീവിക്കുന്ന ജൂലിയ ഡ്യുകോർനൊ, തന്റെ അടുത്ത ചിത്രം ടിറ്റാന്റെ തുടർച്ചയായിരിക്കുമെന്ന സൂചനയാണ് നൽകുന്നത്.

1983 ൽ ഫ്രാൻസിൽ ജനിച്ച ജൂലിയ ഡ്യുകോർനൊ, രാജ്യത്തെ പ്രസിദ്ധ ഫിലിം ഇൻസ്റ്റിറ്റ്യൂട്ടായ ലാ ഫെമിസി (La Fémis)ൽ നിന്നാണ് തിരക്കഥാരചനയിൽ ബിരുദം പൂർത്തിയാക്കുന്നത്. 2011 ൽ അവർ സംവിധാനം ചെയ്ത ഷോർട്ട് ഫിലിം ‘ജൂനിയർ’ ആ വർഷത്തെ കാൻ ചലച്ചിത്രോൽസവത്തിൽ പുരസ്കാരം നേടി. തുടർന്ന് 2012 ൽ നിർമ്മിച്ച ടെലിവിഷൻ ചിത്രം ‘Mange’, തന്നെ കോളേജിൽ വെച്ച് പീഡിപ്പിച്ച ആളോട് പ്രതികാരം ചെയ്യുന്ന പെൺകുട്ടിയുടെ ജീവിതമാണ് ആവിഷ്കരിക്കുന്നത്. അടുത്ത ചിത്രം ‘റോ’, അവരുടെ ആദ്യത്തെ ഫീച്ചർ ഫിലിമായി 2016 ലെ കാൻ ചലച്ചിത്രോൽസവത്തിൽ ഇന്റർനാഷനൽ ക്രിറ്റിക്സ് വീക്കിൽ പ്രദർശിപ്പിക്കുകയും, ഫിപ്രസി പുരസ്കാരം നേടുകയും ചെയ്തു. അതേ വർഷം നടന്ന ലണ്ടൻ ഫിലിം ഫെസ്റ്റിവലിൽ മികച്ച ചിത്രമായും ‘റോ’ തിരഞ്ഞെടുക്കപ്പെട്ടു. അതിനു ശേഷം, 2021 ൽ ജൂലിയ സംവിധാനം ചെയ്ത ‘ടിറ്റാൻ’ ലോകസിനിമയിലെ മികച്ച ചിത്രമായി കാനിൽ പാം ദി ഓർ നേടിക്കഴിഞ്ഞു. ഈ അടുത്ത് നടന്ന ന്യൂയോർക്ക് ഫിലിം ഫെസ്റ്റിവലിൽ ‘ടിറ്റാൻ’ പ്രദർശിപ്പിച്ചിരുന്നു.

തികച്ചും വ്യത്യസ്തങ്ങളായ പ്രമേയങ്ങൾ ആവിഷ്കരിക്കുന്ന ചിത്രങ്ങൾ സംവിധാനം ചെയ്തുകൊണ്ട് ലോകസിനിമാരംഗത്ത് പുതിയ കാഴ്ചാനുഭവങ്ങൾ സൃഷ്ടിക്കുന്ന ജൂലിയ, തന്റെ സമീപനങ്ങളും നിലപാടുകളും കൃത്യതയോടെ വിശദമാക്കുന്നുണ്ട്. തന്നെ സ്ത്രീയായി കാണാതെ ചലച്ചിത്രങ്ങൾ സംവിധാനം ചെയ്യുന്ന ഒരാളായി മാത്രം സമീപിക്കാനവശ്യപ്പെടുന്ന അവർ ലിംഗവ്യത്യാസങ്ങളില്ലാതെ

ലോകം മുമ്പോട്ട് പോകണമെന്നാണാഗ്രഹിക്കുന്നത്. പ്രേക്ഷകരെ ഞെട്ടിക്കുകയും അവരുടെ ചിന്തകളിൽ തിരമാലകളുയർത്തുകയും ചെയ്യുന്ന ചിത്രങ്ങൾ വിരളമായ ഈ ചലച്ചിത്രകാലത്ത്, ജൂലിയ ജ്യകോർനൊയുടെ ചിത്രങ്ങൾ ചർച്ചകൾക്കും വിശകലനങ്ങൾക്കും വഴിയൊരുക്കുമെന്ന് തന്നെ പ്രതീക്ഷിക്കാം.

അഭിമുഖം:

മാനവികതയും സ്നേഹവും അന്വേഷിക്കുന്ന ചലച്ചിത്രകാരി

My Film Is its Own A Wild Animal' -Julia Ducournau

'ടിറ്റാൻ' സംവിധായിക ജൂലിയ ജ്യുകോർണോയുമായി ഓൺലൈൻ ചലച്ചിത്രമാസിക എ. വി. ക്ലബ്ബ് (AV CLUB) ലേഖിക കാത്തി റിഫെ (Kati Rife) നടത്തിയ അഭിമുഖം.

സംവിധായികയേക്കുറിച്ച് നേരത്തെ അറിവൊന്നുമില്ലാതെ 'ടിറ്റാൻ' കാണുന്ന ഒരാളുടെ മനസ്സിൽ ജൂലിയ ജ്യുകോർണൊ 'ഭ്രാന്തിയായ ഒരു ശാസ്ത്രജ്ഞയായിരിക്കും'. എന്നാൽ സൂമി (zoom)ൽ കയറി അവരുമായി സംസാരിക്കാൻ തുടങ്ങുമ്പോൾ ഏപ്പോഴും പുഞ്ചിരിച്ചുകൊണ്ടിരിക്കുന്ന, മനോഹരമായ സ്വറ്റർ ചുറ്റിയ, സ്വർണ്ണനെക്ലേസ് ധരിച്ച ജൂലിയയെയായിരിക്കും നിങ്ങൾ അഭിമുഖീകരിക്കുക. റസ്റ്റോറന്റിൽ ഭക്ഷണം കഴിച്ചുകൊണ്ടിരിക്കുന്ന ജൂലിയയെ കാണുമ്പോൾ നിങ്ങൾ ചിന്തിക്കും: "മനുഷ്യമാംസം കഴിക്കുന്നവരേക്കുറിച്ചോ, സീരിയൽ കില്ലറുകളേക്കുറിച്ചോ, കാറുമായി ലൈംഗികബന്ധം നടത്തുന്നവരേക്കുറിച്ചോ ഉള്ള സിനിമകൾ ഇവർ നിർമ്മിക്കുമെന്ന് തോന്നുന്നില്ല." അതാണ് ജൂലിയയുടെ പ്രത്യേകത. എല്ലാ ദാർശനിക സംവിധായകരേയും പോലെ ജൂലിയയുടെ മനസ്സും അപ്രതീക്ഷിതവും അസാധാരണങ്ങളുമായ വഴികളിലൂടെയാണ് സഞ്ചരിക്കുന്നത്. തന്റെ സിനിമകളിൽ ആവർത്തിക്കപ്പെടുന്ന കഥാപാത്രങ്ങളേക്കുറിച്ചും, ടിറ്റാനിലെ സൗണ്ട് ട്രാക്കിനേക്കുറിച്ചും, ചിത്രത്തിലെ പ്രകോപനപരങ്ങളായ ദൃശ്യങ്ങളേക്കുറിച്ചുമൊക്കെ എ.വി. ക്ലബ്ബ് ജൂലിയയുമായി സംസാരിക്കുകയുണ്ടായി. 'പാം ദി ഓർ' നേടിയ ജ്യുകോർണോയെ ക്ലബ്ബ് അഭിനന്ദിക്കുകയും ചെയ്തു.

ജൂലിയ

ചോദ്യം: 'റോ' യിൽ ജസ്റ്റിന്റെ വേഷം ചെയ്ത ഗരാൻസ് മില്ലെർ, ജസ്റ്റിൻ എന്ന മറ്റൊരു കഥാപാത്രമായി ടിറ്റാനിലും വരുന്നുണ്ട്. സ്വന്തമായൊരു സിനിമാറ്റിക് ലോകം സൃഷ്ടിക്കുവാൻ വേണ്ടിയാണോ ജൂലിയ ഇങ്ങനെ ചെയ്യുന്നത്?

ജൂലിയ: ഗരാൻസ് എന്റെ ഷോർട്ട് ഫിലിം 'ജൂനിയറി'ലും ജസ്റ്റിനായി വേഷമിട്ടുണ്ട്. ജൂനിയർ, റോ, ടിറ്റാൻ എന്നീ ചിത്രങ്ങളിൽ ജസ്റ്റിൻ, അലക്സിയ, അഡ്രിയെൻ എന്നിവരെ നിങ്ങൾക്ക് കാണാം. അതുമായി ബന്ധപ്പെട്ട് എനിക്ക് മറ്റ് ചിന്തകളൊന്നുമുണ്ടായിരുന്നില്ല എന്ന് ഇതിനർത്ഥമില്ല. അടിസ്ഥാനപരമായി, എന്റെ ചിത്രങ്ങൾക്കൊരു തുടർച്ച ഞാനാഗ്രഹിക്കുന്നുണ്ട് എന്നതാണ് പ്രധാനം. അതിനർത്ഥം അവയിൽ കഥകളുടെ തുടർച്ചയുണ്ട് എന്നതല്ല. സ്വന്തം അഭിലാഷങ്ങളിലും ആഗ്രഹങ്ങളിലും ആഴത്തിൽ പരിശോധനകൾ നടത്തുന്നവരാണ് എന്റെ കഥാപാത്രങ്ങൾ. മാനവികതയേക്കുറിച്ച് തങ്ങൾക്കുള്ള ഉൽക്കണ്ഠകളിൽ അവർ ആഴ്ന്നിറങ്ങുന്നു. അതുകൊണ്ട് അവരെ ഒരേ പേരിട്ടു വിളിക്കാനാണ് ഞാൻ ആഗ്രഹിക്കുന്നത്. അവരെല്ലാവരും പ്രത്യേകിച്ച്, ജസ്റ്റിൻ ഒരേ

കാത്തി റിഫെ

കഥാപാത്രത്തിന്റെ വിഭിന്ന രൂപങ്ങളാണ്. ഉദാഹരണമായി, ജൂനിയറിൽ അവൾക്ക് പതിനൊന്നും റോയിൽ പതിനേഴും വയസ്സായിരുന്നു. ഇപ്പോൾ ടിറ്റാനിലെത്തുമ്പോൾ അത് ഇരുപത്തിരണ്ടായി. അങ്ങനെ കാലക്രമമനുസരിച്ചുള്ള ഒരു പരിണാമമാണ് നിങ്ങൾക്കിവയിൽ കാണാൻ കഴിയുന്നത്. അവരെല്ലാം പൂർണ്ണമായും ഒരേപോലെയാണെന്നല്ല പറഞ്ഞുവരുന്നത്, ഒരേ കഥാപാത്രത്തിന്റെ വ്യത്യസ്തങ്ങളായ രൂപങ്ങളാണവർ.

അലക്സിയയെന്ന കഥാപാത്രത്തിന്റെ അവസ്ഥയും സമാനമാണ്. ജസ്റ്റിന്റെ മൂത്ത ചേച്ചിയായി റോയിൽ അവളുടെ ജീവിതം ഒരു ജയിലിൽ അവസാനിക്കുകയാണ്. അവളെ ജയിലിൽ നിന്ന് മാറ്റി മറ്റൊരു ലോകത്തിലെത്തിച്ചാൽ എന്തായിരിക്കും സംഭവിക്കുകയെന്നെനിക്ക് അറിയണമായിരുന്നു. അവളിൽ നന്മ അവശേഷക്കുന്നുണ്ടോ എന്ന് എനിക്ക് പരിശോധിക്കേണ്ടിയിരുന്നു. സ്വന്തം വികാരങ്ങളാലും മൃഗീയതയാലും പൂർണ്ണമായി നിയന്ത്രിക്കപ്പെട്ടുമ്പോൾ, ഈ കഥാപാത്രത്തിനു നഷ്ടമാകുന്നത് സ്വന്തം മനുഷ്യത്വമാണ്. ഇതാണ് റോയുടെ പ്രമേയം. ഇത് ടിറ്റാനിൽ ആവർത്തിക്കുന്നുണ്ടോ എന്നായിരുന്നു എനിക്ക് മനസ്സിലാക്കേണ്ടിയിരുന്നത്.

ചോ: അടുത്ത ചിത്രങ്ങളിൽ ഇത് കൂടുതൽ ആഴത്തിൽ പരിശോധിക്കാനാണോ പരിപാടി?

ജൂലിയ: അതെ. ഒരു പൊതുപ്രമേയമായി ഇത് തുടരണമെന്നു തന്നെയാണ് ഞാൻ ആഗ്രഹിക്കുന്നത്. കൃത്യമായി പറയാൻ കഴിയില്ലെങ്കിലും, ചിത്രങ്ങൾ തമ്മിലുള്ള ഈ ബന്ധം തുടരുവാൻ തന്നെയാണ് ഉദ്ദേശിക്കുന്നത്.

ചോ: ജസ്റ്റിനെക്കുറിച്ചാണല്ലോ നാം സംസാരിച്ചുകൊണ്ടിരുന്നത്. ടിറ്റാനിൽ അവളുൾപ്പെട്ട ഒരു ദൃശ്യത്തേക്കുറിച്ച് എനിക്ക് ചോദിക്കാനുണ്ട്. ചിത്രത്തിന്റെ ഏകദേശം മദ്ധ്യഭാഗത്ത്, ഒഴിവുകാല വസതിയിലെ 'പ്രഹരിക്കുന്ന ഇടവേള' പോലെയുള്ള ദൃശ്യം എന്തിന്റേയെങ്കിലും പ്രേരണ മൂലം ചെയ്തതാണോ?

ജൂലിയ: (ചിരിച്ചുകൊണ്ട്) നിങ്ങളുടെ ചോദ്യം വളരെ നന്നായിട്ടുണ്ട്. 'പ്രഹരിക്കുന്ന ഇടവേള'! അത് പ്രേക്ഷകർക്കൊരു ആഘാതമായി മാറണമെന്ന് കരുതി ചെയ്തതല്ല. അങ്ങനെയാണെങ്കിൽ കൊലപാതകി പുറത്തുള്ളയാളായിരിക്കണമല്ലോ. ചിത്രത്തിലെ കേന്ദ്രകഥാപാത്രമല്ലല്ലോ കുഴപ്പങ്ങളുണ്ടാക്കുന്നത്? ചിത്രത്തിലെ പിരിമുറുക്കം അൽപ്പം കുറയ്ക്കാനായിട്ടാണ് ഞാനത് ചെയ്തത്. ആ ദൃശ്യം അസംബന്ധമായിപ്പോയോ എന്ന് പിന്നീട് പലപ്പോഴുമെനിക്ക് തോന്നിയിട്ടുണ്ട്. തനിക്ക് ഒന്നും നിയന്ത്രിക്കാൻ പറ്റാത്ത അവസ്ഥയിൽ അലക്സിയയെത്തുന്ന സന്ദർഭമാണത്. ആദ്യമായി നമുക്ക് അവളോട് സഹതാപം തോന്നുന്ന അവസരം.

ചോ: എങ്ങിനെയാണ് ടിറ്റാനിലെ ഗാനങ്ങൾ അതിന്റെ മൂഡുമായും കഥയുമായും ചേർന്ന് പോകുന്നത്?

ജൂലിയ: സ്ക്രിപ്റ്റിൽ നേരത്തെയുണ്ടായിരുന്ന ഗാനങ്ങൾ മാത്രമേ ചിത്രത്തിൽ ഉൾപ്പെടുത്തിയിട്ടുള്ളൂ. അവ വളരെ സൂക്ഷ്മതയോടെയാണ് ഞാൻ തിരഞ്ഞെടുത്തത്. എല്ലാ ഗാനങ്ങൾക്കും പ്രത്യേക ലക്ഷ്യങ്ങളുണ്ടായിരുന്നു. മെലഡി സൃഷ്ടിക്കുക എന്നതിനുമപ്പുറം, ദൃശ്യങ്ങളുമായി ചേർന്ന് നിന്നുകൊണ്ട് അവയ്ക്ക് പുതിയ അർത്ഥങ്ങൾ നൽകാൻ ഗാനങ്ങൾ സഹായകരമാവുന്നുണ്ട്. ഉദാഹരണമായി. കൊലപാതകം ആഘോഷിക്കുന്ന ദൃശ്യത്തിൽ Caterina Caselli (ഇറ്റാലിയൻ പാട്ടുകാരി) ഗാനം, ദൃശ്യവുമായി യോജിച്ച് നിന്നുകൊണ്ട് കോമഡി സൃഷ്ടിക്കുന്നു. ചിത്രത്തിലെ ഗാനങ്ങളുടെ വരികൾ എന്നെ വളരെയധികം

റോ

ആകർഷിച്ചിരുന്നു. ഓരോ വരിയും ദൃശ്യവുമായി ചേർന്ന് പുതിയൊരു അനുഭവം തന്നെ സൃഷ്ടിക്കുന്നുണ്ട്. കഥാപാത്രങ്ങൾക്ക് പറയാനോ ചിന്തിക്കാനോ കഴിയാത്ത ഒരുപാട് കാര്യങ്ങൾ അവ പറയുന്നു. ചിത്രത്തിന്റെ തുടക്കത്തിലുള്ള Wayfaring Stranger (രണ്ട് വ്യത്യസ്തങ്ങളായ രീതികളിൽ ചിത്രത്തിൽ കേൾക്കുന്ന ഒരേ ഒരു ഗാനം)ലെ വരികൾ അലസ്കിയയുടെ ഏകാന്തതയും മാനവികതയിൽ നിന്ന് അവൾക്കുള്ള അകൽച്ചയും രേഖപ്പെടുത്തുന്നുണ്ട്. ആത്മാവ് നഷ്ടപ്പെട്ട അവൾ വെറുമൊരു ശരീരം മാത്രമായി ഈ ലോകത്തിൽ അലഞ്ഞുതിരിയുകയാണ്. എന്നാൽ ചിത്രത്തിന്റെ അവസാനഭാഗത്ത് അതേ ഗാനം ഞാൻ പൂർണ്ണമായും മാറ്റുകയാണ്. ഈ ഘട്ടത്തിൽ അലക്സിയ പൂർണ്ണതയിലെത്തിക്കഴിഞ്ഞിരുന്നു. ഒരിടത്തുനിന്ന് മറ്റൊരിടത്തേക്ക് അലഞ്ഞുതിരിയുകയാണെങ്കിലും അവൾ തികച്ചും വ്യത്യസ്തയായിരുന്നു. അവളിലെ മനുഷ്യത്വമോ, സ്ത്രീത്വമോ ഒന്നുമെനിക്ക് പ്രശ്നമാകുന്നില്ല. അവൾ ഞാനാഗ്രഹിച്ചത് പോലെ മാറിക്കഴിഞ്ഞിരുന്നു. അതുകൊണ്ടാണ് ആ പാട്ടുകൾ തമ്മിലുള്ള ബന്ധവും വൈരുദ്ധ്യവും ചിത്രത്തിൽ പ്രധാനപ്പെട്ടവയാവുന്നത്. ചിത്രത്തിന്റെ ടൈറ്റിൽ സോങ്ങിലും ഇത് കാണാം. “No one can judge me, even you.” എന്ന പാട്ടിൽ, ‘ഇവിടെ എന്തു നടന്നാലും

അതിന്റെയടിസ്ഥാനത്തിൽ നിങ്ങൾക്കെന്നെ വിലയിരുത്താൻ കഴിയില്ല' എന്നാണ് അലക്സിയ പ്രേക്ഷകരോട് പറയുന്നത്. 'ഞാൻ നിയന്ത്രണം വിട്ടാലും, ആളുകളെ കൊന്നാലും നിങ്ങൾക്കെന്നെ വിലയിരുത്താനാവില്ല.' അലക്സിയയുടെ പ്രേക്ഷകരുമായുള്ള നേരിട്ടുള്ള സംവാദമാണിത്. ഇങ്ങനെ ചിത്രത്തിലെ പാട്ടുകളെല്ലാം മുൻകൂട്ടി കണ്ടെത്തി, ശ്രദ്ധയോടെ രൂപപ്പെടുത്തിയവയാണ്.

ചോ: അവ സ്ക്രിപ്റ്റിൽ ഉണ്ടായിരുന്നെന്നാണോ പറഞ്ഞത്?

ജൂലിയ: അതെ. പാട്ടുകളുടെ പകർപ്പവകാശം വാങ്ങാനായി അവ നേരത്തെതന്നെ നിശ്ചയിക്കണമായിരുന്നു. ചിത്രത്തിന്റെ സംഗീതസംവിധായകനോട് ഞാൻ പറയുന്നു, "എനിക്ക് ഈ പാട്ടുകളൊക്കെ വേണം". "മുഴുവൻ വേണോ?" അദ്ദേഹം ചോദിക്കുന്നു. "അതെ." അവ സംഘടിപ്പിക്കാനായി അദ്ദേഹം ഉടൻ പോകുന്നു. (ചിരിക്കുന്നു)

ചോ: സ്ക്രിപ്റ്റ് എഴുതുമ്പോൾ ഇവ കേട്ടിരുന്നോ?

ജൂലിയ: അതെ. അവയിൽ ഞാൻ തുടർച്ചയായി കേട്ടുകൊണ്ടിരുന്ന ചില പാട്ടുകളുണ്ടായിരുന്നു. നിർഭാഗ്യവശാൽ ഇനി ഒരു പ്രാവശ്യം പോലും എനിക്ക് അവ കേൾക്കാൻ കഴിയില്ല.

ചോ: കാൻ ചലച്ചിത്രോൽസവത്തിൽ പതിവിനു വിപരീതമായി സ്പൈക് ലീ, 'പാം ദി ഓർ' തുടക്കത്തിൽ പ്രഖ്യാപിച്ചപ്പോൾ എന്തു തോന്നി? (ഇത്തവണത്തെ കാൻ ചലച്ചിത്രമേളയിൽ, പതിവായി അവസാനം പ്രഖ്യാപിക്കാറുള്ള 'പാം ദി ഓർ' ആദ്യമേ ജൂറി ചെയർമാൻ സ്പൈക് ലീ പ്രഖ്യാപിച്ചത് മാദ്ധ്യമങ്ങളിൽ ചർച്ചയായി മാറിയിരുന്നു)

ജൂലിയ: ഇപ്പോൾ അത് ഓർമ്മിക്കാൻ പോലും പ്രയാസമാണ്! സ്പൈക് ലീ എന്റെ പേരു പറയുന്നതാണ് ഞാൻ തുടക്കത്തിൽ കേൾക്കുന്നത്. എന്റെ അടുത്തുള്ളവർ അത് കേട്ടിരുന്നില്ല. അപ്പോൾ എനിക്ക് സംശയമായി. ഒരു ഘട്ടത്തിൽ അത് തികച്ചും അവിശ്വസനീയമായി തോന്നി. അവസാനം വരെ, അവർക്ക് തെറ്റുപറ്റിയതായിരിക്കുമെന്നാണ് ഞാൻ ചിന്തിച്ചുകൊണ്ടിരുന്നത്.

ചോ: ഒടുവിൽ അവാർഡ് സ്വീകരിക്കുമ്പോൾ ജൂലിയ പറഞ്ഞു. "ഓ! അപ്പോൾ അത് ഞാൻ തന്നെയാണ്, അല്ലേ?"

ജൂലിയ: അതെ. സത്യസന്ധമായി പറഞ്ഞാൽ, തുടക്കത്തിലെ നിക്ക് വിശ്വസിക്കാൻ ചെറിയ പ്രയാസമുണ്ടായിരുന്നു. പക്ഷേ, അത് തികച്ചും വൈകാരികമായിരുന്നു. 'പാം ദി ഓർ' ലഭിച്ചതിലുള്ള ഷോക്കായിരുന്നു അതിനു കാരണം. സമ്മാനം കിട്ടിയെന്നതിനു പുറമെ, എന്റെ ചിത്രത്തിനപ്പുറത്തുള്ള ഒരു പ്രധാന കാര്യം നടക്കുന്ന ഒരിടത്ത് ഞാനെത്തിയതുപോലെ തോന്നി. 'പാം ദി ഓർ' നേടുന്ന സംവിധായിക എന്ന നിലയിൽ എനിക്ക് അതിയായ സന്തോഷം തോന്നിയെന്നത് സത്യമാണ്. എനിക്ക് ശേഷവും അങ്ങനെ അനവധി പേരുണ്ടാകുമെന്ന് ഓർത്തപ്പോൾ ആനന്ദവും അഭിമാനവും തോന്നി.

ചോ: ഞാനും അങ്ങനെ തന്നെയാണ് കരുതുന്നത്. ഓ! സാർത്ഥകമായ ജീവിതം കടന്നുവരികയാണ്, അത് ഇങ്ങടുത്തെത്തിക്കഴിഞ്ഞു.

കടപ്പാട്: Kati Rife. AVClub
പരിഭാഷ: സി. വി. രമേശൻ

ബോസ്നിയൻ കൂട്ടക്കൊലയുടെ ദുരന്തകാഴ്ചകൾ

I want the film to be used to help bring understanding between people.
We can't deny the facts and we can't lie about it.
Let's watch it. Let's look into each other's eyes and let's go on.
- Jasmila Zbanic

സ്ക്രീനിലെ കർട്ടനുമുമ്പിൽ മുമ്പിൽ ആകാംക്ഷയോടെ കാത്തു നിൽക്കുന്ന പുരുഷന്മാരും ആൺകുട്ടികളും. എല്ലാവരും കർട്ടനുയരാൻ വേണ്ടി അക്ഷമയോടെ നിൽക്കുമ്പോൾ കാണുന്നത് കർട്ടനുമുകളിൽക്കൂടെ നീണ്ടുവന്ന തോക്കുകളിൽ നിന്ന് ചീറിപ്പാഞ്ഞു വരുന്ന വെടിയുണ്ടകളാണ്. മുമ്പിൽ നിൽക്കുന്ന കാണികൾ ഒന്നടങ്കം മരിച്ചുവീഴുന്നു. തിയേറ്റർ നിമിഷങ്ങൾ കൊണ്ട് 'ഡെത്ത് തിയേറ്ററാ' യി മാറുന്നു. ബോസ്നിയയിലെ സ്രെബ്രെനിച്ച (Srebrenica) പട്ടണത്തിൽ 1995ജൂലൈയിൽ, സെർബിയൻ ആർമി നടത്തിയ കൂട്ടക്കൊലയാണ് 'ക്വൊ വാദിസ് അയ്ദ?'(Quo Vadis, Aida?) എന്ന ചിത്രത്തിൽ ഇങ്ങനെ ചിത്രീകരിക്കപ്പെട്ടുന്നത്. ലോകം മുഴുവൻ പ്രദർശിപ്പിച്ചിരുന്ന, ബോസ്നിയൻ വംശജ ജാസ്മില സബാനിച് (Jasmila Zbanic) സംവിധാനം ചെയ്ത ചിത്രം 2021 കേരള അന്താരാഷ്ട്ര ചലച്ചിത്രമേളയിലെ ഉദ്ഘാടനചിത്രമായിരുന്നു.

ബോസ്നിയയിലെ സ്രെബ്രെനിച്ച പട്ടണത്തിൽ 1995 ജൂലൈ പതിനൊന്നിനും പതിമൂന്നിനുമിടയിൽ ബോസ്നിയൻ സെർബ് ആർമി (സെർബിയക്കാർ ഭൂരിപക്ഷമുള്ള ബോസ്നിയൻ റിപ്പബ്ലിക്കിലെ ആർമി) നടത്തിയ കൂട്ടക്കൊലയിൽ നിരപരാധികളായ എണ്ണായിരത്തോളം ബോസ്നിയൻ പുരുഷന്മാരും ആൺകുട്ടികളുമാണ് കൊല്ലപ്പെട്ടത്. ചരിത്രത്തിൽ ബോസ്നിയൻ കൂട്ടക്കൊലയെന്ന് പേരിട്ട് വിളിക്കുന്ന

ക്വ വാദിസ് ഐദ

ഈ നിഷ്ഠുരജനഹത്യ ആവിഷ്കരിക്കുന്ന ചിത്രം നിരവധി അന്താരാഷ്ട്ര പുരസ്കാരങ്ങൾ കരസ്ഥമാക്കിയിരുന്നു. 2020 ബർലിൻ ചലച്ചിത്രമേളയിൽ മൽസര വിഭാഗത്തിൽ പ്രദർശിപ്പിച്ച ചിത്രം, റോട്ടെർഡാം, ഗോത്തെൻബർഗ് മേളകളിൽ മികച്ച ചിത്രമായി തിരഞ്ഞെടുക്കപ്പെട്ടു. ഇൻഡിപ്പെൻഡന്റ് സ്പിരിറ്റ് അവാർഡ് നേടിയ 'ക്വൊ വാദിസ് അയ്ദ?', അക്കാദമി പുരസ്കാരത്തിനായുള്ള ബോസ്നിയൻ നോമിനേഷൻ കൂടിയായിരുന്നു.

ദീർഘകാലം നീണ്ടുനിന്ന ബോസ്നിയൻ -സെർബിയൻ യുദ്ധത്തിൽ ബോസ്നിയൻ സേനയ്ക്കുണ്ടായ പരാജയത്തോടെ, ബോസ്നിയയിലെ സ്രെബ്രെനിച്ച നഗരത്തിൽ ഡച്ച് പട്ടാളക്കാരുടെ ചുമതലയിലുള്ള യു. എൻ ക്യാമ്പിൽ നടക്കുന്ന സംഭവങ്ങൾ അവസാനിക്കുന്നത് എണ്ണായിരത്തിലേറെ വരുന്ന നിരപരാധികളായ ബോസ്നിയക്കാരുടെ കൂട്ടക്കൊലയിലാണ്. ബോസ്നിയയിലെ സ്രെബ്രെനിച്ച മെമ്മോറിയൽ സെന്ററിൽ (Srebrenica Memorial Center) നടന്ന ചിത്രത്തിന്റെ ആദ്യപ്രദർശനത്തിൽ, കൂട്ടക്കൊല അതിജീവിച്ചവരും കാണികളായി വന്നിരുന്നു. തങ്ങൾക്കെതിരായുള്ള ചിത്രമായിരുന്നതിനാൽ അതിന്റെ IMDb (ഇന്റെർനെറ്റ് മൂവി ഡാറ്റാബേസ്) റേറ്റിങ്ങ് കുറയ്ക്കാനായി സെർബുകൾ ഓൺലൈനിൽ ശ്രമങ്ങൾ നടത്തിയെങ്കിലും അതൊക്കെ മറികടന്ന ചിത്രം അന്താരാഷ്ട്രപുരസ്കാരങ്ങൾ നേടി. കൂട്ടക്കൊലക്ക് ഉത്തരവാദിയായ സെർബ് സൈന്യാധിപൻ കേണൽ-ജനറൽ ററ്റ്കോ മ്ലാദിക് (Ratko Mladic) യുദ്ധങ്ങളിൽ ക്രിമിനൽ കുറ്റങ്ങൾചെയ്യുന്നവരെ ശിക്ഷിക്കുന്ന, യു.എന്നിന്റെ ഇന്റർനേഷനൽ ക്രിമിനൽ ട്രിബ്യൂണലിന്റെ (International Criminal Tribunal) ന്റെ വിധിയനുസരിച്ച് ഈ കൂട്ടക്കൊലയടക്കം നിരവധി യുദ്ധകുറ്റകൃത്യങ്ങളുടെ പേരിൽ ഇപ്പോഴും ജീവപര്യന്തം തടവ് അനുഭവിച്ചുവരികയാണ്.

യുദ്ധത്തിൽ ബോസ്നിയൻ സ്കൂളിൽ അദ്ധ്യാപികയായ ഐെദയുടെ കുടുംബം നേരിടുന്ന ദുരന്തങ്ങളുടെ കഥ ചിത്രം പറയുമ്പോൾ, അത് ആ രാജ്യത്തിലെ ആയിരക്കണക്കിനു കുടുംബങ്ങളുടെ കഥയായി മാറുന്നുണ്ട്. 1980 കളിൽ നടന്ന യൂഗോസ്ളാവ്യയുടെ വിഘടനവുമായി ബന്ധപ്പെട്ട്, മുസ്ളിം ഭൂരിപരിക്ഷപ്രദേശമായ ബോസ്നിയയും സെർബുകളുടെ നാടായ സെർബിയയും തമ്മിലുള്ള സംഘർഷങ്ങളുടെ തുടർച്ചയായാണ്, ബോസ്നിയൻ യുദ്ധമെന്നറിയപ്പെടുന്ന 1992 മുതൽ 1995 വരെ നീണ്ടുനിന്ന സംഘർഷങ്ങൾ നടക്കുന്നത്. ഈ സംഘർഷങ്ങൾ നിരവധി ചിത്രങ്ങൾക്ക് പ്രമേയമായിട്ടുണ്ട്. 'ക്വൊവാദിസ് അയിദ?'യ്ക്ക് മുമ്പായി, ബോസ്നിയൻ കൂട്ടക്കൊല ചിത്രീകരിച്ച ചിത്രങ്ങളിൽ, ഈ ചിത്രത്തിന്റെ സംവിധായിക ജാസ്മില സബാനിച് 2016 ൽ നിർമ്മിച്ച Grbavica, സെർബിയൻ പട്ടാളക്കാർ കൂട്ടബലാൽസംഘം ചെയ്ത ഒരു അമ്മയുടെ കഥയാണ് ആവിഷ്ക്കരിക്കുന്നത്. 2006 ൽ ബർലിൻ ചലച്ചിത്രോൽസവത്തിൽ മികച്ച ചിത്രത്തിനുള്ള ഗോൾഡൻ ബെയർ പുരസ്കാരം ഈ ചിത്രം നേടിയിരുന്നു. 2012 ൽ ക്രൊയേഷ്യൻ ചലച്ചിത്രകാരൻ ആഴ്സെൻ ആന്റൺ ഓസ്റ്റോജിക് (Arsen Anton Ostojic) സംവിധാനം നിർവ്വഹിച്ച Halima's Path 1990 കളിലെ ബോസ്നിയൻ യുദ്ധത്തിൽ മരിച്ച മകന്റെ അസ്ഥികൾ തേടിയുള്ള ഒരമ്മയുടെ യാത്രയാണ് ദൃശ്യവൽക്കരിക്കുന്നത്. പ്രശസ്ത സംവിധായികയും നടിയുമായ അഞ്ജലീന ജോളി (Anjelina Jolie) 2011 ൾ നിർമ്മിച്ച In the Land of Blood and Honey, ബോസ്നിയൻ കൂട്ടക്കൊലയിലെ ക്രൂരത വെളിപ്പെടുത്തുന്ന മറ്റൊരു ചിത്രമാണ്. 2007 ൽ അമേരിക്കയിലെ ബോസ്നിയൻ സംവിധായകൻ ഹറൂൺ മെഹമ്മദിനോവിച് (Harun Mehmedinović) നിർമ്മിച്ച ഷോർട് ഫിലിം, In the Name of the Son ബോസ്നിയൻ യുദ്ധത്തിനുശേഷമുള്ള ലോസ് ഏഞ്ചൽസിന്റെ കഥയാണ് പറയുന്നത്.

യുദ്ധരംഗത്ത് നിരപരാധികളായ ജനങ്ങളുടെ സുരക്ഷിതത്വം ഉറപ്പ് നൽകാൻ കഴിയാത്ത യു. എൻ പോലുള്ള അന്താരാഷ്ട്രസംഘടനകളുടെ അസ്തിത്വം ചോദ്യം ചെയ്യുന്ന 'ക്വോ വാദിസ് അയ്ദ', മനുഷ്യത്വരഹിതമായ യു.എൻ. ഇടപെടലുകളും അവയിലെ പൊള്ളത്തരങ്ങളുമാണ് വെളിപ്പെടുത്തുന്നത്. അന്താരാഷ്ട്രസന്ധികളും സമാധാന ചർച്ചകളുമെല്ലാം മാനവിക തയിലടിസ്ഥാനമാക്കി വേണം മുമ്പോട്ട് കൊണ്ട് പോകാനെന്ന ഉറച്ച അഭിപ്രായമാണ് ചിത്രം കണ്ടുകഴിയുമ്പോൾ പ്രേക്ഷകമനസ്സുകളിൽ ഉണ്ടാവുന്നത്.

ക്വ വാദിസ് ഐദ

ബോസ്നിയയിലെ സ്രെബ്രെനിച്ച പട്ടണത്തിലെ യു.എൻ ക്യാമ്പിൽ പരിഭാഷകയായി പ്രവർത്തിക്കയാണ് അയ്ദ. ബോസ്നിയക്കാരും സെർബുകളും തമ്മിൽ നടക്കുന്ന യുദ്ധത്തിൽ സെർബുകൾ ആധിപത്യം സ്ഥാപിച്ചതോടെ മുപ്പതിനായിരം നിരായുധരായ ബോസ്നിയക്കാർ രക്ഷപ്പെടാനായി അവിടെയുള്ള യു.എൻ. ക്യാമ്പിൽ അഭയം തേടുന്നു. സ്ഥലപരിമിതി മൂലം അവരിൽ മിക്കവർക്കും ക്യാമ്പ് ഗേയ്റ്റിനു പുറത്ത് നിൽക്കേണ്ടിവരുന്നു. എങ്ങോട്ട് പോകണമെന്നറിയാതെ നിസ്സഹരായി നിൽക്കുന്ന അവരുടെ ദയനീയകാഴ്ചകളിലേക്ക് സംവിധായിക ക്യാമറ കേന്ദ്രീകരിക്കുന്നു. സ്വന്തം ഗ്രാമങ്ങളിൽ നിന്ന് സെർബുകളുടെ ആക്രമണങ്ങളിൽ നിന്ന് ജീവൻ രക്ഷിക്കാനായി ഓടിവന്നവരാണവർ. ആവശ്യത്തിന് ഭക്ഷണമോ, ശുചിമുറികളോ ഇല്ലാതെ അവർ ദുരിതങ്ങളനുഭവിക്കുന്നു. അനിശ്ചിതമായ ഭാവി മുമ്പിൽ കണ്ട് ജീവിക്കാൻ നിർബ്ബന്ധിതരാവുന്നവർ എല്ലാ യുദ്ധങ്ങളിലേയും പതിവ് കാഴ്ചകളാണ്. ചുറ്റും നടക്കുന്ന സംഭവങ്ങളിൽ അസ്വസ്ഥയായി കഴിയുന്ന അയ്ദയെ പ്രേക്ഷകർ ആദ്യമായി കാണുന്നത് യു. എൻ. അധികൃതർ മേയറുമായി നടത്തുന്ന ചർച്ചയിലെ ദ്വിഭാഷിയായിട്ടാണ്. ചർച്ചയ്ക്ക് ശേഷം കാര്യങ്ങൾ വഷളായി ക്കൊണ്ടിരിക്കയാണ് എന്ന് തിരിച്ചറിയുന്ന അവർ തികച്ചും അസ്വസ്ഥയായി കാണപ്പെടുന്നു. അതിനുശേഷമാണ് ഗ്രാമത്തിൽ സെർബുകളുടെ ആക്രമണം ആരംഭിക്കുന്നതും അയ്ദയുടെ ഭർത്താവ് നിഹാദും രണ്ട് മക്കളും വീട്ടിൽ നിന്ന് ക്യാമ്പിലെത്തുന്നതും. ആൾക്കൂട്ടത്തിൽ നിന്ന് ഭർത്താവിനേയും രണ്ട് മക്കളേയും കണ്ടെത്താൻ അയ്ദ വളരെയേറെ പാടുപെടുന്നുണ്ട്. സെർബിയൻ ജനറൽ മ്ലാഡിഷ് ക്യാമ്പിലെത്തുന്നതോടെ സംഭവങ്ങളുടെ ഗതി മാറുന്നു. ബോസ്നിയക്കാരെ ചർച്ചക്കായി വിളിക്കുന്ന ജനറൽ, അയ്ദയുടെ ഭർത്താവ് നിഹാദുൾപ്പെട്ട

സംഘവുമായി യു.എൻ. പ്രതിനിധികളുടെ സാന്നിദ്ധ്യത്തിൽ ചർച്ച നടത്തുന്നു. അതിലെ തീരുമാനമനുസരിച്ച്, ബോസ്നിയക്കാരെ പ്രത്യേക വാഹനങ്ങളിൽ അവരുടെ നാട്ടിലേക്ക് തിരിച്ചയക്കുന്നു. അവരുടെ സുരക്ഷയ്ക്കായി ആരേയും നിയോഗിക്കാതെ, അവർ ലക്ഷ്യസ്ഥാനത്ത് എത്തിച്ചേരുന്നു എന്ന് ഒരു ഉറപ്പുമില്ലാതെയാണ് ഇത് നടപ്പിലാക്കുന്നത് എന്ന കാര്യം ശ്രദ്ധേയമാണ്.

ക്യാമ്പിലുള്ള മുറിവേറ്റവരെ ട്രക്കുകളിൽ ആശുപത്രിയിലേക്കയക്കുന്ന ഡോക്ടർ അവരാരും തന്നെ അവിടെ എത്തിയില്ല എന്ന് അയ്ദയോട് പറയുന്നത് വളരെ പ്രയാസത്തോടെയാണ്. സുരക്ഷിതത്വം തീരെയില്ലാത്ത യാത്രയാണ് ബോസ്നിയക്കാരുടേതെന്ന് അയ്ദയ്ക്ക് ബോദ്ധ്യമുണ്ടായിരുന്നതിനാൽ ഭർത്താവിനേയും മക്കളേയും രഹസ്യമായി അവർ യു.എൻ ഓഫീസിലൊളിപ്പിക്കുന്നു. മനുഷ്യജീവനു വിലകൽപ്പിക്കാത്ത, ഉത്തരവാദിത്വമില്ലാത്ത യു. എൻ ഉദ്യോഗസ്ഥരുടെ അനാസ്ഥകളിലേക്കാണ് തുടർന്ന് ചിത്രമെത്തുന്നത്.

ദുരന്തത്തിൽ നിന്ന് രക്ഷപ്പെടാനായി ഭർത്താവിനേയും മക്കളേയും തനിക്കൊപ്പം യു.എൻ. സംഘത്തിൽ ഉൾപ്പെടുത്താൻ അയ്ദ വളരെയധികം പരിശ്രമിക്കുന്നു. അതിനായി അവർ യു.എൻ. ഉദ്യോഗസ്ഥന്റെ കാൽക്കൽ വീഴുന്നുണ്ട്. എന്നാൽ അത് പരാജയപ്പെട്ടതോടെ അവരെ മറ്റുള്ളവർക്കൊപ്പം ട്രക്കിൽ കയറ്റിക്കൊണ്ടുപോകുന്നത് കാണുമ്പോൾ അവരുടെ അന്ത്യം അയ്ദയുടെ മനസ്സിലൂടെ കടന്നുപോകുന്നുണ്ടായിരുന്നു.

അയ്ദയുടേയും കുടുമ്പത്തിന്റേയും അതിജീവനശ്രമങ്ങൾക്കപ്പുറം യുദ്ധത്തിൽ പരാജയപ്പെട്ട ഒരു ജനതയുടെ ദുരന്തപൂർണ്ണമായ കാഴ്ചയായി ചിത്രം നമ്മെ അസ്വസ്ഥരാക്കുന്നു. ഇത് ലോകത്തിലെവിടേയും നടക്കാൻ സാദ്ധ്യതയുള്ള, നടന്നുകഴിഞ്ഞ, അല്ലെങ്കിൽ ഇപ്പോൾ നടന്നുകൊണ്ടിരിക്കുന്ന കാഴ്ച തന്നെയാണ്. യുദ്ധം നമ്മെ എത്തിക്കുന്ന നിസ്സഹായതയുടെ നടുക്കടലിൽ ജീവൻ രക്ഷിക്കാൻ എങ്ങോട്ട് പോകും എന്ന ചോദ്യത്തിന് ഉത്തരം കിട്ടാതെയാകുമ്പോൾ മറ്റൊന്നും ചെയ്യാനാകാതെ ദുരന്തക്കയങ്ങളിൽത്തന്നെ നാം ചെന്നുവീഴുന്നു. ജീവിതത്തിലെ പ്രതീക്ഷകളും ആഗ്രഹങ്ങളും നമുക്കൊപ്പം അവിടെ അവസാനിക്കുന്നു. 'ക്വോ വാദീസ് അയ്ദ?' (എങ്ങോട്ടാണ് അയ്ദ പോകുന്നത്?) യിലെ അയ്ദ, ഭർത്താവ് നിഹാദ്, മക്കൾ സെയാദ്, ഹാംദിയ എന്നിവരുടെ ജീവിതങ്ങളിലേക്ക് നോക്കുക. സ്കൂളിൽ ചരിത്രാദ്ധ്യാപകനായ നിഹാദ്, ഒരു രാഷ്ട്രീയചേരിയിലുമുൾപ്പെടാതെ ശാന്തമായ ഒരു കുടുമ്പജീവിതം മാത്രമാണാഗ്രഹിക്കുന്നത്. ഹൈസ്കൂൾ പഠനം പൂർത്തിയാക്കി, മ്യൂസിക്

ജാസ്മില സ്ബാനിച്

ബാൻഡുകളിൽ ഗായകനാകാനാഗ്രഹിക്കുന്ന, പെൺകുട്ടികൾ ഏറെ ഇഷ്ടപ്പെടുന്ന സെയാദ്. യൂനിവേഴ്സിറ്റിയിൽ പഠിക്കുന്ന, വളരെ ലോലഹൃദയനായ മൂത്തമകൻ ഹാംദിയ എപ്പോഴും സുരക്ഷിതത്വവും മറ്റുള്ളവരുടെ ശ്രദ്ധയും ആവശ്യപ്പെടുന്നു. ചുറ്റും നടക്കുന്ന സംഘർഷങ്ങളിൽ കലുഷിതമായ മനസ്സുമായി, മനുഷ്യവാസമില്ലാത്ത കാട്ടിലേക്ക് പോകാനാഗ്രഹിക്കുന്നു ഹാംദിയ. തന്റെ ജീവൻ നൽകിയും കുടുംബത്തെ രക്ഷിക്കാൻ തയ്യാറാകുന്ന, എപ്പോഴും മറ്റുള്ളവരെ സഹായിക്കാനുള്ള മനസ്സുമായി അയ്ദ. ഇവരുടെയൊക്കെ തകരുന്ന സ്വപ്നങ്ങളുടെ കഥ മാത്രമല്ല ചിത്രം പറയുന്നത്. സെർബുകളുടെ ആക്രമണമറിഞ്ഞ് കൈയ്യിൽ കിട്ടിയതൊക്കെ എടുത്ത് വീട് വിട്ടിറങ്ങിയ ആയിരക്കണക്കിന് സാധാരണക്കാരുടെ തകരുന്ന ജീവിതങ്ങളും ചിത്രം തീവ്രമായി ആവിഷ്കരിക്കുന്നുണ്ട്. ഭാര്യമാരിൽ നിന്ന് വേറിട്ട ഭർത്താക്കന്മാർ, അമ്മമാരിൽ നിന്ന് വേർപെടുത്തപ്പെട്ട ആൺമക്കൾ... അവരിൽ ഒരു വിഭാഗം മരണക്കയത്തിലേക്ക് ആണ്ടിറങ്ങിയപ്പോൾ, അവശേഷിച്ചവർ യുദ്ധത്തിന്റെ ദുരന്തഭൂമിയിൽ അനാഥരായി അലഞ്ഞു തിരിയാൻ നിർബ്ബന്ധിതരാകുന്നു. ഒടുവിൽ ശത്രുവിന്റെ ആക്രമണങ്ങളിൽ അവരുടെ ജീവിതങ്ങളും അവസാനിക്കുന്നു.

യു.എൻ. ബേസിനു പുറത്തുള്ളവർ പലരും അയ്ദയോട് തങ്ങളുടെ കുടുംബാംഗങ്ങളെക്കുറിച്ച് അന്വേഷിക്കുന്നുണ്ട്. തുടക്കത്തിൽ അയ്ദയും തന്റെ ഭർത്താവിനേയും മക്കളേയും കുറിച്ച് അവരോടാണ് ചോദിക്കുന്നത്. ക്യാമ്പിനു പുറത്ത് വെച്ച് പ്രസവിക്കുന്ന സ്ത്രീയെ അയ്ദയും മറ്റുള്ളവരും ചേർന്ന് സഹായിക്കുന്നു. മുറിവേറ്റവരെ ശുശ്രൂഷിക്കുന്ന ഡോക്ടർ തനിക്കു ചുറ്റും നടക്കുന്ന സംഭവങ്ങളിൽ അപകടസൂചനതന്നെയാണ് കാണുന്നത്. തന്നെ സമീപിച്ച മാദ്ധ്യമപ്രവർത്തകനോട് ഡോക്ടർ ഇത് പങ്കുവെക്കുന്നുണ്ട്. യു.എൻ. ക്യാമ്പിലെത്തിയ സെർബിയൻ

പട്ടാളക്കാരുടെ സാന്നിദ്ധ്യം അപകടസൂചനയായാണ് അയ്ദയട ക്കമുള്ളവർ കാണുന്നത്. അതോടെയാണ് അയ്ദ തന്റെ ഭർത്താവി നേയും മക്കളേയും ക്യാമ്പിൽ നിന്ന് മാറ്റുന്നത്. ജനങ്ങൾക്ക് റൊട്ടിയും മറ്റ് ഭക്ഷണസാധനങ്ങളും വിതരണം ചെയ്ത്, കരയുന്ന കുഞ്ഞിനെ സമാധാനിപ്പിച്ച, സെർബിയൻ സൈന്യം ഒടുവിൽ അവരുടെ ജീവനെടുക്കുകയായിരുന്നു എന്നറിയുമ്പോൾ, സമാധാനപാലന മെന്ന പേരിൽ പ്രവർത്തിക്കുന്ന യു.എൻ. അധികാരികളിലേക്കാണ് സംവിധായികയുടേയും നമ്മുടെയും വിരലുകൾ നീളുന്നത്. മതിയായ സുരക്ഷയൊരുക്കാതെ, സെർബിയൻ സൈന്യത്തിനു മുമ്പിൽ ബോസ്നി യക്കാരെ അവർ കുരുതി കൊടുക്കുകയായിരുന്നു എന്നറിയുമ്പോൾ, യു. എൻ. പോലുള്ള സുരക്ഷാഏജൻസികളുടെ നിരർത്ഥകത പ്രേക്ഷകർ തിരിച്ചറിയുന്നുണ്ട്.

ബോസ്നിയൻ യുദ്ധമടക്കമുള്ള പല യുദ്ധങ്ങളിലും ചെയ്ത ക്രിമിനൽ കുറ്റങ്ങൾക്ക് അന്താരാഷ്ട്രകോടതി ജീവപര്യന്തം തടവിന് ശിക്ഷിച്ച ജനറൽ മ്ലാഡിഷ്, സ്വന്തം വീടുകളിലേക്ക് മടങ്ങുന്ന ബോസ്നിയക്കാർക്ക് സുഖയാത്ര ആശംസിക്കുന്നുണ്ടെങ്കിലും അവർ എവിടെച്ചെന്നവസാനി ക്കുമെന്ന് അയാൾ കൃത്യമായി കണക്ക് കൂട്ടിയിരുന്നു. ഒത്തുതീർപ്പിനെന്ന പേരിൽ ബോസ്നിയക്കാരുടെ പ്രതിനിധികളെ അയാൾ കാണുകയും സംസാരിക്കയും ചെയ്യുന്നെങ്കിലും താൻ നേരത്തെ ഉറപ്പിച്ച കാര്യം മാത്രമാണ് അയാളവിടെ തീരുമാനിക്കുന്നതും പിന്നീട് നടപ്പിലാക്കുന്ന തും. തോക്കുധാരികളായ സെർബിയൻ പട്ടാളക്കാർ ക്യാമ്പിൽ പ്രവേ ശിച്ച് പരിശോധന നടത്തുന്നത് യു.എൻ. വ്യവസ്ഥകൾക്ക് തികച്ചും വിരുദ്ധമായാണ്. അതേപ്പറ്റി യു.എൻ. പട്ടാളക്കാർക്കിടയിൽത്തന്നെ അഭിപ്രായവ്യത്യാസമുണ്ടാകുന്നുമുണ്ട്. യു.എന്നിലിലെ ഡച്ച് പട്ടാളക്കാർ നിയമങ്ങൾ മറികടന്ന് സെർബുകൾക്ക് സഹായകരമായ രീതിയിൽ കാര്യങ്ങൾ മുമ്പോട്ട് കൊണ്ടുപോകുമ്പോൾ ക്യാമ്പിലെ ബോസ്നിയക്കാർ അവരുടെ ഇരകളായി മാറുകയാണ്. ഇത്തരത്തിലുള്ള നിരുത്തരവാ ദപരമായ യു.എൻ. നിലപാടുകളാണ് ബോസ്നിയൻ കൂട്ടക്കൊലക്ക് കാരണമാകുന്നത്. ആരുടെ അകമ്പടിയിലാണ് ബോസ്നിയക്കാരെ വാഹനങ്ങളിൽ കയറ്റി അയച്ചതെന്ന ചോദ്യത്തിനു മറുപടി പറയാൻ കഴിയാതെ നിൽക്കുന്ന യു.എൻ. മേധാവിയെ ചിത്രം നമുക്ക് കാണി ച്ചുതരുന്നുണ്ട്.

1995 ലെ ബോസ്നിയൻ കൂട്ടക്കൊല ചലച്ചിത്രമാക്കാൻ സംവിധായിക ജസ്മില സബാനിച് പത്തുവർഷങ്ങൾക്ക് മുമ്പ് തീരുമാനി ച്ചിരുന്നു. എന്നാൽ അതുപോലൊരു ഒരു വൻപദ്ധതി ഏറ്റെടുക്കാനുള്ള

ക്വ വാദിസ് ഐദ

ആത്മവിശ്വാസമില്ലായ്മയും ചിത്രത്തിനുവേണ്ട വലിയ ബഡ്ജറ്റും പ്രശ്നമായി വന്നു. അതിനാൽ നാലു ചിത്രങ്ങൾ ചെയ്തതിനുശേഷം മാത്രമേ അവരത് ഏറ്റെടുത്തുള്ളൂ. ബഡ്ജറ്റിന്റെ പന്ത്രണ്ട് ശതമാനം ബോസ്നിയൻ ഗവർമ്മെന്റ് നൽകിയപ്പോൾ ബാക്കി തുക യൂറോപ്യൻ രാജ്യങ്ങളിൽ നിന്നും അവർ കണ്ടെത്തി. ആസ്ട്രിയ, ഫ്രാൻസ്, ജർമ്മനി, പോളണ്ട് തുടങ്ങി പന്ത്രണ്ട് യൂറോപ്യൻ രാജ്യങ്ങൾ ചേർന്നാണ് ചിത്രം നിർമ്മിക്കുന്നത്. വളരെക്കാലം നീണ്ടുനിന്ന ഗവേഷണത്തിനു ശേഷമാണ് ചിത്രത്തിന്റെ തിരക്കഥ പൂർത്തിയാക്കിയതെന്ന് സംവിധായിക അഭിമുഖത്തിൽ വെളിപ്പെടുത്തുന്നുണ്ട്. സംഭവത്തിന് സാക്ഷ്യം വഹിച്ചവരേയും, അക്കാലത്ത് ജീവിച്ചിരുന്നവരേയും അവർ പലവട്ടം കണ്ട് സംസാരിച്ചു. യു.എൻ. ഉദ്യോഗസ്ഥരുടെ ഭാഗത്തുണ്ടായ അലംഭാവമായിരുന്നു കൂട്ടക്കൊലക്ക് കാരണമായതെന്ന അഭിപ്രായങ്ങൾ തന്നെയായിരുന്നു അവരൊക്കെ നൽകിയത്. ചിത്രം അനവധി സന്ദർഭങ്ങളിൽ അത്തരം സൂചനകൾ നൽകുന്നുണ്ട്. അത് ചിത്രത്തിന്റെ മുഖ്യവിഷയമായി സംവിധായിക കൈകാര്യം ചെയ്യുന്നു. അതിനുവേണ്ടിയാണ്

യു.എൻ ബേസിനകത്ത് കയറാൻ കഴിയുന്ന, അവിടെ നടക്കുന്ന എല്ലാ കാര്യങ്ങളും മനസ്സിലാക്കാൻ കഴിയുന്ന, ദ്വിഭാഷിയായി അയ്ദയെന്ന കഥാപാത്രത്തെ ചിത്രത്തിന്റെ കേന്ദ്രസ്ഥാനത്ത് അവർ നിർത്തുന്നത്.

അഭിമുഖത്തിൽ, ചിത്രമുണ്ടാക്കിയ പ്രതികരണങ്ങളെക്കുറിച്ചുള്ള ചോദ്യത്തിന് സംവിധായിക ഇങ്ങനെ മറുപടി നൽകി: "ബോസ്നിയ, സെർബിയ, ക്രൊയേഷ്യ എന്നിവിടങ്ങളിലെ കുട്ടികൾക്ക് മാത്രമായി ഞങ്ങൾ ഒരു പ്രദർശനം സംഘടിപ്പിച്ചിരുന്നു. രാഷ്ട്രീയക്കാരില്ലാതെ വെറും കുട്ടികൾ മാത്രം. അവരിലാരും തന്നെ ഈ യുദ്ധത്തിന് ഉത്തര വാദികളായിരുന്നില്ല എന്ന് ഞങ്ങൾ പ്രത്യേകം സൂചിപ്പിച്ചിരുന്നു. ആ പ്രദർശനം ഒരു വൻവിജയമായിരുന്നു. ചിത്രത്തിൽ അയ്ദ, ജനറൽ തുടങ്ങിയ പ്രധാനറോളുകളിൽ സെർബിയക്കാരായിരുന്നു അഭിനയി ച്ചിരുന്നത്. അവരെ ചതിയന്മാരെന്നും രാജ്യദ്രോഹികളെന്നും വിളിച്ച് സെർബിയൻ മാദ്ധ്യമങ്ങൾ ആക്ഷേപിച്ചു. എന്നാൽ നല്ല പ്രതികരണവു മായി സെർബിയൻ ജനത ചിത്രം സ്വീകരിക്കയായിരുന്നു. സത്യമെന്താ യാലും അത് വെളിപ്പെടുത്തപ്പെടണമെന്ന അഭിപ്രായമായിരുന്നു അവർ ക്കുണ്ടായിരുന്നത്. എന്നാൽ സെർബിയയിലെ ഏറ്റവും പ്രസിദ്ധമായ ചലച്ചിത്രമേളയിൽ ചിത്രത്തിനു പ്രദർശനാനുമതി നിഷേധിക്കപ്പെട്ടു.

1974 ൽ, ബോസ്നിയൻ മാതാപിതാക്കൾക്ക് സരയോവയിൽ ജനിച്ച സംവിധായിക ജസ്മില സബാനിച്, യൂനിവേഴ്സിറ്റി ഓഫ് സരയോവ യിലെ അക്കാദമി ഓഫ് പെർഫോമിങ്ങ് ആർട്സിൽ നിന്ന് ബിരുദം നേടി. അതിനുശേഷം അമേരിക്കയിലേക്ക് പോയ അവർ, പ്രശസ്തമായ റാഡിക്കൽ പപ്പറ്റ് തിയേറ്ററായ ബ്രഡ്സ് ഏൻഡ് പപ്പറ്റ് തിയേറ്ററി (Bread and Puppet Theatre) ൽ കുറേക്കാലം പ്രവർത്തിച്ചു. ബോസ്നിയയിൽ മടങ്ങിയെത്തിയ അവർ കലാസംഘടനയായ Deblokada നു രൂപം കൊടുത്ത് ഡോക്യുമെന്ററികളും ഷോർട്ട് ഫിലിമുകളും നിർമ്മിക്കാൻ തുടങ്ങി. അന്താരാഷ്ട്രചലച്ചിത്രമേളകളിൽ പ്രദർശിപ്പിക്കപ്പെട്ട ഇവ ജാസ്മിലയെന്ന ചലച്ചിത്രകാരിയെ ലോകത്തിനു പരിചയപ്പെടുത്തു കയായിരുന്നു. 2006 ൽ ജാസ്മില സംവിധാനം ചെയ്ത Grbavica ആ വർഷത്തെ ബർലിൻമേളയിൽ മികച്ച ചിത്രമായി ഗോൾഡൻബിയർ പുരസ്കാരമടക്കം അനവധി ബഹുമതികൾ നേടി. യൂഗോസ്ളാവിയ യിലെ യുദ്ധത്തിനുശേഷമുള്ള ജീവിതങ്ങൾ ആവിഷ്കരിക്കുന്ന ചിത്രം. യുദ്ധത്തിൽ മരിച്ച പോരാളികളുടെ മക്കളായ സാറയുടേയും സമീറി ന്റേയും ജീവിതങ്ങളിലൂടെയാണ് കടന്നുപോകുന്നത്. ആ ചിത്രത്തിൽ യുദ്ധാനന്തരജീവിതം ആവിഷ്കരിക്കുന്ന സംവിധായിക യുദ്ധങ്ങളിലെ ദുരന്തങ്ങൾ തന്നെയാണ് അവിടേയും ലക്ഷ്യമിടുന്നത്. 2010 ൽ ജാസ്മില

നിർമ്മിച്ച On the Path, 1990 കളിലെ യുദ്ധമുണ്ടാക്കിയ ദുരന്തങ്ങളിൽ ജീവിക്കുന്ന ദമ്പതികളുടെ കഥ പറയുന്നു. ആ വർഷത്തെ ബർലിൻ മേളയിൽ മൽസരവിഭാഗത്തിൽ ഈ ചിത്രം പ്രദർശിപ്പിച്ചിരുന്നു. 2013 ൽ ജാസ്മില സബാനിച് സംവിധാനം ചെയ്ത ചിത്രം For Those Who Can Tell No Tales ആ വർഷം ടൊറോണ്ടോ അന്താരാഷ്ട്രമേളയിൽ പ്രദർശിപ്പിക്കപ്പെട്ടു. അടുത്ത ചിത്രം Love Island അവർ സംവിധാനം ചെയ്യുന്നത് 2014ൽ ആണ്.

താൻ പണ്ട് അനുഭവിച്ചതും ഇപ്പോൾ താനടക്കമുള്ളവർ അനുഭവിച്ചു കൊണ്ടിരിക്കുന്നതുമായ യുദ്ധദുരന്തങ്ങളാണ് ജാസ്മില സബാനിച് തന്റെ ചിത്രങ്ങളിലൂടെ പ്രേക്ഷകരിലെത്തിക്കുന്നത്. യുദ്ധകാലത്ത് ജനജീവിതങ്ങളിൽ അതുണ്ടാക്കുന്ന ദുരന്തങ്ങളും അതിനുശേഷം അവയുടെ ഓർമ്മകളുണ്ടാക്കുന്ന വേദനകളും സൂക്ഷ്മമായി രേഖപ്പെടുത്തുകയാണ് അവരുടെ ചിത്രങ്ങൾ.

ചരിത്രത്തിൽ നിന്ന് കഴുകിക്കളയാൻ കഴിയാത്ത രക്തക്കറകൾ

"I need to be absolutely certain of what I'm talking about. Whether it's a revolution, or Michelangelo, or Shakespeare... it doesn't matter".

-Andrei Konchalovsky

"ആ സംഭവം പൂർണ്ണമായും ബ്ലേക്കൗട്ട് ചെയ്ത് മുപ്പത് വർഷക്കാലമായി ചരിത്രത്തിൽ നിന്ന് നീക്കം ചെയ്യപ്പെട്ടിരിക്കയായിരുന്നു. അതേക്കുറിച്ച് ഒരക്ഷരം പോലും മിണ്ടില്ലെന്ന സത്യവാങ്മൂലം നഗരത്തിലെ ഓരോ വ്യക്തിയോടും അധികാരികൾ വാങ്ങിയിരുന്നു, അത് ലംഘിക്കുന്നവർക്ക് മരണം ഉറപ്പായിരുന്നു." തന്റെ പുതിയ ചിത്രം 'ഡിയർ കോമ്രേഡ്സി'ന് അടിസ്ഥാനമായ, റഷ്യയിലെ കുപ്രസിദ്ധമായ 'നോവോഷെർകാസ്ക് കൂട്ടക്കൊല'യെപ്പറ്റി സംവിധായകൻ കൊഞ്ചലോവസ്കി നൽകുന്ന വിവരണമാണിത്. സോവിയറ്റ് യൂനിയന്റെ ചരിത്രത്തിൽനിന്ന് തമസ്കരിക്കപ്പെട്ട കൂട്ടക്കൊലകളിൽ വളരെ അപൂർവ്വമായിമാത്രം ചർച്ചചെയ്യപ്പെട്ടിരുന്ന നോവോഷെർകാസ്ക് കൂട്ടക്കൊല (Novocherkassk massacre) തെക്കൻ റഷ്യയിലെ പ്രസിദ്ധമായ ഡോൺ നദിക്കരയിൽ, കൊസ്സാക്കുകളുടെ തലസ്ഥാനമെന്നറിയപ്പെടുന്ന നോവൊഷെർകാസ്ക് നഗരത്തിൽ 1962 ജൂൺ 2നാണ് നടക്കുന്നത്. അവശ്യവസ്തുക്കളുടെ വിലവർദ്ധനവിലും വേതനം വെട്ടിക്കുറച്ചതിലും പ്രതിഷേധിച്ച് നഗരത്തിൽ നടന്ന തൊഴിലാളികളുടെ പ്രകടനത്തിനു നേരെ നിറയൊഴിച്ച കെ.ജി.ബി.യും റഷ്യൻ സൈന്യവും അന്ന് കൊന്നൊടുക്കിയത് നിരായുധരായ

എൺപതിലേറെ സാധാരാണക്കാരെയായിരുന്നു. ഇതിന്റെ കൃത്യമായ രേഖപ്പെടുത്തലായ ചിത്രം, സെപ്റ്റംബർ 2 മുതൽ 12 വരെ നടന്ന 2020 ബർലിൻ അന്താരാഷ്ട്ര ചലച്ചിത്രോൽസവത്തിൽ പ്രേക്ഷകരേയും നിരൂപകരേയും ഒരുപോലെ സ്വാധീനിച്ചു. അവിടെ പ്രത്യേക പുരസ്കാരം നേടിയതിനുപുറമെ, ആ വർഷത്തെ അക്കാദമി അവാർഡിനായുള്ള റഷ്യൻ നോമിനേഷൻ കൂടിയായിരുന്നു 'ഡിയർ കോമ്രേഡ്സ്'. കൂടാതെ, 2021 ഫെബ്രുവരി-മാർച്ചിൽ നടന്ന ഇരുപത്തഞ്ചാമത് കേരള അന്താരാഷ്ട്ര ചലച്ചിത്രോൽസവത്തിലെ മുഖ്യ ചർച്ചാവിഷയവുമായിരുന്നു ഈ ചിത്രം.

അറുപതുകളിൽ റഷ്യ ഭരിച്ചിരുന്ന ക്രൂഷ്ചേവിന്റെ കാലത്ത് ഭക്ഷ്യവിതരണശാലകൾക്ക് മുമ്പിലെ നീണ്ട ക്യൂവിൽ അക്ഷമരായി നിൽക്കുന്നവരെ ചിത്രത്തിൽ നാം കാണുന്നുണ്ട്. ഭക്ഷ്യവസ്തുക്കളുടെ വർദ്ധിച്ചുവരുന്ന വിലയിലും തൊഴിലാളികളുടെ കുറഞ്ഞുവരുന്ന കൂലിയിലും അസംതൃപ്തരായ ജനസമൂഹത്തിന്റെ പ്രതിരോധത്തെ തോക്ക്കൊണ്ട് നേരിടുന്ന ഭരണാധികാരികളുടെ ചിത്രമാണ് 'ഡിയർ കോമ്രേഡ്സ്' നമുക്ക് കാട്ടിത്തരുന്നത്. വിലവർദ്ധനവും ശമ്പളക്കുറവുമൊക്കെ

പുതിയൊരു സാമ്പത്തികാവസ്ഥയിലേക്ക് രാജ്യത്തെ നയിക്കാനുള്ള ക്രൂഷ്ചേവിന്റെ പരിഷ്ക്കാരങ്ങളുടെ ഭാഗമായി ഭരണകൂടവും പാർട്ടിയും വ്യാഖ്യാനിക്കുന്നുണ്ടായിരുന്നെങ്കിലും ജനങ്ങളിൽ ഇതുണ്ടാക്കിയ ആശങ്ക ചെറുതായിരുന്നില്ല. അതുകൊണ്ടുതന്നെയാണ് നോവോഷെർകാസ്ക് നഗരത്തിലെ ഇലക്ട്രിക് ലോക്കോമോട്ടീവ് പ്ലാന്റിലെ പണിമുടക്കിയ തൊഴിലാളികൾക്കൊപ്പം പൊതുജനങ്ങളും പങ്കെടുക്കുന്നത്.

കമ്യൂണിസ്റ്റ് പാർട്ടിയുടെ നോവോഷെർകാസ്ക് നഗരകമ്മിറ്റി അംഗമായ ല്യൂദ കേന്ദ്രകഥാപാത്രമാകുന്ന ചിത്രം, പാർട്ടിയുടെ മുതിർന്ന നേതാവ് ലോഗിനോവിനൊപ്പം അവർ കിടക്കപങ്കിട്ട ഒരു രാത്രിക്ക് ശേഷമുള്ള പ്രഭാതത്തിൽ ആരംഭിക്കുന്നു. അതിരാവിലെ ഭക്ഷ്യവിതരണ ശാലയ്ക്ക് മുമ്പിലെ ക്യൂവിൽ അക്ഷമരായി നിൽക്കുന്ന ജനങ്ങളുടെ തിരക്ക് നാം കാണുന്നു. പാർട്ടി അംഗമെന്ന നിലയിൽ ക്യൂവിൽ നിൽക്കാതെ, മറ്റുള്ളവർക്ക് വിതരണം ചെയ്യാത്ത വസ്തുക്കൾ വാങ്ങി പിൻവാതിലിലൂടെ ല്യൂദ മടങ്ങുന്നു. മകൾ സ്വേത്കയ്ക്കും പിതാവിനുമൊപ്പം കഴിയുന്ന അവർ, വ്യക്തി സ്വാതന്ത്ര്യത്തിനു വലിയ വിലകൽപ്പിക്കുന്ന മകളുടെ വഴികളിൽ എപ്പോഴും സംശയാലുവാണ്. പണ്ട് കൊസ്സാക്കുകൾക്കൊപ്പം യുദ്ധം ചെയ്തിരുന്ന പിതാവും ല്യൂദ്യയുടെ വഴികളിൽ നിന്ന് തികച്ചും മാറിയാണ് ചിന്തിക്കുന്നത്. അങ്ങനെ തികച്ചും പാർടി/ഭരണ വിരുദ്ധമായ അന്തരീക്ഷമാണ് കമ്യൂണിസ്റ്റ് പാർടി അംഗവും ടൗൺകമ്മിറ്റി ഭാരവാഹിയുമായ ല്യൂദ സ്വന്തം വീട്ടിൽ നേരിടുന്നത്.

1962ൽ നടന്ന ഈ സംഭവം ചിത്രീകരിക്കാനായി അക്കാലത്ത് പുറത്തിറങ്ങിയ ചില പ്രധാന ചിത്രങ്ങളുടെ ഫോർമാറ്റ് താൻ സ്വീകരിക്കുകയായിരുന്നെന്ന് കൊഞ്ചലോവ്സ്കി അഭിമുഖത്തിൽ പറയുന്നുണ്ട്.

ഡിയർ കൊമ്രേഡ്സ്.

ഡിയർ കൊമ്രേഡ്സ്.

അക്കാലത്തെ പ്രശസ്തചിത്രങ്ങളായ റഷ്യൻ ചലച്ചിത്രകാരായ മിഖായേൽ കലാറ്റസോവിന്റെ (Mikhail Kalatozov,1903-1973) 'ക്രെയിൻസ് ആർ ഫ്ലയിങ്ങ്' (Cranes are Flying 1957) ഗ്രിഗറി ചുക്റായു (Gregory Chukhray, 1921-2001)ടെ 'ബല്ലാഡ് ഓഫ് എ സോൾജിയർ' (Ballad of a Soldier, 1959) എന്നിവയുടെ രൂപത്തിൽ ബ്ലേക്ക് ഏൻഡ് വൈറ്റിൽ, 1:33 ആസ്പക്റ്റ് റേഷ്യോയിലാണ് ഈ ചിത്രം അദ്ദേഹം നിർമ്മിക്കുന്നത്. സംഭവം നടന്ന് മുപ്പതുവർഷങ്ങൾ ശേഷം മാത്രമാണ് നോവോഷെർകാസ്ക് കൂട്ടക്കൊല ഔദ്യോഗികമായി വെളിപ്പെടുത്തപ്പെട്ടിരുന്നുള്ളൂ എന്നത് അക്കാലത്തെ ഭരണാധികാരികൾക്ക് ചരിത്രത്തിലുള്ള ഭീതിയാണ് രേഖപ്പെടുത്തുന്നത്. 1992 ലെ സോവിയറ്റ് യൂനിയന്റെ ശിഥീലികരണത്തോടെയാണ് കൂട്ടക്കൊലയേക്കുറിച്ചുള്ള വിശദവിവരങ്ങൾ പുറത്തുവരുന്നത്. അന്ന് മിലിറ്ററി പ്രോസിക്യൂട്ടർ ചീഫിന്റെ നേതൃത്വത്തിൽ നടന്ന വിശദമായ അന്വേഷണത്തിൽ സംഭവത്തിന്റെ പൂർണ്ണവിവരങ്ങൾ ലോകത്തിനു ലഭിച്ചു. അതോടെ കൂട്ടക്കൊലയിൽ മരിച്ചവരുടെ ശവശരീരങ്ങൾ ശ്മശാനങ്ങളിൽ നിന്ന് പുറത്തെടുക്കയും പൂർണ്ണരീതിയിലുള്ള സംസ്കാരം നടത്തുകയും ചെയ്തു. പ്രസിദ്ധ റഷ്യൻ എഴുത്തുകാരൻ സോൾഷെനിറ്റ്സൻ 1975 ൽ പൂർത്തിയാക്കിയ The Gulag Archipelago എന്ന മൂന്നുഭാഗങ്ങളിലായുള്ള തന്റെ പുസ്തകത്തിന്റെ അവസാന ഭാഗത്തിൽ നോവോഷെർകാസ്ക് കൂട്ടക്കൊല ഇങ്ങനെ വിവരിച്ചു തുടങ്ങുന്നു: "തങ്ങൾക്ക്

മുമ്പെ ജീവിച്ചിരുന്നവരെപ്പോലെ ജീവിക്കാൻ കഴിയാത്ത ജനങ്ങളുടെ ആത്മാവിൽ നിന്നുള്ള ഒരു നിലവിളി..."

നോവോഷെർകാസ്ക് കൂട്ടക്കൊലയെക്കുറിച്ച് ചിത്രം നിർമ്മിക്കാൻ ഇരുപത് വർഷങ്ങൾക്ക് മുമ്പ് കൊഞ്ചലോവ്സ്കി പരിപാടിയിട്ടിരുന്നെങ്കിലും എന്തുകൊണ്ടോ അന്നത് നടന്നില്ല. തന്റെ ഭാര്യയും ചിത്രത്തിലെ മുഖ്യനടിയുമായ ജൂലിയവ്യ്സോട്സ്കയ (Julia Vysotskaya) യ്ക്ക് ല്യൂദിയയുടെ വേഷം യോജിക്കുമെന്ന ബോദ്ധ്യപ്പെട്ടപ്പോൾ മാത്രമാണ് ചിത്രം നിർമ്മിക്കാനദ്ദേഹം തീരുമാനിക്കുന്നത്. 1962 ൽ നോവോഷെർകാസ്ക് കൂട്ടക്കൊല നടക്കുമ്പോൾ, കൊഞ്ചലോവ്സ്കിയും താർക്കോവ്സ്കിയും ചേർന്ന് തിരക്കഥയെഴുതി, താർക്കോവ്സ്കി സംവിധാനം ചെയ്ത അദ്ദേഹത്തിന്റെ ആദ്യചിത്രം 'ഇവാൻസ് ചൈൽഡ്ഹുഡ്' പുറത്തുവന്നിരുന്നു. ഫാക്ടറിയിലെ സമരവും അതുമായി ബന്ധപ്പെട്ട വെടിവെപ്പുമൊക്കെ അന്ന് സംസാരവിഷയമായിരുന്നെങ്കിലും അത് അതീവ രഹസ്യമായിരുന്നു എന്ന് അഭിമുഖത്തിൽ കൊഞ്ചലോവ്സ്കി വെളിപ്പെടുത്തുന്നു.

ചരിത്രസംഭവങ്ങൾ രേഖപ്പെടുത്തിക്കൊണ്ടുള്ള ചിത്രങ്ങൾ ഇതിനുമുമ്പും ആന്ദ്രേ കൊഞ്ചലോസ്കി സംവിധാനം ചെയ്തിട്ടുണ്ട്. 2017ൽ പുറത്തുവന്ന ഹോളോകാസ്റ്റ് ചിത്രം 'പാരഡൈസി'ലും ജൂലിയ വ്യ്സോട്സ്കയ തന്നെയായിരുന്നു മുഖ്യവേഷം ചെയ്തിരുന്നത്. അതിനു ശേഷം 2019 ൽ പ്രസിദ്ധ ശിൽപ്പിയും ചിത്രകാരനുമായിരുന്ന മൈക്കലാഞ്ചലോവിന്റെ ജീവിതം ആവിഷ്കരിക്കുന്ന ചിത്രം 'സിന്നി' (Sin) ലും ചരിത്രത്തിലൂടെയാണ് അദ്ദേഹം സഞ്ചരിക്കുന്നത്. എന്നാൽ ഇവയേക്കാളൊക്കെ

ഡിയർ കൊമ്രേഡ്സ്.

ഗ്രിഗറി ചുക്റയ്

വൈകാരികവും ധാർമ്മികവുമായ തീവ്രത 'ഡിയർ കോമ്രേഡ്സി'നുണ്ട്. ദീർഘകാലമായി താൻ വിശ്വസിച്ചു കൊണ്ടിരിക്കുന്ന പ്രത്യയശാസ്ത്രത്തിന്റെ പ്രയോഗത്തിൽവരുന്ന വിള്ളലുകൾ സൃഷ്ടിക്കുന്ന നിരാശയും തന്റെ വിശ്വാസങ്ങൾ തകരുകയാണോ എന്ന സംശയങ്ങളും ല്യൂദയെ കൊണ്ടെത്തിക്കുന്നത് തന്റെ മകളുടെ തിരോധാനത്തേക്കുറിച്ചുള്ള കൃത്യമായവിവരം ശേഖരിക്കുക എന്ന ലക്ഷ്യത്തിലാണ്. അതിനവരെ സഹായിക്കുന്നത് കൂട്ടക്കൊല നടത്തിയ കെ.ജി.ബി.യിലെ ഉയർന്ന ഉദ്യോഗസ്ഥനായ വിക്റ്ററാണ്. ഇവയൊക്കെ ചിത്രത്തിന്റെ രാഷ്ട്രീയമായ സവിശേഷതകളായി നാം തിരിച്ചറിയുന്നുണ്ട്.

കൊഞ്ചലോവ്സ്കി, രണ്ട് പ്രധാനപ്രശ്നങ്ങളിലാണ് ചിത്രത്തിന്റെ പ്രമേയം കേന്ദ്രീകരിക്കുന്നത്. കൂട്ടക്കൊല ചരിത്രത്തിൽ രേഖപ്പെടുത്തപ്പെടാതിരിക്കാനായി അധികാരികൾ നടത്തുന്ന ശ്രമങ്ങളും വെടിവെപ്പിൽ മകളെ കാണാതായതോടെ. ല്യൂദയ്ക്ക് തന്റെ വിശ്വാസത്തിലും പാർടിയോടുള്ള സമീപനത്തിലും വരുന്ന മാറ്റവുമാണ് ഈ പ്രമേയകേന്ദ്രങ്ങൾ. ചിത്രത്തിന്റെ രണ്ട് പ്രധാനപ്പെട്ട വശങ്ങളായി ഇവ പരിഗണിക്കപ്പെടേണ്ടതാണ്.

പാർടിയിലെ ഉയർന്ന നേതാവായ ലോഗിനോവിനോട് ല്യൂദ ചോദിക്കുന്നു: "സ്റ്റാലിന്റെ കാലത്ത് ഭക്ഷ്യവസ്തുക്കളുടെ വില വളരെ കുറവായിരുന്നല്ലോ? ഇപ്പോൾ അവ വർദ്ധിക്കാൻ കാരണമെന്താണ്?" ലോഗിനോവിന്റെ മറുപടി തികച്ചും യാന്ത്രികമാണ്: "ഈ മാറ്റം ജനജീവിതം മെച്ചപ്പെടുത്തുമെന്ന് പാർടി സെൻട്രൽ കമ്മിറ്റി നിർദ്ദേശങ്ങളിൽ കൃത്യമായി പറയുന്നുണ്ട്". അതിനെ ചോദ്യം ചെയ്യാൻ ല്യൂദ ശ്രമിക്കുമ്പോൾ ഭീഷണിയുടെ സ്വരത്തിൽ അയാൾ ഓർമ്മിപ്പിക്കുന്നത്, പാർടി അംഗമെന്ന നിലയിൽ അവർക്കു കിട്ടിക്കൊണ്ടിരിക്കുന്ന സൗകര്യങ്ങളാണ്. ഇത് റഷ്യയിലെ അക്കാലത്തെ ഭരണത്തെക്കുറിച്ചും പാർടിയേക്കുറിച്ചും നിരവധി സൂചനകൾ തരുന്നുണ്ട്. പാർടിയിലെ

അംഗങ്ങൾക്കിടയിലെ അഭിപ്രായ വ്യത്യാസങ്ങളും മറ്റുള്ളവരിൽ നിന്നും വ്യത്യസ്തമായി അവർ അനുഭവിക്കുന്ന ആനുകൂല്യങ്ങളും ഇവിടെ നാം തിരിച്ചറിയുന്നു. ഇത്തരം അമിതാധികാരങ്ങളും ബ്യൂറോക്രസിയുമൊക്കെയാണ് സോവിയറ്റ് യൂനിയന്റെ തകർച്ചക്ക് ഇടയാക്കിയതെന്ന് ചരിത്രം രേഖപ്പെടുത്തുന്നുണ്ട്. നീണ്ട ക്യൂ അവഗണിച്ച് ഭക്ഷ്യവിതരണശാലയുടെ അകത്ത് കയറി മറ്റുള്ളവർക്ക് ലഭിക്കാൻ സാദ്ധ്യതയില്ലാത്ത വസ്തുക്കൾ വാങ്ങി പിൻവാതിലിലൂടെ മടങ്ങുന്ന ല്യൂദ്യയുടെ കാഴ്ചയിലൂടെ സംവിധായകൻ ഇത് വ്യക്തമാക്കുകയാണ്.

ല്യൂദയും മകൾ സ്വേത്കയും തമ്മിലുള്ള അഭിപ്രായവ്യത്യാസങ്ങൾ ചിത്രത്തിന്റെ തുടക്കം മുതൽ നാം കാണുന്നുണ്ട്. പാർടിയുടെ ബലിഷ്ഠമായ ചട്ടക്കൂടുകളിലൊതുങ്ങാതെ. സ്വതന്ത്രമായ ചിന്തകളുള്ള ഒരു വ്യക്തിയായാണ് സ്വേത്കയെ സംവിധായകൻ പരിചയപ്പെടുത്തുന്നത്. അതുകൊണ്ടുതന്നെ, ഫാക്ടറിതൊഴിലാളിയായ അവൾ പ്രകടനക്കാർക്കിടയിലുണ്ടാവുമെന്ന് ല്യൂദയേപ്പോലെ നമുക്കും തീർച്ചയാണ്. ഫാക്ടറിതൊഴിലാളികളുടെ പണിമുടക്കും അവരുടെ നേതൃത്വത്തിൽ നടക്കുന്ന പ്രകടനവും ചർച്ചചെയ്യാൻ വിളിച്ച ടൗൺകമ്മിറ്റിയിൽ ല്യൂദ ശക്തമായ നിലപാടെടുക്കുന്നു. പ്രകടനക്കാരെ കർശനമായി ശിക്ഷിക്കണമെന്ന് അവർ ആവശ്യപ്പെടുന്നു. “ഇത് ഗൗരവമായ കുറ്റകൃത്യമാണെന്നും. പണിമുടക്കുന്നവർക്ക് ഒന്നുമറിയില്ലെന്നും” അവർ അഭിപ്രായപ്പെടുന്നു. ഉന്നതാധികാരസമിതിയിലെ ബാസോവ് അവിടെയെത്തി, ഓഫീസിനുമുമ്പിൽ തടിച്ചുകൂടിയ പ്രകടനക്കാരെ അഭിസംബോധന ചെയ്യാൻ തുടങ്ങുന്നു: “സഖാക്കളേ, വളരെ സന്തോഷകരമായ അവസ്ഥയിലാണ് നാം ജീവിക്കുന്നത്”. നിരർത്ഥമായ ഈ വാചകം പറഞ്ഞയുടൻ അയാൾക്കരികിൽ ഒരു കല്ല് വന്നു വീഴുന്നു, ജനൽച്ചില്ലുകൾ പൊട്ടുന്നു.

ഈ സംഭവത്തിനുശേഷം, അടുത്ത ദിവസം ജൂൺ രണ്ടിനാണ് പ്രകടനക്കാരുടെ നേരെ വെടിവെപ്പ് നടക്കുന്നത്. വെടിവെപ്പിൽ മുറിവേറ്റ് വീഴുന്നവർക്കിടയിലൂടെ നടന്ന് തന്റെ മകളെ അന്വേഷിക്കുന്നു ല്യൂദ. മുറിവേറ്റവരെ സഹായിക്കുന്ന അവർ, തന്റെ മുമ്പിൽ മരണം കാണുന്നു. സ്വേത്കയെ അന്വേഷിക്കുന്ന ല്യൂദ അവളുടെ സുഹൃത്തിന്റെ വീട്ടിലും അതിനുശേഷം ആശുപത്രി മോർച്ചറിയിലുമെത്തുന്നു. ഇതിനിടെ കെ.ജി.ബി.ഉദ്യോഗസ്ഥൻ വിക്റ്റർ സ്വേതകയെ അന്വേഷിച്ച് ല്യൂദയുടെ വീട്ടിലെത്തുന്നുണ്ട്. അവളുടെ പാസ്പോർട്ടുമായി പോകുന്ന അയാളാണ് തുടർന്നുള്ള കൂടുതൽ അന്വേഷണങ്ങൾക്കായി ല്യൂദയെ സഹായിക്കുന്നത്.

ബല്ലാഡ് ഓഫ് എ സോൾഡിയർ

സംഭവത്തിനുശേഷം നടക്കുന്ന പാർടി യോഗം ല്യൂദയുടെ രാഷ്ട്രീയ വിശ്വാസങ്ങൾക്ക് വീഴുന്ന വിള്ളലുകൾ കൃത്യമായി സൂചിപ്പിക്കുന്നുണ്ട്. യോഗത്തിൽ വായിക്കാനുള്ള റിപ്പോർട്ട് തയ്യാറാക്കാൻ പാർട്ടി കമ്മിറ്റി അംഗത്തിന്റെ സഹായം തേടിയ ല്യൂദ്യ കുറ്റക്കാർക്കെതിരെ കർശനന ടപടി ആവശ്യപ്പെടുന്ന തന്റെ റിപ്പോർട്ട് വായിക്കാൻ തയ്യാറാകുന്നില്ല. ആ റിപ്പോർട്ട് സത്യത്തിൽ നിന്ന് വളരെയേറെ അകലെയാണ് എന്ന് അവർക്ക് പൂർണ്ണ ബോദ്ധ്യമുണ്ടായിരുന്നു. കൂടാതെ അതിൽ ആവശ്യ പ്പെടുന്ന കർശനനടപടിയ്ക്ക് തന്റെ മകളും വിധേയമാകേണ്ടിവരുമോ എന്ന ചിന്തയും അവർക്കുണ്ട്. “പ്രിയപ്പെട്ട സഖാക്കളെ... (Dear Comrades...) എന്ന് സംബോധന ചെയ്തുകൊണ്ടാണ് ആ റിപ്പോർട്ട് തുടങ്ങുന്നത്. റിപ്പോർട്ട് അവതരിപ്പിക്കേണ്ട സമയത്ത് ബാത്റൂമിൽ കയറി. കാണാതായ തന്റെ മകളെയോർത്ത് ദൈവത്തെ വിളിച്ച് കരയുന്ന ല്യൂദ ചിത്രത്തിലെ വികാരസാന്ദ്രതയാർന്ന ഒരു കാഴ്ചയാണ്. തുടർന്ന് വിക്റ്ററിന്റെ സഹായത്തോടെ, മകൾ സ്വേത്കയെ അന്വേ ഷിച്ച് അവർ യാത്ര ആരംഭിക്കുന്നു. ആ യാത്രയ്ക്കിടെയാണ് ല്യൂദയുടെ മുൻകാല ജീവിതം നാമറിയുന്നത്. രണ്ടാം ലോകമഹായുദ്ധകാലത്ത് നഴ്സായി ജോലിചെയ്ത ല്യൂദയുടെ ഭർത്താവ് യുദ്ധത്തിൽ മരിച്ചിരുന്നു. അതിനുശേഷം വളരെ പ്രയാസപ്പെട്ട് മകൾ സ്വേത്കയെ അവർ വളർത്തുന്നു. അക്കാലത്തെ സ്റ്റാലിന്റെ ഓർമ്മകൾ എപ്പോഴും മനസ്സിൽ സൂക്ഷിക്കുന്ന ല്യൂദ. കാർ യാത്രയ്ക്കിടെ മദ്യപിച്ച് വിക്റ്ററോടൊപ്പം അവർ

പാടുന്ന "സ്വന്തം ജീവൻ നൽകിയും രാജ്യത്തെ രക്ഷിക്കാമെ"ന്ന ഗാനം, ആ ഘട്ടത്തിൽ തികച്ചുമൊരു ഐറണിയായി മാറുകയാണ്. തന്റെ മകളെ തിരിച്ചറിയാനായി ല്യൂദ നൽകുന്ന അടയാളം കീറിയ സോക്സി നുള്ളിൽ നിന്ന് പുറത്തുകാണുന്ന കാൽവിരലുകളാണ്. അക്കാലത്തെ ഭരണത്തിന്റെ ശക്തമായൊരു അടയാളമായി ഇത് മാറുന്നു. ഇത്തരം നിരവധി സൂചകങ്ങളിലൂടേയും സൂചനകളിലൂടേയും സഞ്ചരിക്കുന്ന ചിത്രം പ്രേക്ഷകർക്ക് ശക്തമായൊരു വൈകാരികാനുഭവമായി മാറു ന്നുണ്ട്. ല്യൂദയുടെ പിതാവ് തന്റെ പഴയ പെട്ടിക്കകത്ത് നിന്നെടുത്ത് ധരിക്കുന്ന യൂനിഫോം, അതേ പെട്ടിയിൽനിന്ന് അയാളെടുത്ത് മേശ പ്പുറത്ത് വെക്കുന്ന മാതാവിന്റെ ചിത്രം തുടങ്ങി സൂചകങ്ങളുടെ ഒരു നിര തന്നെ തന്റെ ചിത്രത്തിന് രാഷ്ട്രീയവും വൈകാരികവുമായ സാന്ദ്രത നൽകാനായി സംവിധായകൻ ഉപയോഗിക്കുന്നുണ്ട്.

തങ്ങളുടെ ജീവൻ പോലും പണയപ്പെടുത്തിക്കൊണ്ട് ല്യൂദയും വിക്റ്ററും നടത്തുന്ന അന്വേഷണം ഒരു പ്രധാനവിഷയം മുമ്പോട്ട് വെക്കുന്നു. ജീവിതകാലം മുഴുവൻ താൻ സൂക്ഷിച്ച വിശ്വാസങ്ങൾ എവിടെയാണ് തന്നെ എത്തിക്കുന്നതെന്ന ചോദ്യമായിരുന്നു അപ്പോൾ ല്യൂദയുടെ മനസ്സിൽ നിറഞ്ഞു നിന്നിരുന്നത്. തന്റെ മകൾ സ്വേത്കയെക്കുറിച്ചു ള്ള സത്യം കണ്ടെത്തുക എന്ന ഒരു ലക്ഷ്യം മാത്രമേ ആ സമയത്ത് അവർക്കുണ്ടായിരുന്നുള്ളൂ. ഒരു സത്യമെങ്കിലും കണ്ടെത്തി അതിൽ ആശ്വസിക്കുക എന്നതായിരിക്കാം അവർ ലക്ഷ്യമാക്കിയിരുന്നത്. സത്യമെന്ന് കരുതി വിശ്വസിച്ചിരുന്നവയതൊക്കെ കളവായിരുന്നോ എന്ന സംശയം അവരെ വേട്ടയാടിക്കൊണ്ടിരുന്നു.

🎬 ബല്ലാഡ് ഓഫ് എ സോൾഡിയർ

🎬 മിഖയേൽ കലാറ്റ്സൊാവ്

ചരിത്രവുമായി ബന്ധപ്പെടുന്ന ചിത്രം കേന്ദ്രീകരിക്കുന്ന രണ്ടാമത് വിഷയത്തിലേക്ക് വരുമ്പോൾ, ഇത്തരം സംഭവങ്ങൾ റഷ്യൻ ഭരണാധികാരികളെ ഭയപ്പെടുത്തിരുന്നുവെന്നത് പലപ്പോഴായി നാം തിരിച്ചറിഞ്ഞിട്ടുള്ളതാണ്. കൂട്ടക്കൊലകളും അടിച്ചമർത്തപ്പെട്ട ജനകീയ പ്രതിരോധങ്ങളും ചരിത്രത്തിൽ നിന്ന് തുടച്ചു മാറ്റാൻ അതതുകാലത്തെ ഭരണകൂടങ്ങൾ നടത്തിയ പ്രവർത്തനങ്ങളുടെ ഒരു നിര തന്നെ സോവിയറ്റ് യൂനിയന്റെ ചരിത്രത്തത്തിൽ നമുക്ക് കണ്ടെത്താൻ കഴിയും. 1992 നു ശേഷം അവിടെ നടപ്പിൽ വന്ന രാഷ്ട്രീയമാറ്റങ്ങൾക്ക് ശേഷമാണ് അവയിൽ പലതും പുറത്തുവരുന്നത്. നേരത്തെ പരാമർശിക്കപ്പെട്ടതു പോലെ നോവോഷെർകാസ്ക് കൂട്ടക്കൊലയും അവയിലുൾപ്പെടുന്നു. ക്രൂഷ്ചേവ് ഭരണകാലത്ത് നടന്ന ഈ സംഭവം ചരിത്രത്തിൽ നിന്ന് മായ്ച്ചുകളയാൻ ഭരണകൂടവും സോവിയറ്റ് ചാരസംഘടനയായ കെ.ജി.ബിയും പട്ടാളവും മറ്റ് അധികാര വിഭാഗങ്ങളും നടത്തുന്ന ശ്രമങ്ങൾ കൊഞ്ചലോവ്സ്കി സൂക്ഷ്മമായി ദൃശ്യവൽക്കരിക്കുന്നുണ്ട്. അത് തന്റെ പ്രധാനപ്പെട്ട ഒരു ലക്ഷ്യമായിരുന്നു എന്ന് അദ്ദേഹം പറയുന്നുമുണ്ട്. വെടിവെപ്പിൽ മരിച്ചവരുടെ ശവശരീരങ്ങളെല്ലാം മോർച്ചറിയിലെത്തിക്കുന്നതിനു പകരം പലസ്ഥലങ്ങളിലായി കൂട്ടിയിട്ടശേഷം, അവയിൽ ചിലത് മാത്രം ഔദ്യോഗികകണക്കുകളിൽപ്പെടുത്തി മോർച്ചറിയിൽ സൂക്ഷിക്കുന്നു. ബാക്കിയുള്ളവ അതീവ രഹസ്യമായി രാത്രിയിൽ നഗരത്തിനു പുറത്തുള്ള ശ്മശാനങ്ങളിലെത്തിച്ച്, പേരുകളില്ലാത്ത പഴയ ശവക്കല്ലറകളിൽ ഒന്നിനുമേൽ മറ്റൊന്നായി മണ്ണിട്ടുമൂടുന്നു. അങ്ങനെ ജനങ്ങളുടെ അവകാശങ്ങൾക്കായി സമാധാനപരമായി പ്രകടനം നടത്തിയവരേയും വിലക്കയറ്റത്തിൽ പ്രതിഷേധിച്ചവരേയും അവയ്ക്കൊക്കെ സാക്ഷ്യം വഹിച്ചവരേയും ചരിത്രത്തിൽ നിന്നും പുറത്താക്കാനാണ് ഭരണകൂടം ശ്രമിക്കുന്നത്. ശവശരീരങ്ങളോടുള്ള സാമാന്യമായ നീതി പോലും ലംഘിച്ചുകൊണ്ടാണ് ഇങ്ങനെ ചെയ്യുന്നതെന്നത് നമ്മെ അത്ഭുതപ്പെടുത്തുന്നുണ്ട്. പ്രതിഷേധം മറ്റിടങ്ങളിൽ വ്യാപിക്കാതിരിക്കാൻ

നഗരം പൂർണ്ണമായി അടച്ചിടുന്നു. നഗരത്തിൽ നിന്ന് പുറത്തേക്ക് പോകാനോ പുറത്തുനിന്ന് നഗരത്തിലേക്ക് വരാനോ അനുമതി നൽകാതെ അവലംഘിക്കുന്നവരെ നിഷ്ക്കരുണം വെടിവെച്ച് കൊല്ലുന്നു. കർഫ്യൂ പ്രഖ്യാപിച്ച നഗരത്തിൽ ടാങ്കുകൾ റോന്തുചുറ്റുന്നു. തെരുവുകളിൽ കാണുന്നവരെ പട്ടാളം ചോദ്യം ചെയ്യുന്നു, മറുപടി തൃപ്തികരമല്ലെങ്കിൽ ഉടൻ വെടിവെച്ചുകൊല്ലുന്നു. തികച്ചും ഭീതിദമായ അന്തരീക്ഷം നിലനിൽക്കുന്ന തെരുവുകളിൽ ചിതറിത്തെറിച്ച നിരപരാധികളുടെ രക്തക്കറ കഴുകിയിട്ടും മാഞ്ഞുപോകാതായപ്പോൾ, വീണ്ടും ടാർചെയ്ത് അവിടം 'വൃത്തി'യാക്കാൻ അധികാരികൾ ആജ്ഞാപിക്കുന്നു. മനുഷ്യമനസ്സുകളിൽ നിന്നും അതുവഴി ചരിത്രത്തിൽ നിന്നും അനീതിയുടെ ഈ കറകൾ കഴുകിക്കളയാൻ പറ്റില്ലെന്ന് ഭരണവർഗ്ഗം തിരിച്ചറിയുന്നില്ല. ജനങ്ങൾക്ക് നേരെ വെടിവെക്കാൻ പട്ടാളത്തിന് അധികാരമില്ലെന്ന് ഭരണാധികാരികളേയും പാർടി നേതാക്കളെയും ഓർമ്മിപ്പിക്കുന്ന മിലിട്ടിറി ജനറലിനെ നാം ചിത്രത്തിൽ കാണുന്നുണ്ട്. എന്നാൽ നിരായുധരായ ജനങ്ങളെ വെടിവെക്കാനുള്ള കർശനനിർദ്ദേശമാണ് മുകളിൽ നിന്ന് അയാൾക്ക് ലഭിക്കുന്നത്. യുദ്ധത്തിലുള്ള സാമാന്യനിയമങ്ങൾ പോലും കാറ്റിൽപറത്തുന്ന പാർടി-ഭരണനേതൃത്വങ്ങളേയാണ് ചിത്രം പ്രേക്ഷകർക്ക് മുമ്പിലെത്തിക്കുന്നത്. വെടിവെപ്പിനു ശേഷം നഗരത്തിൽ നടക്കുന്ന സംഗീതനൃത്തപരിപാടികൾ അവിടെ സാധാരണ അവസ്ഥ നിലനിൽക്കുന്നുവെന്ന് ജനങ്ങളെ ബോദ്ധ്യപ്പെടുത്താനുള്ള

ക്രെയിൻസ് ആർ ഫ്ലൈങ്

പദ്ധതിയുടെ ഭാഗമാണെന്ന് പ്രേക്ഷകർ തിരിച്ചറിയുന്നുണ്ട്. രാത്രി ഏറെ വൈകുവോളം നടക്കുന്ന നൃത്തപരിപാടികൾ, സംഭവം ജനമനസ്സുകളിൽ നിന്ന് മായച്ചുകളയാനുള്ള ശ്രമമായി മാറുകയാണ്. കെ.ജി. ബി.ഉന്നതാധികാരിയാണ് രാത്രി മൂന്നു മണി വരെ നൃത്തം തുടരാൻ അനുമതി നൽകുന്നതെന്നത് ശ്രദ്ധേയമാണ്.

നഗരത്തിൽ അന്ന് അക്രമസംഭവങ്ങൾ ഒന്നും നടന്നിട്ടില്ലെന്ന് പൊതുജനങ്ങളിൽ നിന്ന് സത്യവാങ്ങ്മൂലം ഒപ്പിട്ടുവാങ്ങുന്ന ദൃശ്യങ്ങൾ ചിത്രത്തിലുണ്ട്. ല്യൂദയും ഇത്തരത്തിലുള്ള സത്യവാങ്ങ്മൂലം ഒപ്പിട്ടുനൽകുന്നുണ്ട്. ജനമനസ്സുകളിൽ നിന്ന് കൂട്ടക്കൊല മായ്ച്ച്കളയുക എന്ന ദൗത്യം ഏറ്റവും കൃത്യനിഷ്ഠയോടെ ചെയ്യുന്നു ഭരണവർഗ്ഗം. അതിൽ ഒരു പരിധിവരെ അവർ വിജയിക്കുകയും ചെയ്യുന്നു. ഇത്തരം കളവുകൾക്കും വ്യാജസത്യവാങ്ങ്മൂലങ്ങൾക്കും മുകളിലായിരുന്നു ഭരണകൂടങ്ങൾ നിലനിന്നിരുന്നതെന്ന് കൃത്യമായി വെളിപ്പെടുത്തുന്നു 'ഡിയർ കോമ്രേഡ്സ്..'. നിസ്സഹായയായ ല്യൂദയുടെ പ്രതികരണങ്ങൾ ചിത്രത്തിൽ നാം കേൾക്കുന്നു. "കമ്യൂണിസത്തിലല്ലെങ്കിൽ മറ്റെന്തിലാണ് ഞാൻ വിശ്വസിക്കേണ്ടത്?" എന്ന് വിലപിക്കുന്ന ല്യൂദയേയാണ് ചിത്രത്തിന്റെ അവസാനഭാഗത്ത് നാം കാണുന്നത്.

ചിത്രം ഉയർത്തുന്ന വിമതശബ്ദങ്ങളിൽ പ്രധാനമാണ് ല്യൂദയുടെ പിതാവിന്റേത്. ബോൾഷെവിക്കുകൾ കൊസ്സാക്കുകളുടെമേൽ നടത്തിയ അതിക്രമങ്ങൾ ഇപ്പോഴും അയാൾ ഓർമ്മിക്കുന്നുണ്ട്. തന്റെ പെട്ടിക്കകത്തു നിന്ന് അക്കാലത്തെ യൂണിഫോം എടുത്തണിയുന്ന അയാൾ, അതോടൊപ്പം മാതാവിന്റെ പഴയ ഒരു ചിത്രവും പുറത്തെടുക്കുന്നുണ്ട്. ഇത് കണ്ട ല്യൂദ എപ്പോഴാണ് അയാൾ പ്രാർത്ഥിക്കാൻ തുടങ്ങിയതെന്ന് പരിഹാസപൂർവ്വം ചോദിക്കുന്നു. ഡോൺ നദിക്കരയിൽ അയാളുടെ മരുമകളടക്കമുള്ള സ്ത്രീകളെ ബലാൽസംഗം ചെയ്ത് കൊലപ്പെടുത്തി, നഗ്നമായ ശവശരീരങ്ങൾ വയലിലേക്ക് വലിച്ചെറിഞ്ഞ സംഭവം ല്യൂദയെ അയാൾ ഓർമ്മിപ്പിക്കുന്നു. ഇതിന്. "അന്ന് മറ്റെന്തായിരുന്നു ചെയ്യാൻ കഴിയുക?" എന്ന് നിസ്സംഗതയോടെ ല്യൂദ്യ മറുപടി പറയുന്നു. 'ഡോൺ ശാന്തമായൊഴുകുന്നു' എന്ന നോവലിൽ ഷൊളോഖോവ് അങ്ങനെയല്ലല്ലോ എഴുതിയിരുന്നത്? എന്ന മറുചോദ്യം ചോദിക്കുന്ന ല്യൂദ്യയോട്, 'സത്യമെഴുതിയിരുന്നെങ്കിൽ ഷൊളോഖോവ് ജീവനോടെ ഉണ്ടാകുമായിരുന്നില്ല' എന്നാണ് അച്ഛൻ മറുപടി പറയുന്നത്. 'ഡോൺ ശാന്തമായൊഴുകുന്നു' എന്ന നോവൽ ചരിത്രത്തിലെ മറ്റൊരു കളവായി ചിത്രീകരിക്കപ്പെടുന്നു, ഡോൺ ശാന്തമായിട്ടായിരുന്നില്ല, തികച്ചും പ്രക്ഷുബ്ധമായിട്ടായിരുന്നു അക്കാലത്ത് ഒഴുകിക്കൊണ്ടിരുന്നതെന്ന് സൂചിപ്പിക്കുന്നു കൊഞ്ചലോവ്സ്കി.

കൊഞ്ചലോവ്‌സ്കി

ല്യൂദയുടെ മകൾ സ്വേതകയുടെ സ്വതന്ത്രമായ അഭിപ്രായങ്ങളാണ് ചിത്രത്തിലെ മറ്റൊരു വിരുദ്ധശബ്ദം. പാർടിനേതാവും വിവാഹിതനുമായ ലോഗിനോവുമായുള്ള ല്യൂദയുടെ ബന്ധത്തിൽ അവരെ കുറ്റപ്പെടുത്തുന്ന സ്വേത്ക, സ്വാതന്ത്ര്യത്തെക്കുറിച്ച് സംസാരിക്കുമ്പോൾ അമ്മയുമായുള്ള തന്റെ അഭിപ്രായവ്യത്യാസം ശക്തമായി പ്രകടിപ്പിക്കുന്നുണ്ട്. പ്രകടനത്തിന്റെ ആദ്യദിവസം ജൂൺ ഒന്നിന് ല്യൂദയുമായുള്ള സംഭാഷണത്തിൽ നിന്ന് സ്വേതകയുടെ കൃത്യമായ നിലപാടുകൾ നാം തിരിച്ചറിയുന്നു. താനടക്കമുള്ള ഫാക്ടറിതൊഴിലാളികളുടെ പണിമുടക്കിനെ ന്യായീകരിക്കുന്ന സ്വേതക, പാർടിനിലപാടിനേക്കുറിച്ച് പറയുമ്പോൾ ല്യൂദയോട് പൂർണ്ണമായും വിയോജിക്കുകയാണ്. അടുത്ത ദിവസവും പ്രകടനത്തിൽ പങ്കെടുക്കുമെന്ന് അസന്നിഗ്ദമായി പറയുന്ന സ്വേതകയെ നേരിടാൻ ല്യൂദയുടെ വാദങ്ങൾ മതിയാകാതെ വരുന്നു. 'ഡിയർ കോമ്രേഡ്സ്' എന്ന പുതിയ ചിത്രത്തിൽ താൻ കേന്ദ്രീകരിച്ച രണ്ട് അടിസ്ഥാനവിഷയങ്ങളും കൃത്യവും ശക്തവുമായി പ്രേക്ഷകരിലെത്തിക്കുന്നു കൊഞ്ചലോവ്സ്കി.

പ്രസിദ്ധ റഷ്യൻ ചലച്ചിത്രകാരൻ ആന്ദ്രേ കൊഞ്ചലോവ്സ്കി തന്റെ എൺപത്തിനാലാം വയസ്സിലും ചലച്ചിത്രരംഗത്ത് വളരെ സജീവമാണ്. അദ്ദേഹത്തിന്റെ ചിത്രങ്ങൾ പ്രമേയങ്ങളിലെ വൈവിധ്യം കൊണ്ട് ഏറെ ശ്രദ്ധേയങ്ങളാണ്. പ്രസിദ്ധ റഷ്യൻ സംവിധായകൻ ആന്ദ്രേ താർക്കോവ്സ്കി (Andrey Tarkovsky) യുടെ 'ആന്ദ്രേ റുബ്ലേ' (Andrey Rublev)വിന്റെ തിരക്കഥാരചനയോടെയാണ് കൊഞ്ചലാവ്സ്കി ലോകസിനിമാരംഗത്ത് അറിയപ്പെടുന്നത്. അതിനു മുമ്പ് താർകോവ്സ്കിയുടെ

ആദ്യചിത്രം 'ഇവാൻസ് ചൈൽഡ്ഹുഡ്സ്കി'ന്റെ തിരക്കഥാരചനയിലും അദ്ദേഹം പങ്കാളിയായിരുന്നു. The Fisrt Teacher (1964), Asya Klyachina's Story (1967), Nest of Gentle Folk (1969), Uncle Vanya (1970) എന്നിവ അദ്ദേഹത്തിന്റെ ആദ്യകാലത്തെ ശ്രദ്ധേയ ചിത്രങ്ങളാണ്.1975 ൽ കാനിൽ പ്രദർശിപ്പിച്ച ലോകശ്രദ്ധ നേടിയ Siberiadeയും തുടർന്ന് ഹോളിവുഡ്ഡിൽ നിർമ്മിച്ച Maria Lovers (1984), Runaway Train (1985), Tango and Cash (1985) എന്നീ ചിത്രങ്ങളും വൻ ഹിറ്റുകളായിരുന്നു.

2003 ൽ കൊഞ്ചലോസ്കി സംവിധാനം ചെയ്ത House fo Fools വെനീസ് അന്താരാഷ്ട്ര ചലച്ചിത്രോൽസവത്തിൽ പുരസ്കാരം നേടിയിരുന്നു. തുടർന്ന് നിർമ്മിച്ച The Nutcracker ഒരു പരാജയമായിരുന്നെങ്കിലും The Post Man's White Nights (2014). Paradise (2016) എന്നീ ചിത്രങ്ങൾ വെനീസ് ചലച്ചിത്രോൽസവത്തിൽ Silver Lion പുരസ്കാരം നേടി. 2019 ലെ ചിത്രം Sin, ഇറ്റലിയിലെ പ്രശസ്തശിൽപ്പിയും ചിത്രകാരനുമായിരുന്ന മൈക്കലാഞ്ചലോയുടെ ജീവിതമാണ് ആവിഷ്കരിക്കുന്നത്.

ലോകത്തിലെ ഉന്നത ബഹുമതികളായ റഷ്യയിലെ Order For Merit to the Fatherland, People's Artist of the RSFSR, ഫ്രാൻസിലെ National Order of the Legion of Honour, Officer of the Order of Arts and Letters, ഇറ്റലിയിൽ നിന്നുള്ള Cavalier of the Order of Merit of the Italian Republic എന്നീവ നേടിയ ലോകത്തിലെ അപൂർവ്വം പ്രതിഭകളിലൊരാളാണ് ആന്ദ്രേ കൊഞ്ചലോവ്സ്കി. പ്രസിദ്ധ റഷ്യൻ എഴുത്തുകാരൻ സെർഗി മിഖാൽഖോവ് കൊഞ്ചലോവ്സ്കിയുടെ പിതാവും സംവിധായകൻ നികിത മിഖാൽഖോവ് അദ്ദേഹത്തിന്റെ സഹോദരനുമാണ്. വരും കാലങ്ങളിലും ലോകസിനിമയിൽ തന്റേതായ സംഭാവനകളുമായി ആന്ദ്രേ കൊഞ്ചലോവ്സ്കി സജീവമായിരിക്കുമെന്ന് തന്നെ നമുക്ക് പ്രതീക്ഷിക്കാം.

ചാട്ടവാറടിയും ജയിലഴികളും അതിജീവിക്കുന്ന ഇറാൻ ചലച്ചിത്രകാരൻ

"I'm not an exile": Keyvan Karimi

'റൈറ്റിംഗ് ഓൺ ദ സിറ്റി' (Writing on the City) എന്ന ഡോക്യുമെന്ററി സംവിധാനം ചെയ്തതിന്റെ പേരിലാണ് യുവചലച്ചിത്രകാരൻ കെയ്‌വാൻ കരിമി (Keyvan Karimi) യെ ഇറാനിലെ കോടതി ഇരുന്നൂറ്റി ഇരുപത്തി മൂന്ന് ചാട്ടവാറടിക്കും ആറു വർഷത്തെ തടവിനും ശിക്ഷിക്കുന്നത്. അന്താരാഷ്ട്ര ചലച്ചിത്ര സമൂഹത്തിന്റേയും ആംനെസ്റ്റി ഇന്റർനേഷനിലിന്റേ (Amnesty International) യും നിരന്തരമായ അഭ്യർത്ഥനകളും സമ്മർദ്ദവും കാരണം ജയിൽശിക്ഷ ഒരു വർഷമായി ചുരുക്കിയെങ്കിലും ചാട്ടവാറടിയിൽ ഒരു ഇളവും കോടതി കെയ്‌വാന് അനുവദിച്ചില്ല. അന്താരാഷ്ട്ര മനുഷ്യാവകാശകമ്മീഷൻ ഒരു ശിക്ഷാരീതിയെന്ന നിലയിൽ ചാട്ടവാറടി നിരോധിച്ചിട്ട് വർഷങ്ങൾ കഴിഞ്ഞു. 'മനുഷ്യത്വരഹിതവും അപമാനകരവുമെ'ന്ന് കമ്മീഷൻ വിശേഷിപ്പിച്ച ശിക്ഷാരീതിക്കെതിരെ ലോകമെമ്പാടുമുള്ള മനുഷ്യാവകാശസംഘടനകളും ഭരണകൂടങ്ങളും നിലകൊള്ളുമ്പോഴും നൂറ്റാണ്ടുകൾക്ക് മുമ്പ് പുരാതന റോമാസാമ്രാജ്യത്തിൽ ആരംഭിച്ച ചാട്ടവാറടി ഇന്നും ഒരു ശിക്ഷാമാർഗ്ഗമായി ചില രാജ്യങ്ങൾ സ്വീകരിക്കുന്നുണ്ടെന്നത് ഇരുണ്ട ഭൂതകാലത്തിലേക്കുള്ള തിരിച്ചുപോക്കായി വിലയിരുത്തപ്പെടേണ്ടതാണ്. പണ്ട് കാലത്ത് റോമിൽ കുറ്റവാളികളെ കുരിശിലേറ്റുന്നതിനു മുമ്പ് ചാട്ടകൊണ്ടടിക്കുക പതിവായിരുന്നു. പ്രസിദ്ധമായ ജൂതഗ്രന്ഥം 'തോറ' (The Torah) ഒരു കുറ്റവാളിക്കും നാൽപ്പത് ചാട്ടവാറടിയിൽ കൂടുതൽ നൽകാൻപാടില്ലെന്ന് നിഷ്കർഷിച്ചിരുന്നു.

ഇംഗ്ലണ്ടിൽ കുപ്രസിദ്ധമായ ചാട്ടവാറടി നിയമം (Whipping Act) പ്രാബല്യത്തിൽ വരുന്നത് 1530ലാണ്. അമേരിക്കയിൽ, അടിമക്കച്ചവടക്കാലത്ത് അടിമകളെ 'അച്ചടക്കമുള്ള'വരാക്കാനായി ഉടമസ്ഥർ അവരെ ചാട്ടകൊണ്ട് അടിക്കാറുണ്ടായിരുന്നതെന്ന് ചരിത്രം രേഖപ്പെടുത്തുന്നുണ്ട്. റഷ്യയിൽ പ്രാകൃതമായ ഈ ശിക്ഷാ സമ്പ്രദായം 1845ൽ നിരോധിക്കപ്പെട്ടു. ഇംഗളണ്ട് 1948ൽ ശിക്ഷാരീതികളിൽ നിന്ന് ചാട്ടവാറടി പൂർണ്ണമായും ഒഴിവാക്കിയിരുന്നു. അടിമത്വത്തിനെതിരെ ലോകം മുഴുവൻ നടന്ന പ്രതിഷേധങ്ങൾക്ക് ശേഷം അതിലെ പ്രധാന ശിക്ഷരീതിയായ ചാട്ടവാറടി പ്രാകൃതമാണെന്ന് തിരിച്ചറിയപ്പെട്ടുകയും അത് നിരോധിക്കയും ചെയ്യുകയുമായിരുന്നു. എന്നാൽ, മനുഷ്യത്വഹീനവും തികച്ചും അപമാനകരവുമായ ഈ ശിക്ഷ ഇപ്പോഴും പിന്തുടരുന്ന ചില രാജ്യങ്ങൾ ലോകത്തിലുണ്ടെന്നത് നമ്മെ അത്ഭുതപ്പെടുത്തുന്നു. ഇറാൻ, ഇന്തോനേഷ്യ, സുഡാൻ, മാലി തുടങ്ങിയ രാജ്യങ്ങൾ അവയിലുൾപ്പെടുന്നു. ഈ പശ്ചാത്തലത്തിൽ, ഇറാനിലെ യുവചലച്ചിത്രകാരൻ കെയ്‌വാൻ കരീമിയെ 223 ചാട്ടവാറടിക്കും ആറുവർഷക്കാലത്തെ ജയിൽവാസത്തിനും ഇറാനിലെ കോടതി ശിക്ഷിച്ചത് ലോകം ഞെട്ടലോടെയാണ് അറിഞ്ഞത്. 'രാജ്യവിരുദ്ധപരാമർശങ്ങൾ അടങ്ങുന്ന ഡോക്യുമെന്ററി സംവിധാനം ചെയ്തു' എന്ന കുറ്റത്തിനുള്ള ഈ ശിക്ഷ രാജ്യത്തെ ഒറ്റപ്പെട്ട സംഭവമല്ലെന്നാണ് സമീപകാലത്ത് ഇറാൻ ചലച്ചിത്രരംഗം നേരിടുന്ന സംഭവങ്ങൾ സൂചിപ്പിക്കുന്നത്.

റേസാ മിഹാൻദേസ്ത്

പനാഹി.

വർഷങ്ങളായി ലോകസിനിമയിൽ മികച്ച അംഗീകാരങ്ങൾ നേടുമ്പോഴും ഇറാനിലെ ചലച്ചിത്രപ്രവർത്തകർ സ്വന്തം രാജ്യത്തിനകത്ത് നേരിടുന്ന അധികാര വ്യവസ്ഥയുടെ കടന്നുകയറ്റങ്ങളുടെ ചരിത്രം അവസാനിക്കുന്നില്ല. ജയിലറകളിലും വീട്ടു തടങ്കലിലുമായി വർഷങ്ങൾ കഴിഞ്ഞ പ്രശസ്ത ഇറാൻ സംവിധായകൻ ജാഫർ പാനഹി (Jafar Panahi) ക്ക് രാജ്യത്തു നിന്ന് പുറത്തുകടക്കാൻ അനുവാദമില്ലാത്തതിനാൽ, അന്താരാഷ്ട്ര മേളകളിലെ പുരസ്കാരങ്ങൾ സ്വികരിക്കാൻ കഴിയാറില്ല. അദ്ദേഹത്തിനായി ഒരുക്കിയ ഇരിപ്പിടം ഒഴിച്ചിട്ട് ചലച്ചിത്രമേളകൾ ഇറാൻ ഭരണാധികാരികാരികളോട് പ്രതിഷേധം രേഖപ്പെടുത്തുക

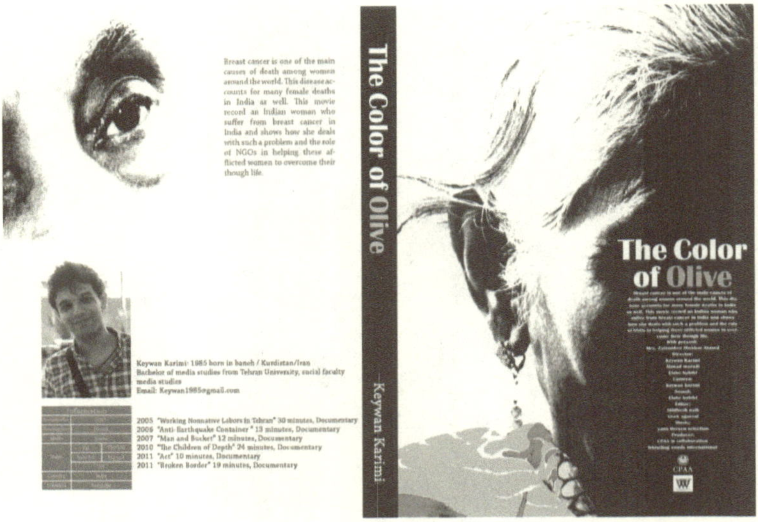

പതിവാണ്. പുരസ്കാരം സ്വീകരിക്കാൻ സ്വന്തം മകളെ അയച്ച് തന്റെ പ്രസംഗം അവരെക്കൊണ്ട് വായിപ്പിച്ച സന്ദർഭങ്ങളും പനാഹിയുടെ ചലച്ചിത്ര ജീവിതത്തിൽ വിരളമല്ല. തന്റെ 'ദിസ് ഈസ് നോട്ട് എ ഫിലി'മെന്ന ചിത്രം പെൻഡ്രൈവിൽ കോപ്പി ചെയ്ത്. കേക്കിനകത്തു ഒളിച്ചുവെച്ച് രാജ്യത്തിനു പുറത്തുകടത്തിയാണ് അദ്ദേഹം വിദേശ മേളകളിൽ പ്രദർശിപ്പിച്ചിരുന്നത്. ഭരണകൂടത്തിനെതിരെ പരാമർശങ്ങളുള്ള സിനിമകൾ സംവിധാനം ചെയ്യുന്ന കുറ്റത്തിന് ജയിലിൽ കിടക്കുമ്പോഴാണ്, പ്രശസ്ത ഇറാൻ ചലച്ചിത്രകാരൻ മുഹമ്മദ് റസലോഫി (Mohammed Rasoulof) ന്റെ 'ദേർ ഈസ് നോ ഈവിൾ' (There is no evil) 2020 ലെ ബെർലിൻ ചലച്ചിത്രോത്സവത്തിൽ മികച്ച ചിത്രത്തിനുള്ള ഗോൾഡൻ ബെയർ പുരസ്കാരം നേടുന്നത്. റസ്സോഫിനു പകരം മേളയിൽ പുരസ്കാരം സ്വികരിച്ച, ചിത്രത്തിലെ നടിയും അദ്ദേഹത്തിന്റെ മകളുമായ ബറാൻ റസലോഫ്, സ്വന്തം പിതാവും അതുപോലുള്ള പലരും രാജ്യത്ത് നേരിടുന്ന അവസ്ഥയിൽ പ്രതിഷേധം രേഖപ്പെടുത്തി. രാജ്യത്തിലെ പ്രധാനപ്പെട്ട ഒരു പത്രപ്രവർത്തകയെക്കുറിച്ച് പത്തു വർഷങ്ങൾക്ക് മുമ്പ് ഡോക്യുമെന്ററി സംവിധാനം ചെയ്ത ഇറാൻ ചലച്ചിത്രകാരൻ റേസാ മിഹാൻദൂസ്തിനെ (Reza Mihandoust) നെ മൂന്ന് വർഷത്തെ തടവിനാണ് ഇറാനിലെ കോടതി ശിക്ഷിച്ചത്. ഇറാനിലെ പത്രപ്രവർത്തക മാസിഹ് അലിനെജാദി (Masih Alinejad)നെക്കുറിച്ച്, 2009ൽ മിഹാൻദൂസ്ത് *The Crown of Thorns*

എന്ന ഡോക്യുമെന്ററി സംവിധാനം ചെയ്തിരുന്നു. മാസിഹ്മായി ചേർന്ന് രാജ്യത്ത് അട്ടിമറിശ്രമങ്ങൾ നടത്തിയെന്ന കുറ്റമാണ് മിഹാൻദൂസ്തിന്റെ പേരിൽ ഭരണകൂടം ഇപ്പോൾ ആരോപിക്കുന്നത്. എന്നാൽ മാസിഹും തന്റെ സഹോദരൻ മിഹാൻദൂസ്തും തമ്മിൽ സാധാരണ സൗഹൃദം മാത്രമേയുള്ളൂവെന്ന് അദ്ദേഹത്തിന്റെ സഹോദരി വെളിപ്പെടുത്തുന്നുണ്ട്. 2000 കളിൽ പത്രപ്രവർത്തനം നടത്തികൊണ്ടിരിക്കെ, ഭരണത്തിലെ അഴിമതിയേക്കുറിച്ച് മാസിഹ് തന്റെ പത്രത്തിൽ വാർത്തകൾ കൊടുക്കാറുണ്ടായിരുന്നതാണ് ഭരണകൂടത്തെ ചൊടിപ്പിച്ചത്. പ്രസ്സ് പാസ്സ് പിൻവലിച്ച്, അറസ്റ്റ് ചെയ്യുമെന്ന് ഭീഷണിപ്പെടുത്തിയതോടെ 2009 ൽ അലിനെ ജാദ് അമേരിക്കയിലേക്ക് കുടിയേറുകയായിരുന്നു. അവിടെ ഇറാനിലെ ഇസ്ലാമിക ഭരണത്തിനെതിരെയും പൊതുസ്ഥലങ്ങളിൽ ഹിജാബ് ധരിക്കണമെന്ന ഇറാൻ നിയമത്തിനെതിരേയും അവർ പ്രചരണ പരിപാടികൾ സംഘടിപ്പിച്ചുകൊണ്ടിരിക്കയാണ്. "പതിനൊന്ന് വർഷങ്ങൾക്ക് മുമ്പ് സംവിധാനം ചെയ്ത ഡോക്യുമെന്ററിയുടെ പേരിൽ ഇപ്പോൾ മിഹാൻദൂസ്തിനെ ശിക്ഷിച്ച് തടവിലിടുന്നത് തികച്ചും അപഹാസ്യമാണ്" അവർ പ്രതികരിക്കുന്നു. 2010 ലെ ഫീച്ചർ ഫിലിം *Whatever God Wants*, ടെലിവിഷൻ പരമ്പര *Glass Ceiling* and *It Could Happen to You too* എന്നിവയാണ് മിഹാൻദൂസ്തിന്റെ മറ്റ് ചിത്രങ്ങൾ.

മറ്റൊരു ഇറാൻ സംവിധായിക മറിയം ഇബ്രാഹിംവന്ദി (Maryam ebrahimvand) യെ ഇറാൻ കോടതി പത്തര വർഷത്തെ തടവിനു

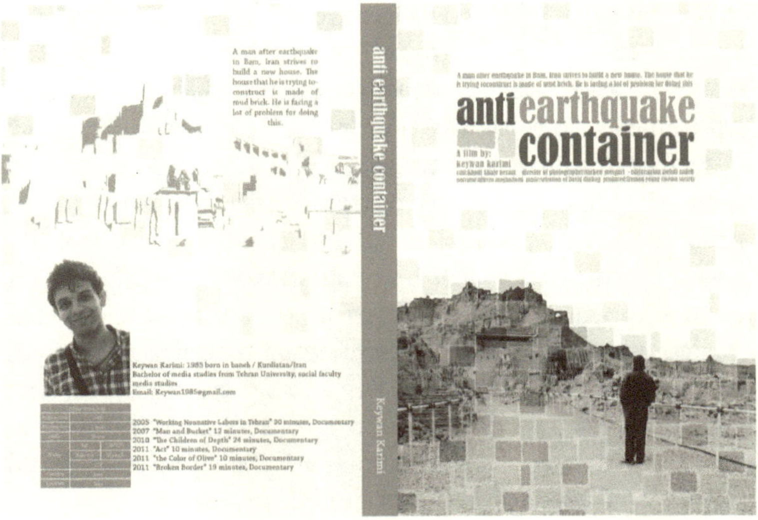

ശിക്ഷിക്കുന്നത് അവർ സംവിധാനം ചെയ്ത ചിത്രങ്ങളിൽ അശ്ലീലമുണ്ടെന്ന് ആരോപിച്ചാണ്. അവരുടെ Girls' Prison എന്ന ചിത്രം ബലാൽസംഗത്തിനുവിധേയരാവുന്ന ഇറാൻസ്ത്രീകളുടെ ജീവിതം വിമർശനാത്മകമായി പരിശോധിക്കുന്നു. മറ്റൊരു ചിത്രമായ September 24 ൽ ഇറാനിൽ നിന്ന് ബുദ്ധിജീവികൾ പുറംരാജ്യങ്ങളിലേക്ക് കുടിയേറാൻ പ്രധാന കാരണം, രാജ്യത്തെ റവല്യൂഷണറി ഗാർഡുകളുടെ അതിക്രമങ്ങളാണെന്നാണ് അവർ സ്ഥാപിക്കുന്നത്. 2020 നവമ്പറിലാണ് ഇറാനിലെ കോടതി അവർക്ക് ശിക്ഷ വിധിക്കുന്നത്.

2010 മാർച്ചിൽ മൊഹമ്മദ് റസ്ലോഫിനേയും പ്രസിദ്ധ ഇറാൻ സംവിധായകൻ ജാഫർ പനാഹിയേയും(Jafar Panahi)'ദേശീയ സുരക്ഷയ്ക്കും രാജ്യത്തിനുമെതിരായി പ്രചരണങ്ങൾ നടത്തി'യെന്ന കുറ്റത്തിൽ ഇറാൻ കോടതി ആറു വർഷത്തേക്ക് ശീക്ഷിച്ചിരുന്നു. പനാഹിയോടൊപ്പം ശിക്ഷിക്കപ്പെട്ട ഇറാനിലെ നടി മർസിയെഹ് വഫമെഹ് റിയെ (Marzieh Vafamehr) ഗ്രനാസ് മൗസ്സവി (Granaz Moussavi)യുടെ 'മൈ ടെഹ്റാൻ ഫോർ സെയ്ൽ' (My Tehran for Sale, 2009) ലിൽ അഭിനയിയിച്ച കുറ്റത്തിനാണ് തൊണ്ണൂറ് ചാട്ടവാറടികും ഒരു വർഷത്തെ ജയിൽവാസത്തിനും കോടതി ശിക്ഷിക്കുന്നത്. ഇസ്ലാമിക നിയമങ്ങൾക്ക് വിരുദ്ധമായ രീതിയിൽ ചിത്രത്തിലഭിനയിച്ച എന്നതായിരുന്നു അവർക്കെതിരെയുള്ള ആരോപണം. ജനാധിപത്യ രീതിയിൽ ഭരണത്തിലെത്തിയ ഇറാനിലെ ഭരണകൂടം ആയത്തുള്ള

ഖൊമേനിയുടെ യഥാസ്ഥിതിക നിലപാടുകൾ തന്നെയാണ് പിന്തുടരുന്നത്. 2014 ലെ കാൻ ചലച്ചിത്രമേളയിൽ, A Separation എന്ന പ്രസിദ്ധ ഫർഹാദി സിനിമയിലേ നടി ലൈല ഹതാമി (Leila Hatami) 83 കാരനായ കാൻ ഫെസ്റ്റിവൽ പ്രസിഡന്റ് Gilles Jacob ന്റെ കവിളിൽ ചുംബിച്ചപ്പോൾ തീവ്രവലതുപക്ഷക്കാരായ റവല്യൂഷണറി ഗാർഡിന്റെ വിദ്യാർത്ഥി വിഭാഗം നൽകിയ പരാതിയിൽ ലെയ് ലാ ഹതാമിയെ ഇസ്ലാമിക നിയമം 638 ആം വകുപ്പനുസരിച്ച് ശിക്ഷിക്കാൻ ഭരണകൂടത്തോട് ആവശ്യപ്പെട്ടിരുന്നു. രാജ്യത്ത് നിലവിലുള്ള മതാചാരങ്ങൾ ലംഘിച്ചതിന്റെ പേരിൽ നിയമമനുസരിച്ചുള്ള പരസ്യ ചാട്ടവാറടിക്ക് നടിയെ വിധേയയാക്കണമെന്ന് അവർകൊടുത്ത നിവേദനത്തിൽ ആവശ്യപ്പെട്ടിരുന്നു. അന്താരാഷ്ട്ര ചലച്ചിത്രരംഗത്ത് ഇറാൻ സിനിമയ്ക്ക് പ്രശസ്തി നേടിക്കൊണ്ടിരിക്കുമ്പോഴും രാജ്യത്തെ ഭരണത്തിൽ തീവ്രമതസംഘടനകൾക്കുള്ള മേൽക്കൈയാണ് ഇത്തരം സംഭവങ്ങൾ അടിവരയിടുന്നത്. ചലച്ചിത്രരംഗത്ത് മാത്രമൊതുങ്ങുന്നവയല്ല ഈ നടപടികളെന്നു ലോകം തിരിച്ചറിയുന്നുണ്ട്. ഇറാൻ പ്രസിഡന്റ് Mahmoud Ahmadinejad വെനിസ്വലേയയിലെ പ്രസിഡന്റ് ചാവേസിന്റെ ശവസാംസ്കാരചടങ്ങിൽ പങ്കെടുത്തപ്പോൾ ചാവേസിന്റെ വൃദ്ധമാതാവിനെ ആലിംഗനം ചെയ്തത് മതനേതാക്കൾക്കിടയിൽ വൻ പ്രതിഷേധങ്ങൾക്കിടയാക്കിയിരുന്നു.

ഇവയുടെ തുടർച്ചയായാണ് കെയ്‌വാൻ കരിമിയുടെ ശിക്ഷ. 2016 ൽ വെനീസ് അന്താരാഷ്ട്ര ചലച്ചിത്രമേളയിൽ തന്റെ ആദ്യഫീച്ചർ ഫിലിം, 'ഡ്രമ്മി' (drum) ന്റെ ആദ്യ പ്രദർശനം നടന്നുകൊണ്ടിരിക്കുമ്പോൾ, ചിത്രത്തിന്റെ സംവിധായകൻ കെയ്‌വാൻ ടെഹ്റാനിലെ എവിൻ (Evin) ജയിലിൽ തടവിൽ കിടക്കുകയായിരുന്നു. 2013-ൽ അദ്ദേഹം സംവിധാനം ചെയ്ത ഡോക്യുമെന്ററി Writing on the City യിൽ രാജ്യത്തിനെതിരെ പ്രചരണം നടത്തിയെന്ന ആരോപണത്തിലാണ് കെയ്‌വാനെ 223 ചാട്ടവാറടിക്കും ഏഴു വർഷത്തെ തടവിനും ഇറാനിലെ കോടതി ശിക്ഷിക്കുന്നത്. Drum ന് ശേഷം Do You Know Anything About Omid? എന്ന തന്റെ പുതിയ ചിത്രത്തിന്റെ നിർമ്മാണവുമായി അദ്ദേഹം ഇപ്പോൾ മുമ്പോട്ട് പോയ്ക്കൊണ്ടിരിക്കുകയാണ്. ഇറാനിലെ കർദ് വിഭാഗത്തിൽപ്പെട്ട കെയ്‌വാൻ കരീമി ഉൾപ്പെട്ട വികസിത രാജ്യങ്ങളിലെ യുവചലച്ചിത്രപ്രതിഭകൾക്കായുള്ള കാൻ ഫിലിം ഫെസ്റ്റിവലിലെ പദ്ധതിയുടെ ഭാഗമായി ഒരു പരിപാടി റോട്ടർഡാമിൽ നടക്കുമ്പോൾ കോവിഡ് ലോകത്ത് പിടിമുറുക്കാൻ തുടങ്ങിയിരുന്നു. അതുകാരണം റോട്ടർഡാമിൽ പങ്കെടുക്കാൻ കെയ്‌വാന് കഴിഞ്ഞില്ല.

കെയ്‌വാൻ കരീമി

എങ്കിലും ലോകം തന്റെ ചിത്രം തിരിച്ചറിയുമെന്ന പ്രതീക്ഷ അദ്ദേഹം കൈവിട്ടുന്നില്ല. ഈ അടുത്ത് Screen Daily ഓൺലൈൻ മാസികക്ക് നൽകിയ അഭിമുഖത്തിൽ ഇറാൻ ഭരണകൂടത്തിന്റെ ചലച്ചിത്രപ്രവർത്തകരോടുള്ള ഫാസിസ്റ്റ് സമീപനങ്ങളേക്കുറിച്ചും, തന്റെ പുതിയ ചിത്രത്തേക്കുറിച്ചും സംവിധായകൻ തുറന്നു പറയുന്നുണ്ട്. പുതിയ ചിത്രം Do You Know Anything About Omid? തന്റെ ജയിലനുഭവങ്ങളാണ് രേഖപ്പെടുത്തുന്നതെന്ന് വെളിപ്പെടുത്തുന്ന കെയ്‌വാൻ, സ്വന്തം കുട്ടിയെ നഷ്ടപ്പെട്ട മദ്ധ്യവയസ്കരുടെ ജീവിതം പറയുന്ന ചിത്രത്തിൽ അന്വേഷണം അവരെ എത്തിക്കുന്നത് രാഷ്ട്രീയ തടവുകാരായി അവർ കഴിഞ്ഞ ഭൂതകാലത്തിലേക്കും കുട്ടിയുമായുള്ള അവരുടെ ബന്ധത്തിലേക്കുമാണെന്ന് വെളിപ്പെടുത്തുന്നു.

"ഇറാനിൽ സിനിമകൾക്കായി പ്രത്യേക ഫണ്ട് ഇല്ല. യൂറോപ്പിലുള്ളതുപോലെ CNC യോ World cinemaയോപോലുള്ള ചലച്ചിത്ര നിർമ്മാണ സംവിധാനങ്ങൾ ഞങ്ങൾക്കില്ല. ഭരണകൂടത്തിന് അനഭിമതനായതിനാൽ, ഗവർമെന്റിന്റെ ഭാഗത്ത് നിന്ന് ഒരു സഹായവും എനിക്ക് ലഭിക്കില്ലെന്ന് തീർച്ചയാണ്." കെയ്‌വാൻ പറയുന്നു. ലോകം മുഴുവനുമുള്ള ചലച്ചിത്രപ്രവർത്തകരുടേയും, ഇറാനിലെ മഖ് മൽബഫിനേയും ജാഫർ പനാഹിയേയും പോലുള്ളവരുടേയും അഭ്യർത്ഥനകളുടെ പേരിൽ, ആറു വർഷത്തെ കെയ്‌വാന്റെ ജയിൽശിക്ഷ ഒരു വർഷത്തേക്ക് ചുരുക്കിയെങ്കിലും ചാട്ടവറടിയിൽ ഒരു മാറ്റവുമുണ്ടായില്ല. സുന്നി മുസ്ലിം വിഭാഗത്തിൽ, കുർദിഷ് വംശജനായ കെയ്‌വാന്റെ

ഡോക്യുമെന്ററി 'റൈറ്റിങ്ങ് ഓൺ ദ സിറ്റി' യ്ക്കെതിരെ രാജ്യത്ത് പ്രതിഷേധം ആരംഭിക്കുന്നത് ഇറാനിലെ റവല്യൂഷണറി ഗാർഡ്സ് ആയിരുന്നു. 1979ലെ ഇസ്ലാമിക വിപ്ലവകാലം മുതൽ, 2009 ലെ പ്രസിഡന്റ് തെരഞ്ഞെടുപ്പിലെ ഗ്രീൻ മൂവ്മെന്റിന്റെ ഇടപെടൽ വരെയുള്ള കാലഘട്ടത്തിൽ ടെഹ്റാൻ തെരുവിലെ ചുമരുകളിൽ പ്രത്യക്ഷപ്പെടുന്ന ചുമരെഴുത്തുകളുടെ ചരിത്രമാണ് ചിത്രം രേഖപ്പെടുത്തുന്നത്. 2013 ൽ ചിത്രത്തിന്റെ ട്രെയിലർ യൂട്യൂബിൽ വന്നപ്പോൾ 15 ദിവസത്തെ ഏകാന്ത തടവിന് കെയ്വാനെ ഭരണകൂടം ശിക്ഷിച്ചിരുന്നു "നിലവിലെ വ്യവസ്ഥ അട്ടിമറിക്കാൻ ശ്രമിച്ചെന്നതിനുപുറമെ മദ്യപാനം, ലൈംഗികചിത്രനിർമ്മാണം, വിവാഹേതരസ്ത്രീബന്ധം തുടങ്ങി പല കുറ്റങ്ങളുമാരോപിച്ച് കെയ്വാനെ തടവിലിട്ടതിൽ ലോകത്തിലെ സിനിമാപ്രവർത്തകർ ശക്തമായി പ്രതിഷേധിച്ചിരുന്നു. അക്കൊല്ലത്തെ കാൻ ചലച്ചിത്രോൽസവത്തിൽ, യൂറോപ്പിലെ മുപ്പത് പ്രധാന സിനിമാസംഘടനകൾ കെയ്വാന്റെ ശിക്ഷ ഇളവ് ചെയ്യാൻ ഇറാൻ ഭരണകൂടത്തോട് അഭ്യർത്ഥിച്ചു. പല ചലച്ചിത്ര പ്രവർത്തകരും ചെയ്യുന്നതു പോലെ ഇറാൻ വിടാൻ കെയ്വാൻ തയ്യാറില്ല.

"ഞാൻ രാഷ്ട്രീയപ്രവർത്തകനല്ല, ഭരണകൂടത്തെ എതിർക്കുന്നു എന്നതുകൊണ്ടല്ല എന്നെ ജയിലിടക്കുന്നത്, ഞാൻ ഒരു ചലച്ചിത്രകാരനായതിനാലാണ്. എന്റെ കലാപ്രവർത്തനം ഒരു രാഷ്ട്രീയപ്രവർത്തനമായാണ് ഭരണകൂടം കാണുന്നത്. ഇത് ഇറാനിലെ ഇന്നത്തെ അവസ്ഥയുടെ തനിനിറം വെളിപ്പെടുത്തുന്നുണ്ട്." കരീമി തുടരുന്നു. "ആറുവർഷം ജയിലിൽ കിടക്കാനായി എന്തു കുറ്റമാണ് ഞാൻ ചെയ്തതെന്ന് എനിക്കറിയില്ല. ഞാൻ ഗവർമ്മെന്റിനെക്കുറിച്ച് പറയുന്നു, സമൂഹത്തേക്കുറിച്ച് പറയുന്നു, ചുമരെഴുത്തുകളെക്കുറിച്ചും ജോലിക്കാരെക്കുറിച്ചും പറയുന്നു. എന്റെ സിനിമകൾ കണ്ട ശേഷം ഇതിൽ അഭിപ്രായം പറയുക."

ഇറാൻ ജനതയുടെ പ്രതികരണവും പ്രതിഷേധവും രേഖപ്പെടുത്തപ്പെടുന്ന ചുവരെഴുത്തുകൾ

ഇറാനിലെ ജീവിതത്തിന്റെ പ്രധാഭാഗമായി മാറുന്ന ചുമരെഴുത്തുകൾ പല വിഭാഗങ്ങളിലായി നഗരപരിസരങ്ങളിൽ നമുക്ക് കാണാൻ കഴിയും. ഗവർമ്മെന്റ് ഏജൻസികളുടെ പരസ്യവിഭാഗങ്ങൾ എഴുതുന്നവയും ജനങ്ങൾ എഴുതുന്ന അഭിപ്രായങ്ങളുമാണ് ഇവയിൽ പ്രധാനമായി നമുക്ക് കാണാൻ കഴിയുക. നഗരം മോടിപിടിപ്പിക്കുന്നതിന്റെ ഭാഗമായി ടെഹ്റാൻ മുനിസിപ്പാലിറ്റി നഗരത്തിൽ അങ്ങിങ്ങായി മ്യൂറലുകൾ വരച്ച് വെച്ചിട്ടുണ്ട്. ഇറാനിലെ വിപ്ലവവും ഇസ്ലാമിക ഭരണകൂടത്തിന്റെ നയങ്ങളും അതിനെതിരെ ജനങ്ങളുടെ പ്രതിഷേധവുമൊക്കെ

ചുമരെഴുത്തുകളിൽ നമുക്ക് കാണാം. ജനാധിപത്യ പ്രവർത്തകർ തങ്ങളുടെ അവകാശങ്ങൾ ചുമരെഴുത്തുകളുടെ രൂപത്തിലാണ് ഭരണ കൂടത്തിന്റെ ശ്രദ്ധയിൽപ്പെടുത്തുന്നത്. ഇസ്ലാമികചുമരെഴുത്തുകളും നഗരത്തിൽ കാണാൻ കഴിയുന്നുണ്ട്. ഇറാനിലെ സങ്കീർണ്ണമായ സാമൂഹ്യ-രാഷ്ട്രീയപശ്ചാത്തലത്തിൽ ചുമരെഴുത്ത് ഒരു പ്രധാന ജനകീയ ആവിഷ്കാരരൂപമായി മാറിക്കഴിഞ്ഞിരിക്കുന്നു. അവഗണിക്കപ്പെടുന്ന അരികുജീവിതങ്ങളുടെ രാഷ്ട്രീയവും സാംസ്കാരികവുമായ പ്രതിഷേധങ്ങളും പ്രതിരോധങ്ങളും രേഖപ്പെടുത്താനുള്ള ജനകിയവഴികളിൽ പ്രധാനമായി ഇറാൻ ജനത ഈ ചുമരെഴുത്തുകൾ തിരിച്ചറിയുകയും അവ വിനിയോഗിക്കുകയും ചെയ്യുന്നുണ്ട്. ഭരണകൂടം നേതൃത്വം കൊടുക്കുന്ന ഔപചാരികസാംസ്കാരിക പരിസരങ്ങളോടുള്ള പ്രതിഷേധം തനത് ചിഹ്നങ്ങൾ വഴി ആവിഷ്കരിക്കുന്ന ഇറാനിലെ ചുമരെഴുത്തുകൾ, ഭരണ കർത്താക്കൾ ഗൗരവത്തോടെയാണ് എക്കാലത്തും നിരീക്ഷിക്കാറുള്ളത്. അതുകൊണ്ട് തന്നെയാണ് കെയ്‌വാൻ കരിമിയുടെ 'റൈറ്റിംഗ് ഓൺ ദ വാൾ 'രാജ്യത്തിനകത്തും പുറത്തും വളരെയധികം ചർച്ചകൾക്ക് വഴിയൊരുക്കിയത്.

കെയ്‌വാൻ കരിമിക്കെതിരെയുള്ള ഭരണകൂടത്തിന്റെ നടപടി ഇറാനിലെ ആവിഷ്കാരസ്വാതന്ത്ര്യം നേരിടുന്ന വെല്ലുവിളിയായിട്ടാണ് അന്താരാഷ്ട്രസമൂഹം കാണുന്നത്. 'രാജ്യത്തെ ആധുനിക ജീവിതവും രാഷ്ട്രീയ നിലപാടുകളും ആവിഷ്കരിക്കുന്ന ചിത്രങ്ങൾ സംവിധാനം ചെയ്യുന്ന, അന്താരാഷ്ട്ര പുരസ്കാരങ്ങൾ നേടിയ ചലച്ചിത്രകാരൻ ആറു വർഷത്തെ തടവിനും 223 ചാട്ടവാറടിക്കും ശിക്ഷിക്കപ്പെട്ടു' എന്നാണ് ലോകമാദ്ധ്യമങ്ങൾ ഈ സംഭവം റിപ്പോർട്ട് ചെയ്തത്. അതിന്റെ

അടിസ്ഥാനത്തിലാണ് അന്താരാഷ്ട്ര ചലച്ചിത്രലോകം കെയ്വാന്റെ മോചനത്തിനായി ഒന്നിച്ചുനിന്ന് ഇറാനിലെ ഭരണകൂടത്തിന് മേൽ സമ്മർദ്ദം ചെലുത്തിയതും ഭാഗികമായെങ്കിലും അത് വിജയം കണ്ടതും.

കെയ്വാൻ കരീമിയുടെ സിനിമാലോകം

1985 ൽ ഇറാനിൽ ജനിച്ച കരീമി ടെഹ്റാൻ സർവ്വകലാശാലയിൽ നിന്ന് കമ്മ്യൂണിക്കേഷൻ സ്റ്റഡീസിൽ ബിരുദം നേടിയശേഷം 1957 മുതൽ 1972 വരെ യൂറോപ്പിൽ സജീവമായിരുന്ന സിറ്റ്വേഷനിസ്റ്റ് ഇന്റർനേഷനലി (Situationist International)ന്റെ പ്രവർത്തകനായിരുന്നു . അവാന്ദ് ഗാർഡ് ചലച്ചിത്രകാരും സാമൂഹ്യ പ്രവർത്തകരും ഒന്നിച്ച് പ്രവർത്തിക്കുന്ന ഈ സംഘടനയുടെ ഇറാനിലെ പ്രധാന പ്രവർത്തകനായ കരീമി, ഷോർട്ട് ഫിലിമുകൾ നിർമ്മിച്ചുകൊണ്ടാണ് സിനിമാരംഗത്ത് വരുന്നത്. സിറ്റ്വേഷനിസ്റ്റ് ഇന്റെർനേഷനലിന്റെ പ്രധാന പ്രവർത്തകനായ ബെൽജിയം എഴുത്തുകാരൻ Raoul Vaneigem, കെയ്വാനും അദ്ദേഹത്തിന്റെ ചിത്രങ്ങൾക്കുമായി ഇങ്ങനെ എഴുതുന്നു:

ചുമർ ഒരു കണ്ണാടിയാണ്.
വീടിന്റേയും നഗരത്തിന്റേയും ലോകത്തിന്റേയും കണ്ണാടി.
ആകാശത്തിലെ മേഘങ്ങൾ പോലെ,
എല്ലാ രൂപങ്ങളുടേയും പ്രതിബിംബങ്ങൾ അതിൽ നമുക്ക് കാണാം.
ആ കണ്ണാടിയിലൂടേ കടന്നുപോകാൻ നാം പഠിച്ചുകഴിഞ്ഞു.
പണ്ട് കാണാതിരുന്നതെല്ലാം
ഇപ്പോൾ നമുക്ക് വ്യക്തമായി കാണാം.
ചുമരുകളുടെ സ്വാതന്ത്ര്യം ജയിൽഭിത്തികൾ തകർക്കുന്നു.
യാഥാർത്ഥ്യം വെളിവാക്കപ്പെട്ടപ്പോൾ.
സ്വപ്നങ്ങൾ യാഥാർത്ഥ്യങ്ങളാവുന്നു.
ആശയങ്ങളാൽ മൂടിവെക്കപ്പെട്ടവ നഗ്നമാക്കപ്പെടുന്നു.
ഒരു ദിവസം ചുമരുകൾ
നമ്മുടെ ആഗ്രഹങ്ങളെവെളിപ്പെടുത്തുകതന്നെ ചെയ്യും

കൊളംബിയ സർവ്വകലാശാലയിലെ ഇറാനിയൻ പഠനവിഭാഗം പ്രൊഫസർ ഹമിദ് ദബാഷി (Hamid Dabashi) Akhmatova, Mayakovsky, Keywan Karimi and me എന്ന തന്റെ ലേഖനത്തിൽ റഷ്യയിലെ സെന്റ് പീറ്റേഴ്സ്ബർഗ് ചലച്ചിത്രമേളയിൽ ജൂറി അംഗമായിരിക്കെ കെയ്വാനെ കണ്ടുമുട്ടിയതിനേക്കുറിച്ച് എഴുതുന്നുണ്ട്. അന്ന അക്മതോവയും മയക്കോവ്സ്കിയുമൊക്കെ പതിവായി സന്ദർശിക്കാറുണ്ടായിരുന്ന സെന്റ് പിറ്റേഴ്സ്ബർഗിലെ പുരാതനമായ സ്ട്രേ ഡോഗ് കഫെ (Stray Dog Cafe) കാണാനാഗ്രഹിച്ച ദബാഷിയെ അവിടെ എത്തിച്ച കെയ്വാൻ, യൂറോപ്യൻ സാഹിത്യത്തിലും സിനിമയിലുമുള്ള

🎬 കെയ് വാൻ കരിമി

തന്റെ അറിവിൽ അദ്ദേഹത്തെ അത്ഭുതപ്പെടുത്തി. കഫെയിൽ നിന്ന് അക്മതോവയുടെ വീട്ടിലേക്ക് പോകുന്നതിനിടയിൽ കെയ്‌വാൻ ഒരിടത്ത് അൽപ്പനേരം നിന്നു. അദേഹം ദാബിഷിയോട് പറഞ്ഞു. "ഇവിടെയാണ് ജോസ്സ് ബ്രോഡ്‌സ്കി താമസിച്ചിരുന്നത്." മയക്കോവസ്കിക്കും അക്മതോവയ്ക്കും പുറമെ മറ്റൊരു റഷ്യൻ കവി ജോസഫ് ബ്രോഡ്‌സ്കിയും ദബാഷിയിൽ നിറഞ്ഞുനിന്നു.

കെയ്‌വാൻ കരീമിയുടെ ആദ്യകാലഷോർട്ട് ഫിലിമുകൾ / ഡോക്യു മെന്ററികളിൽ Anti-Earthquake Container, Man and Bucket, The Children of Depth, Act എന്നിവ ശ്രദ്ധേയങ്ങളാണ്. ഇറാനിലെ ബാമി(Bam)ലുണ്ടായ ഭൂകമ്പത്തിൽ വീട് നഷ്ടപ്പെട്ട ഒരാൾ ചെളിയുപയോഗിച്ച് വീടുണ്ടാക്കാൻ ശ്രമിക്കുമ്പോൾ നേരിടുന്ന പ്രയാസങ്ങളാവിഷ്കരിക്കുന്ന ചിത്രം Anti-Earthquake Container 2008ൽ ഇറാനിലെ Sanandaj ൽ നടന്ന കർദിഷ് ചലച്ചിത്രമേളയിൽ അമ്പത് ചിത്രങ്ങളിൽ നിന്ന് മികച്ച ഡോക്യുമെന്ററിയായി തിരഞ്ഞെടുക്കപ്പെട്ടിരുന്നു. The Children of Depth, ഇറാനിലെ കുട്ടികളുടെ കോടതിയും അവിടത്തെ നിയമവ്യവസ്ഥയുമാണ് ആവിഷ്കരിക്കുന്നത്. 2011ലെ സ്തനാർബ്ബുദചികിൽസയുമായി ബന്ധപ്പെട്ട ചിത്രം The Color of Olive അത് ബാധിച്ച ഒരു ഇന്ത്യൻ സ്ത്രീയുടെ ജീവിതം ദൃശ്യവൽക്കരിക്കുമ്പോൾ, ഈ മേഖലയിൽ രാജ്യത്തെ എൻ.ജി.ഒ.കളുടെ സേവനം എടുത്തുപറയുന്നുണ്ട്. 2011-ലെ മറ്റൊരു ചിത്രം Actൽ മൾട്ടിപ്പിൾ സിറോസിസിന്റെ (MS) കാരണങ്ങളറിയാൻ പറ്റാത്ത അവസ്ഥയും

കൃത്യമായ ചികിൽസയില്ലാത്തതിനാൽ ഇറാനിലെ ജീവിതങ്ങളിലു ണ്ടാകുന്ന ദുരന്തങ്ങളുമാണ് കെയ്‌വാൻ ആവിഷ്കരിക്കുന്നത്. വൻപണ ച്ചിലവ് ആവശ്യപ്പെടുന്ന ചികിൽസയും ആശുപത്രി സൗകര്യങ്ങളുടെ അപര്യാപ്തയും രേഖപ്പെടുത്തുന്ന ചിത്രം, ഇറാനിൽ വർദ്ധിച്ചുവരുന്ന മൾട്ടിപ്പിൾ സിറോസിസ് രോഗികൾക്കുള്ള കാരണങ്ങളിൽ മുഖ്യമായി സൂചിപ്പിക്കുന്നത്, സമൂഹത്തിൽ ഏറിവരുന്ന മാനസിക സമ്മർദ്ദ ങ്ങളാണ്. ഇറാനിലെ Kahrizak ആശുപത്രിയിലെ രോഗികളെ കേന്ദ്രീകരിച്ച് നിർമ്മിച്ച ചിത്രം 2011-ൽ മുംബൈയിൽ നടന്ന The First Film Festival of Whistling Woods Studentsൽ മികച്ച ഡോക്യുമെന്ററിക്കുള്ള പുരസ്കാരം നേടിയിരുന്നു. കെയ്‌വാൻ 2012 ൽ സംവിധാനം ചെയ്ത ഡോക്യുമെന്ററി *Broken Border* ഇറാൻ-ഇറാഖ് അതിർത്തിയിലെ പെട്രോൾ കള്ളക്കടത്താണ് പ്രമേയമാക്കുന്നത്. ചിത്രം 65 അന്താരാഷ്ട്രമേളകളിൽ പ്രദർശിപ്പിച്ച് ഒമ്പത് പുരസ്കാരങ്ങൾ നേടിയിരുന്നു.

പതിനൊന്ന് മിനുട്ട് മാത്രം ദൈർഘ്യമുള്ള 'ദമ്പതികളുടെ സാഹസികത' (The adventure of a married couple) എന്ന ഷോർട് ഫിലിമോടെയാണ് കെയ്‌വാൻ കരിമി ലോകസിനിമയിൽ തന്റെ സ്ഥാനം രേഖപ്പെടുത്തുന്നത്. 2013 ൽ സംവിധാനം ചെയ്ത ബ്ലേക്ക് ഏൻഡ് വൈറ്റ് ചിത്രം, പ്രശസ്ത ഇറ്റാലിയൻ എഴുത്തുകാരൻ ഇറ്റാലോ കാൽവിനോ (Italo Calvino) യുടെ അതേ പേരിലുള്ള ചെറു കഥയുടെ ചലച്ചിത്രാവിഷ്കാരമാണ്. മിനിലിസ്റ്റ് സിനിമക്ക് കൃത്യമായ ഉദാഹരണമായ ചിത്രം വ്യത്യസ്ത ഷിഫ്റ്റുകളിലായി ഫാക്ടറിയിൽ ജോലി ചെയ്യുന്ന ദമ്പതികളുടെ, തികച്ചും യാന്ത്രികമായ ജീവിതം ആവിഷ്കരിക്കു ന്നു. രാത്രിഷിഫ്റ്റിൽ ജോലിചെയ്യുന്ന ഭർത്താവിനും പകൽ ഡ്യൂട്ടിയെ ടുക്കുന്ന ഭാര്യക്കും ഒരുമിച്ച് ചിലവിടാൻ സമയം കിട്ടുന്നില്ല. കാലത്ത് ഡ്യൂട്ടി കഴിഞ്ഞെത്തുന്ന ഭർത്താവ് കാപ്പിയുണ്ടാക്കി ഭാര്യക്ക് കൊടുത്ത് അവളെ ജോലിക്കായി വിടുന്നു. പിന്നീട് ഉറങ്ങാനായി പോകുന്ന അയാൾ കിടക്കയിലെ തന്റെ ഭാഗത്തെ തണുപ്പ് അറിഞ്ഞ്, രാത്രി ഭാര്യ കിടന്നിരുന്ന ഭാഗത്ത്, അവളുടെ ചൂടും സുഗന്ധവുമേറ്റ് കിടക്കുന്നു. വൈകീട്ട് വീട്ടിലെത്തുന്ന ഭാര്യ, ഭക്ഷണമുണ്ടാക്കി ഭർത്താവുമൊരുമിച്ച് കഴിച്ചശേഷം അയാളെ ജോലിക്കയക്കുന്നു. രാത്രി ഉറങ്ങാൻ കിട ക്കുന്ന അവൾ, ഭർത്താവിന്റെ കിടക്കയിലെ ഭാഗത്ത് തണുപ്പ് കണ്ട്, തന്റെ വശത്ത് കിടക്കുമ്പോൾ, താനില്ലാത്തപ്പോഴും ഭർത്താവ് തന്നെ ആശ്രയിക്കുന്നുണ്ടെന്ന സംതൃപ്തിയോടെയാണ് ഉറങ്ങുന്നത്. കാൽവി നോയുടെ മനോഹരമായ ഈ കഥ കെയ്‌വാൻ കരീമി, പതിനൊന്ന്

മിനിറ്റിൽ സംഭാഷണങ്ങളില്ലാതെ തീവ്രമായി ദൃശ്യവൽക്കരിക്കുന്നു. ഡ്യൂട്ടി കഴിഞ്ഞ് റെയിൽവേ സ്റ്റേഷനിലേക്ക് നടന്നുവരുന്ന ഭർത്താവിലാരംഭിക്കുന്ന ചിത്രം, തീവണ്ടിക്കകത്തിരുന്നുറങ്ങുന്ന അയാളുടെ മുഖത്തിന്റെ ക്ലോസ്സപ്പിൽ നിന്ന് നേരെ പോകുന്നത് വീട്ടിൽ ഉറങ്ങിക്കിടക്കുന്ന ഭാര്യയിലേക്കാണ്. അയാൾ വീട്ടിലെത്തി, കുളികഴിഞ്ഞ് ഭക്ഷണമേശയിലിരിക്കുമ്പോൾ, തിരക്കോടെ പ്രാതൽ കഴിക്കുന്ന ഭാര്യ ജോലിക്കായി പുറപ്പെടുന്നു. ബസ്സ് കയറി ഫാക്ടറിയിലെത്തി തന്റെ ജോലിയാരംഭിക്കുന്ന ഭാര്യ, ബെൽട്ടിലൂടെ കറങ്ങി വരുന്ന കുപ്പികളിൽ തങ്ങളുടെ യാന്ത്രിക ജീവിതമാണ് തിരിച്ചറിയുന്നത്. ഈ രീതിയിൽ തീൻമേശയിലെ നിശ്ശബ്ദതകളിൽ മാത്രം കണ്ടുമുട്ടുന്ന ദമ്പതികളുടെ ലോകത്തിനു പുറത്ത് തെരുവിൽ ജീവിതം ശബ്ദായമാനമാണ്. കുട്ടിയ്ക്കൊപ്പം നടന്നുപോകുന്ന സ്ത്രീ, ബസ്സ്സ്റ്റോപ്പിലെ ആൾക്കൂട്ടം എന്നിങ്ങനെ ജീവിതം പതിവുപോലെ മുമ്പോട്ട് പോകുമ്പോൾ, ദമ്പതികളുടെ ജീവിതത്തിൽ, ആണും പെണ്ണും കുട്ടിയും പ്രതിമകൾ മാത്രമായി അവശേഷിക്കുന്നു. വെള്ളമിറ്റു വീഴുന്ന പൈപ്പുകൾ, താൽപ്പര്യമില്ലാതെ കഴിക്കുന്ന ഭക്ഷണം. മടുപ്പോടെ ജീവിതം മുമ്പോട്ട് കൊണ്ടുപോകുന്ന ദമ്പതികൾക്ക അതൊരു സാഹസികകൃത്യമായി മാറുകയാണ്. കറുപ്പിലും വെളുപ്പിലുമുള്ള ഈ ജീവിതക്കാഴ്ച, കൃത്യമായും കാൽവിനോയുടെ കഥയുടെ ചലച്ചിത്രാവിഷ്കാരമാകുന്നുണ്ട്. ലോകത്തിലെ നാൽപ്പത് പ്രധാന ചലച്ചിത്രമേളകളിൽ പ്രദർശിപ്പിച്ച ചിത്രം, 2014 ൽ സ്പെയിനിൽ നടന്ന ചലച്ചിത്രമേളയിൽ ജൂറി പുരസ്കാരം കരസ്ഥമാക്കുകയും കൊളമ്പിയ ചലച്ചിത്രമേളയിൽ മികച്ച ഷോർട്ട് ഫിക്ഷൻ ഫിലിമായി അംഗീകാരം നേടുകയും ചെയ്തിരുന്നു.

റൈറ്റിങ്ങ് ഓൺ ദ സിറ്റി

കെയ്‌വാന്റെ വിവാദഡോക്യുമെന്ററി 'റൈറ്റിങ്ങ് ഓൺ ദ സിറ്റി' (Writing on the City) യുടെ ഷൂട്ടിങ്ങ് 2012 ലാണ് ആരംഭിക്കുന്നത്. ടെഹ്റാനിലെ ചുമരെഴുത്തുകൾ പ്രമേയമാക്കുന്ന അറുപത് മിനുട്ട് ചിത്രം 2015 ആഗസ്റ്റിൽ പൂർത്തിയായി. ചുമരുകൾ വിമർശനവേദികളാണ്. നഗരങ്ങൾക്കൊപ്പം ഉയർന്നുവരുന്ന അവ ശക്തരുടേയും ദുർബലരുടേയും മുഖങ്ങളും പേരുകളും വാക്കുകളും ഒരേപോലെ സ്വീകരിക്കുന്നു, പ്രദർശിപ്പിക്കുന്നു. അവയിൽ മുദ്രാവാക്യങ്ങളും കവിതകളും കീർത്തനങ്ങളും നമുക്ക് വായിക്കാം. നഗരവാസികളുടെ സ്വപ്നങ്ങളും ആഗ്രഹങ്ങളും അതിൽ നമുക്ക് തിരിച്ചറിയാം. ഇരുട്ടിൽ, തങ്ങളുടെ ഇരുണ്ട മാളങ്ങളിൽ നിന്ന് പുറത്തേക്ക് വന്ന്, ചുമരിൽ തങ്ങൾക്ക് പറയാനുള്ളവ എഴുതി തിരിച്ചുപോകുന്നവർ എന്ത് മാത്രം അസംതൃപ്തരാണെന്ന് അതു വായിച്ചാൽ നമുക്ക് മനസ്സിലാകും. പുതിയ ഒരു പ്രഭാതം സ്വപ്നം

കാണുന്ന ഇവർ, തങ്ങളുടെ ഭൂതകാലം മറക്കാനാണാഗ്രഹിക്കുന്നത്. ഇസ്ലാമിക വിപ്ലവത്തേക്കുറിച്ചും രാജ്യത്ത് നടന്ന മറ്റ് പ്രധാനപ്പെട്ട മാറ്റങ്ങളേക്കുറിച്ചും ചുമരുകൾ നമ്മെ ഓർമ്മിപ്പിക്കുന്നുണ്ട്. സ്വാതന്ത്ര്യത്തിന്റെ കരുത്തും ക്വസർ മുതൽ എവിൻ വരെയുള്ള ജയിലറകൾക്കകത്ത് വീർപ്പുമുട്ടിക്കഴിഞ്ഞതും / കഴിയുന്നതുമായ ഘനീഭവിക്കപ്പെട്ട /പ്പെടുന്ന വെറുപ്പും അവ രേഖപ്പെടുത്തുന്നുണ്ട്. (പ്രാചീനകാലത്ത് ഇറാനിലെ രാഷ്ട്രീയത്തടവുകാരെ പാർപ്പിച്ചിരുന്ന ക്വസർ ജയിൽ (Qasr Prison) ഇപ്പോൾ ഒരു മ്യൂസിയമാണ്. ടെഹ്റാനടുത്തുള്ള എവിൻ ജയിൽ (Evin Prison) 1972 ലാണ് നിർമ്മിക്കപ്പെട്ടത്). ഒരു ചുമരും അതെത്ര തന്നെ വെളുത്തിരുന്നാലും, അടയാളമോ, ചിഹ്നമോ ഇല്ലാതെ നമുക്ക് കാണാൻ കഴിയില്ല. എഴുത്തും ചുമരുകളും എല്ലായ്പ്പോഴും പരസ്പരം ചേർന്ന് തന്നെ നിൽക്കുന്നു; അതാണ് 'റൈറ്റിങ്ങ് ഓൺ ദ സിറ്റി'. കെയ്വാന്റെ 'റൈറ്റിങ്ങ് ഓൺ ദ സിറ്റി'യിൽ നാം ഇങ്ങനെ വായിച്ചു പോകുന്നു. *Writing on the City ലോകത്തിലാദ്യമായി സ്പെയിനിലെ Punto de vista മേളയിലാണ് പ്രദർശിച്ചത് അന്നത്തെ ഫെസ്റ്റിവൽ പ്രസിഡന്റ് ഓസ്കാർ അലെഗ്രിയ* (Oskar Alegria) പ്രദർശനം ഇങ്ങനെയോർമ്മിക്കുന്നു: "ഹാളിൽ തിങ്ങിനിറഞ്ഞ പ്രേക്ഷകർ ആദ്യന്തം സജീവരായിരുന്നു. പ്രേക്ഷകരെ ഉറക്കുന്ന ചിത്രങ്ങളല്ല ഞങ്ങൾ പ്രദർശിപ്പിക്കാറുള്ളത്, അവരെ ഉണർത്തുന്നവയാണ്. 'റൈറ്റിങ്ങ് ഓൺ ദ സിറ്റി' അത്തരമൊരു ചിത്രമാണ്. നിരവധി ചോദ്യങ്ങൾ പ്രേക്ഷകരുടെ മനസ്സിലുണർത്തുന്ന ചിത്രം. പ്രതിരോധിക്കാനും അനുകൂലിക്കാനും ചുമരുപയോഗിക്കുന്ന ജനങ്ങളെ നമുക്ക് കാട്ടിത്തരുന്ന ചിത്രം." അതിനു

റൈറ്റിങ്ങ് ഓൺ ദ സിറ്റി

ശേഷം ലോകചലച്ചിത്രരംഗം ഏറ്റെടുത്ത ചിത്രം, സ്പെയിൻ, ഫ്രാൻസ്, അർജന്റീന, സ്വിറ്റ്സ്സർലന്റ് എന്നിവിടങ്ങളിൽ പ്രദർശിപ്പിക്കപ്പെട്ടുകയും പുരസ്കാരങ്ങൾ നേടുകയും ചെയ്തു. അന്നത്തെ ലൊക്കാർണോ ഫെസ്റ്റിവലിലെ ആർടിസ്റ്റിക് ഡയറക്ടറായിരുന്ന ഗിയോണ നസ്സാറോ ചിത്രത്തേക്കുറിച്ച് ഇങ്ങനെ അഭിപ്രായപ്പെട്ടു: "ഇത് ഇറാനിലെ മാത്രമല്ല, ലോകത്തിന്റെ തന്നെ രാഷ്ട്രീയചിത്രമാണ്. ടെഹ്രാൻ മുഴുവൻ ഷായുടേയും ഖൊമേനിയുടേയും പടങ്ങൾ പാറിക്കളിക്കാൻ തുടങ്ങി. അതിനുശേഷം ഇറാൻ - ഇറാഖ് യുദ്ധം വന്നു. രക്തസാക്ഷികളുടേയും പട്ടാളമേധാവി കളുടേയും കഥകൾ രാജ്യത്ത് ചർച്ചാവിഷയമാകാൻ തുടങ്ങി. നഗരത്തിലെ ചുമരുകൾ ഇറാൻ സമൂഹത്തിന്റെ രാഷ്ട്രീയവും സാമൂഹികവുമായ താപമാപിനികളാകാൻ തുടങ്ങി. പൊതുസമൂഹത്തിന്റെ അഭിപ്രായങ്ങളും പ്രതിഷേധങ്ങളും രേഖപ്പെടുത്തുവാൻ പുതിയൊരു ഇടം കണ്ടെത്തപ്പെട്ടുകയായിരുന്നു. അങ്ങനെ ഇസ്ലാമിക വിപ്ലവം മുതൽ 2009 ലെ Mahmud Ahmadinejad യുടെ തുടർഭരണം വരെയുള്ള മൂന്ന് പതിറ്റാണ്ട് കാലത്തെ ഇറാന്റെ രാഷ്ട്രീയവും സാമൂഹികമായ ചരിത്രം ഈ ചിത്രം ആവിഷ്കരിക്കുകയാണ്. നിർഭാഗ്യവശാൽ, ചിത്രം പൂർത്തിയായതിനു പിന്നാലെ, സംവിധായകൻ കെയ്വാൻ കരീമിയെ ഭരണകൂടത്തേയും ഇസ്ലാംമതത്തേയും അപകീർത്തിപ്പെടുത്തിയെന്ന കുറ്റത്തിന് ആറു വർഷത്തെ ജയിൽവാസത്തിനും 223 ചാട്ടവാറടിക്കും ശിക്ഷിച്ചിരുന്നു. നിരവധി അഭ്യർത്ഥനകൾക്ക് ശേഷം തടവുശിക്ഷ ഒരു വർഷമായി കുറച്ചെങ്കിലും ചാട്ടവാറടിയിൽ മാറ്റമൊന്നുമുണ്ടായില്ല. ഈ അടുത്ത കാലത്ത് ഇറാനിൽ നിർമ്മിക്കപ്പെട്ട ഡോക്യുമെന്ററികളിൽ മികച്ചതാണ് 'റൈറ്റിങ്ങ് ഓൺ ദ സിറ്റി'.

'റൈറ്റിങ്ങ് ഓൺ ദ സിറ്റി'യുടെ പ്രദർശനസമയത്ത്. 'ബ്യൂണസ് അയേഴ്സ് ഫിലിം ഫെസ്റ്റിവൽ ഓഫ് ഇൻഡിപെഡന്റ് സിനിമ' പുറത്തിറക്കിയ കുറിപ്പ് ഇങ്ങനെ പറയുന്നു: "ടെഹ്രാനിൽ നടന്ന പ്രധാന സംഭവങ്ങൾ കാലങ്ങളായി ചുമരെഴുത്തുകളിലൂടെയാണ് ലോകം അറിഞ്ഞുകൊണ്ടിരിക്കുന്നത്. കഴിഞ്ഞ രണ്ട് നൂറ്റാണ്ടുകളായി നടന്നു കൊണ്ടിരിക്കുന്ന ഇത്, ഇറാനിയൻ യാഥാർത്ഥ്യത്തിന്റെ നഗ്നമായ മുഖം ലോകത്തിലെ ജനങ്ങൾക്ക് മുമ്പിലെത്തിച്ചുകൊണ്ടിരിക്കയാണ്. താൻ ഷൂട്ട് ചെയ്ത ദൃശ്യങ്ങളും ആർക്കേവ് ഫൂട്ടേജുകളും ചേർത്തുവെച്ച് കൊണ്ട് കെയ്വാൻ കരീമി ചരിത്രപരവും സാമൂഹികവുമായ സംഭവങ്ങളെ ഈ ചിത്രത്തിലൂടെ പുതുക്കിപ്പണിയുകയാണ്. ചിത്രം ആഗോളതലത്തിലുള്ള ചർച്ചകൾക്ക് വഴിയൊരുക്കിക്കഴിഞ്ഞു. സാമൂഹികവും രാഷ്ട്രീയവുമായി ഇറാൻ ജനത നേരിടുന്ന ഭരണകൂട കടന്നുകയറ്റങ്ങൾക്കു നേരെയുള്ള

സംവിധായകന്റെ പ്രതിഷേധത്തിന്റേയും പ്രതിരോധത്തിന്റേയും രേഖപ്പെടുത്തലുകളായി ലോകം ചിത്രം സ്വീകരിച്ചുകഴിഞ്ഞു."

തിരശ്ശീലയിൽ ഒരാൾ ഒരു മുഖം വരച്ചുപൂർത്തിയാക്കാൻ ശ്രമിക്കുകയാണ്. ക്യാമറ അതിൽനിന്ന് നേരെ പോകുന്നത് ഇരുട്ടിൽ മങ്ങിയ ചിത്രകാരന്റെ മുഖത്തേക്കാണ്. നാം അയാളുടെ കണ്ണുകളിലെ തീക്ഷ്ണത തിരിച്ചറിയുന്നു. തുറന്നുപിടിച്ച അസാധാരണ വലിപ്പമുള്ള കണ്ണുകൾ. അപ്പോൾ തങ്ങളിലാണ് ക്യാമറ കേന്ദ്രീകരിക്കപ്പെട്ടിരിക്കുന്നതെന്ന് പ്രേക്ഷകർ തിരിച്ചറിയുന്നു. ചിത്രം പ്രേക്ഷകരിലേക്കാണ് കേന്ദ്രീകരിക്കുന്നത്. 'റൈറ്റിങ്ങ് ഓൺ ദ സിറ്റി'യിലെ ഈ ദൃശ്യം ചിത്രത്തേക്കുറിച്ച് വളരെയേറെ പ്രേക്ഷകരോട് പറയുന്നുണ്ട്. 1979 മുതൽ 2009 വരെയുള്ള മുപ്പത് വർഷങ്ങളിൽ ടെഹ്റാനിലെ ചുമരുകളിൽ രേഖപ്പെടുത്തപ്പെട്ട ഖുറാൻ വചനങ്ങൾ, ഔദ്യോഗിക പ്രഖ്യാപനങ്ങൾ, പ്രേമാഭ്യർത്ഥനകൾ, അമൂർത്തചിത്രങ്ങൾ, പൂർത്തീകരിക്കപ്പെടാതെപോയ ആഗ്രഹങ്ങൾ, അഭിലാഷങ്ങൾ പ്രതീക്ഷകൾ. നഗരജീവിതത്തിന്റെ എല്ലാ സ്പന്ദനങ്ങളും ഈ ചുമരെഴുത്തുകളിൽ നാം അനുഭവിക്കുന്നു. അവർ മറ്റുള്ളവർക്കായി സംസാരിക്കുന്നു, അവർക്കായി പ്രതിഷേധിക്കുന്നു, പ്രതികരിക്കുന്നു. ലോകം കണ്ട മികച്ച അപൂർവ്വഡോക്യുമെന്ററികളിൽ ഒന്നായിത്തീരുന്നു 'റൈറ്റിങ്ങ് ഓൺ ദ സിറ്റി'.

2013 ഡിസമ്പർ 14നു റവല്യൂഷണറി ഗാർഡ് അറസ്റ്റ് ചെയ്തു കെയ്‌വാനെ 2015 ലാണ് ഇറാനിലെ റവല്യൂഷണറി കോടതി ആറു വർഷത്തെ തടവിനും 223 ചാട്ടവാറടിക്കും ശിക്ഷിക്കുന്നത്. അതറിഞ്ഞ് ലോകമെമ്പാടുമുള്ള ചലച്ചിത്രപ്രവർത്തകർ കെയ്‌വാനു പിന്തുണയുമായി വരാൻ തുടങ്ങി. പ്രത്യേകിച്ച് ഫ്രാൻസ്, ഇറ്റലി എന്നിവടങ്ങളിലെ സംവിധായകർ, നിർമ്മാതാക്കൾ, അഭിനേതാക്കൾ, നിരൂപകർ, പത്രപ്രവർത്തകർ എന്നിങ്ങനെ 670 പേർ കെയ്‌വാന്റെ ശിക്ഷ ഇളവ് ചെയ്യാൻ ഇറാൻ ഭരണകൂടത്തോടഭ്യർത്ഥിച്ചു. യൂറോപ്പിൽ നിന്നുള്ള 45 എം.പി. മാർക്കൊപ്പം ഇറാനിലെ മക്മൽബഫ്, പനാഹി തുടങ്ങിയ സംവിധായകരും 137 ഛായാഗ്രാഹകരും കെയ്‌വാനൊപ്പം നിന്നു. അതോടെ അദ്ദേഹത്തിന്റെ ആറു വർഷത്തെ തടവു ശിക്ഷ ഒരു വർഷത്തേക്കായി ചുരുക്കിയെങ്കിലും ചാട്ടവാറടിയിൽ നിന്ന് കെയ്‌വാനു ഇളവ് ലഭിച്ചില്ല.

ഈ സംഭവങ്ങളേക്കുറിച്ച് കരീമിയുടെ ആദ്യപ്രതികരണം ഇങ്ങനെയായിരുന്നു: "നിർമ്മാണത്തിലും ഷൂട്ടിലിങ്ങിലും ടെഹ്റാൻ യൂനിവേഴ്സിറ്റിയുടെ സഹകരണത്തോടെ ചിത്രീകരിച്ച 'റൈറ്റിങ്ങ് ഓൺ ദ സിറ്റി' എങ്ങിനെയാണ് രാജ്യവിരുദ്ധവും മതമതനിന്ദയുമാകുന്നതെന്ന്

എനിക്കറിയില്ല. അധികൃതർ എന്റെ വീട് റെയ്ഡ് ചെയ്ത് കമ്പ്യൂട്ടറും ഹാർഡ് ഡിസ്കും നശിപ്പിക്കുന്നത് കണ്ട് യൂനിവേഴ്സിറ്റി വിദ്യാർത്ഥികൾ അത്ഭുതപ്പെട്ടിരുന്നു. ഇനി എന്താണ് നടക്കാൻ പോകുന്നതെന്ന് എനിക്കറിയില്ല." തന്റെ മുൻചിത്രം 'ബ്രോക്കൺ ബോർഡർ' അധികൃതരെ പ്രകോപിച്ചിരിക്കാമെന്ന് കരീമി കരുതിയിരുന്നു. ഇറാനിൽ ലഭ്യമാകുന്ന സബ്സിഡിയോടെയുള്ള പെട്രോൾ, കള്ളക്കടത്തായി ഇറാന്റേയും ഇറാഖിന്റേയും അതിർത്തിയിലുള്ള മഞ്ഞു മൂടിയ സഗ്രോസ് പർവ്വതപ്രദേശത്തെത്തിച്ച് വിൽപ്പനനടത്തുന്നതിന്റെ ആവിഷ്കാരമാണ് 'ബ്രോക്കൺ ബോർഡർ'. പതിനെട്ട്മിനുട്ട് ചിത്രത്തിലെ ക്ലാസ്സ്മുറിയിൽ അദ്ധ്യാപകൻ വിദ്യാർത്ഥികളോട് ചോദിക്കുന്നു: "അതിർത്തിയെന്നു പറഞ്ഞാലെന്താണ്?" കുട്ടികളുടെ മറുപടി, "വസ്തുക്കൾ കള്ളക്കടത്തായി എത്തിക്കുന്നയിടമാണ് അതിർത്തി."

കരീമിക്കെതിരെയുള്ള വിധിയിൽ പ്രതിഷേധിച്ചുകൊണ്ട് ആംനെസ്റ്റി ഇന്റർനേഷനൽ (Amnesty International) ആറു വർഷത്തെ ജയിൽശിക്ഷ ഇളവു ചെയ്യാൻ ഇറാനിലെ ഭരണാധികാരികൾക്കെഴുതി. വിവിധ രാജ്യങ്ങളിൽ നിന്നുള്ള മുപ്പതിനായിരം പേർ ഈ പ്രതിഷേധ കുറിപ്പിൽ ഒപ്പ് വെച്ചിരുന്നു. ചലച്ചിത്ര നിരൂപകൻ Reza Allameh Zadeh വിധിയേക്കുറിച്ച് ഇങ്ങനെ അഭിപ്രായപ്പെട്ടു: "ഒരു കലാകാരനെ ചാട്ടവാറു കൊണ്ട് അടിക്കുകയെന്നത് ഇന്നത്തെ കാലത്ത് ഏറ്റവും നികൃഷ്ടമായ ശിക്ഷയാണ്. അത് അയാളെ വധിക്കുന്നതിനുമപ്പുറമാണ്." 'Punto de vista film festival, 223 Words' എന്ന പേരിൽ നിർമ്മിച്ച ഷോർട്ട് ഫിലിമിൽ ലോകപ്രസിദ്ധരായ 223 സംവിധായകർ ഓരോ പ്രതിഷേധവാക്ക് ക്യാമറയിൽ റിക്കാർഡ് ചെയ്തു. ലോകത്തിന്റെ പല ഭാഗങ്ങളിലായുള്ള ഈ പ്രതിഷേധങ്ങൾക്കിടയിൽ ഇറാനിൽ നിന്ന് തണുപ്പൻ പ്രതികരണങ്ങൾ മാത്രമേ ഉണ്ടായിരുന്നുള്ളൂ എന്നത്, രാജ്യത്തെ ഭരണകൂട കടന്നുകയറ്റത്തിന്റെ തീവ്രതയാണ് കാണിക്കുന്നത്.

ഇറാനിലെ ഇസ്ലാമിക ഭരണകൂടം സിനിമകൾക്ക് മാത്രമല്ല. പൊതുവെ കലാസാഹിത്യരംഗങ്ങളിൽ തുടർന്നു പോരുന്ന ഇരട്ടത്താപ്പ് രാജ്യത്തിനകത്തും പുറത്തും ചർച്ചാവിഷയമാണ്. ചലച്ചിത്രമേഖലയിൽ മതപരമായ ചിത്രങ്ങളെ ധനസഹായം നൽകി പിന്തുണക്കുമ്പോൾ, സത്യസന്ധങ്ങളായ സാമൂഹിക ആവിഷ്കാരങ്ങളെ സെൻസർഷിപ്പിനും നിരോധനങ്ങൾക്കും വിധേയമാക്കുകയും പനാഹി, കരീമി, റസ്സോഫ് പോലുള്ള അന്താരാഷ്ട്രനിലവാരമുള്ള ചലച്ചിത്രപ്രതിഭകളെ ജയിലടക്കുകയും ചാട്ടവാറു കൊണ്ട് അടിക്കയും ചെയ്യുന്ന ഭരണകൂടം

നിരന്തരവിമർശനങ്ങളാണ് വർഷങ്ങളായി നേരിട്ടുകൊണ്ടിരിക്കുന്നത്. ഏറ്റവുമൊടുവിൽ ഇറാനിലെ പട്ടാളം നേരിട്ട് സിനിമകൾ നിർമ്മിച്ചു കൊണ്ടിരിക്കുന്ന വാർത്തകളാണ് നാം കേട്ടുകൊണ്ടിരിക്കുന്നത്. ചലച്ചി ത്രനിരൂപകനും സംവിധായകനുമായ പ്രൊഫസ്സർ Reza Allameh Zadeh ഇങ്ങനെയാണ് രാജ്യത്തിന്റെ ഇന്നത്തെ അവസ്ഥയേക്കുറിച്ച് അഭിപ്രായപ്പെടുന്നത്: 'രാജ്യത്തെ ജനങ്ങളോടും കലാകാരന്മാരോടും/ കലാകാരികളോടും ഒരു തരത്തിലുമുള്ള ഉത്തരവാദിത്വവും കാണിക്കാത്ത ഒരു വ്യവസ്ഥയേയാണ് ഞങ്ങളിവിടെ അഭിമുഖീകരിക്കുന്നത്. അതുകൊണ്ട്, സമൂഹം നേരിടുന്ന വെല്ലുവിളികൾ കൃത്യമായി ആവിഷ്കരിക്കുന്ന സൃഷ്ടികൾ മുഖ്യധാരയിൽ നിന്ന് മാറ്റിനിർത്തപ്പെടുകയും. അവയെ ഭരണകൂടം സം ശയത്തോടെ വീക്ഷിക്കുകയും ചെയ്യുന്നു. അത്തരം സിനിമകൾ. 'മാറ്റിനിർത്തപ്പെട്ട സിനിമകളെ' (the eliminated cinema) ന്നാണ് ഇറാനിൽ അറിയപ്പെടുന്നത്" അങ്ങനെ 'മാറ്റിനിർത്തപ്പെട്ട സിനിമ'യുടെ ഇറാനിലെ ഒരു പ്രധാനവക്താവാണ് കെയ്‌വാൻ കരീമി. ജനങ്ങൾക്കും സമൂഹത്തിനും മറ്റെന്തിനേക്കാളും പ്രാധാന്യം നൽകുന്ന കരീമി, തന്റെ സിനിമകളിലൂടെ അവർ നേരിടുന്ന പ്രശ്നങ്ങളാണ് ആവിഷ്കരിക്കുന്നത്. സിറ്റ് വേഷനിസ്റ്റ് മൂവ്മെന്റുമായി ബന്ധപ്പെട്ടുകൊണ്ടുള്ള നിലപാടുകളും സമീപനങ്ങളും ഇതിൽ അദ്ദേഹത്തിനു സഹായകരമാവുന്നുണ്ട്. കരീമിയുടെ സിനിമകളിൽ ഗവേഷണം നടത്തിയ Behrouz Safdari അദ്ദേഹത്തിന്റെ ചിത്രങ്ങളെ ഇങ്ങനെ സം ഗ്രഹിക്കുന്നു: "കലാപരമായ സന്ദർഭങ്ങളും ദൈനംദിനജീവിതവും തമ്മിലുള്ള വൈരുദ്ധ്യങ്ങൾ പരിശോധിക്കുമ്പോൾ, പരമ്പരാഗതരീതിയിലുള്ള കലാപ്രവർത്തനങ്ങൾ അർത്ഥപൂർണ്ണമാവുന്നത്, ജീവിതവും കലയും തമ്മിൽ വ്യത്യാസമില്ലാത്ത തരത്തിൽ അവസരങ്ങളുണ്ടാക്കാൻ അവ സഹായകരമാവുമ്പോൾ മാത്രമാണ്. ജനങ്ങളെ വിഷമഘട്ടങ്ങളിൽക്കൊണ്ടെത്തിക്കാതെ, ജീവിതത്തിൽ ഗുണപരമായ മാറ്റങ്ങളുണ്ടാക്കാൻ പ്രേരിപ്പിക്കുമ്പോൾ മാത്രമാണ് കല (സിനിമ) സാർത്ഥകമാവുന്നത്. കെയ്‌വാൻ കരീമിയുടെ ചിത്രങ്ങൾക്ക് അതിനു കഴിയുന്നുണ്ടെന്നാണ് എന്റെ വിശ്വാസം."

പതിമൂന്ന് ഷോർട്ട് /ഡോക്യുമെന്ററി/ ഫീച്ചർ സിനിമകൾ സംവിധാനം ചെയ്ത് ഇരുപത്തൊന്ന് അന്താരാഷ്ട്രചലച്ചിത്രമേളകളിൽ അവ പ്രദർശിപ്പിച്ച കരീമി മിക്കയിടങ്ങളിലും പുരസ്കാരങ്ങളും നേടി. "കരീമിയുടെ ചിത്രങ്ങൾ അവയുടെ കൃത്യതകൊണ്ടും തീവ്രതയാർന്ന ആവിഷ്കാരം കൊണ്ടും ശ്രദ്ധേയങ്ങളാണ്. ഇസ്ലാമികവിപ്ലവത്തിനു ശേഷം ജനിച്ച്, ഇസ്ലാമികഭരണത്തിൽ ജീവിച്ച അദ്ദേഹത്തിന്റെ

മാനുഷികമായ ജീവിതസമീപനങ്ങൾ എടുത്തുപറയേണ്ടവതന്നെയാണ്." ചലച്ചിത്രനിരൂ പകൻ Reza Allameh Zadeh എഴുതുന്നു. "കരീമിയുടെ സിനിമകൾ കാണുന്നതിനുമുമ്പേ ഇതെനിക്കറിയാമായിരുന്നു, അവ കണ്ട് അവയിലെ തീവ്രത അനുഭവിച്ച ഞാൻ അത്ഭുതപ്പെട്ടു. "ലണ്ടൻ സർവ്വകലാശാലയിലെ ഗവേഷണവിദ്യാർത്ഥിയായിരുന്ന Kaveh Abasian കരീമി ചിത്രങ്ങളേ ഇങ്ങനെ വിലയിരുത്തുന്നു: "നിശ്ശബ്ദരാകാൻ നിർബ്ബന്ധിതരായ ഇറാനിലെ സ്വതന്ത്രചലച്ചിത്രകാരുടെ പ്രതിനിധിയായ കരീമി, രാജ്യത്ത് നിലനിൽക്കുന്ന വ്യവസ്ഥയിലെ ആരും പറയാൻ ധൈര്യപ്പെടാതിരിക്കുന്ന കാര്യങ്ങൾ സിനിമയിലൂടേ തുറന്ന് പറയാൻ കഴിയുമെന്ന് തെളിയിച്ചിരിക്കയാണ്."

ഡ്രം

കെയ്‌വാൻ കരീമിയുടെ ആദ്യമുഴുനീള ഫീച്ചർ ഫിലിം ഡ്രം (Drum) 2016-ലാണ് റിലീസ് ചെയ്യുന്നത്. Ali-Morad Fadaei-Nia യുടെ ഡ്രം എന്ന നോവൽ അടിസ്ഥാനപ്പെടുത്തി കെയ്‌വാൻ എഴുതിയ തിരക്കഥയിൽ അദ്ദേഹം സംവിധാനം നിർവ്വഹിച്ച ചിത്രം, ടെഹ്റാൻ പശ്ചാത്തലമാക്കി ഒരു വക്കീലിന്റെ കഥ പറയുന്നു. ബ്ലാക്ക് ഏൻഡ് വൈറ്റിൽ. കഥാപാത്രങ്ങൾക്ക് പേരുകൾ നൽകാതെ, സ്വപ്നസമാനമായ അന്തരീക്ഷം ചിത്രത്തിൽ സൃഷ്ടിക്കപ്പെടുന്നു. 2016-ൽ നടന്ന മുപ്പത്തൊന്നാമത് വെനീസ് ചലച്ചിത്രമേളയിൽ മികച്ച ചിത്രത്തിനുള്ള സുവർണ്ണ സിംഹ(Golden lion)ത്തിനായി മൽസരിച്ച എട്ട് ചിത്രങ്ങളിൽ ഡ്രം ഉൾപ്പെട്ടിരുന്നു. ധാർമ്മികമൂല്യങ്ങൾ കൈമോശം വന്ന സമൂഹത്തേയും ജനങ്ങളേയും ആവിഷ്ക്കരിക്കുന്ന ചിത്രം, ശക്തമായ ഒരു സാമൂഹിക-രാഷ്ട്രീയ വിമർശനമായി മാറുന്നുണ്ട്. പണത്തിനായി എന്തും ചെയ്യാൻ മടിക്കാത്തവരെ ദൃശ്യവൽക്കരിക്കുന്ന ചിത്രം, ഷായുടെ കാലം മുതൽ വർത്തമാനകാലം വരേയുള്ള അമ്പത് വർഷങ്ങളിൽ ടെഹ്റാൻ കടന്നുപോയ അഴിമതിയുടേയും ചതിയുടേയും കഥകൾ പറയുന്നു. 1960 കളിലെഴുതിയ നോവലാണ് ഡ്രം എങ്കിലും സമകാലീന പ്രസക്തി അതിനുണ്ടെന്ന് ഇറാനിലെ ഇപ്പോഴത്തെ അവസ്ഥ നമ്മെ ബോദ്ധ്യപ്പെടുത്തുന്നുണ്ട്.

ചിത്രത്തിലെ കേന്ദ്രകഥാപാത്രം മദ്ധ്യവയസ്കനായ വക്കീൽ തനിച്ച് ടെഹ്റാൻ നഗരത്തിലെ തന്റെ ഫ്ലാറ്റിൽ കഴിയുന്നു. ഒരു മഴയുള്ള ദിവസം അപരിചതനായ ഒരാൾ പെട്ടെന്ന് അവിടേക്ക് ഓടിവന്ന് ഒരു ചെറിയ പൊതി അയാളെ ഏൽപ്പിക്കുന്നു. കാരണമറിയാതെ അത്ഭുതപ്പെട്ടിരിക്കുന്ന വക്കീലിന്റെ ഫ്ലാറ്റിൽ അടുത്ത ദിവസം കുറേ ആളുകൾ അതിക്രമിച്ച് കയറുകയും ആ പൊതി നൽകാൻ ആവശ്യപ്പെടുകയും

ചെയ്യുന്നു. അത് തിരിയുന്നതിനിടയിൽ അവിടെയുള്ള വസ്തുക്കളെല്ലാം അവർ വലിച്ച് പുറത്തേക്കിടുന്നു. വക്കീലിന്റെ കാമുകിക്കോ, അയാളുടെ മയക്കമരുന്നിനടിമയായ സുഹൃത്തിനോ അയാളെ സഹായിക്കാൻ കഴിയുന്നില്ല. അതിനുശേഷം ഫ്ലാറ്റിൽ വീണ്ടും അപരിചിതർ വരികയും അക്രമങ്ങൾ കാണിക്കയും ചെയ്യുന്നു. ഭാവനയിൽ മാത്രമുള്ള സുഹൃത്തുമായി സംസാരിക്കുന്ന, വക്കീലിന്റെ കൂട്ടുകാരന് ഇവയൊക്കെ നിസ്സഹായനായി നോക്കിനിൽക്കാൻ മാത്രമേ കഴിയുന്നുള്ളൂ. അതിനിടയിൽ വക്കീലിന്റെ കാമുകിയെ അജ്ഞാതൻ കുത്തിക്കൊല്ലുന്നു. പ്രതികാരം ചെയ്യാനായി ഒരുങ്ങുന്ന വക്കീലിന്റെ മുമ്പിൽ പുതിയൊരാൾ പ്രത്യക്ഷപ്പെടുന്നതോടെ ചിത്രം പുതിയ വഴിത്തിരിവുകളിലേക്ക് പോകുന്നു. ഒടുവിൽ പണത്തിലും സമ്പത്തിലും അത്യാഗ്രഹിയായ ഒരാളുടെ അടുത്താണ് വക്കീലെത്തിച്ചേരുന്നത്.

സമ്പത്തിനായുള്ള അത്യാഗ്രഹമാണ് ഡ്രമ്മിലെ മുഖ്യപ്രമേയം. വക്കീലിന്റെ കൈകളിലെത്തുന്ന പൊതിയിലെന്താണെന്ന് നാമറിയുന്നില്ല. അയാളുടെ ജീവിതത്തെ ബാധിക്കുന്ന ഒരു പ്രധാനവസ്തുവായി അത് മാറുന്നു. സംഭവങ്ങൾ നടക്കുന്ന കാലത്തേക്കുറിച്ച് കൃത്യമായ സൂചനകൾ നൽകാത്ത ചിത്രം പ്രേക്ഷകരെ കാലത്തിനു പുറത്തു നിർത്തുന്നു. ജീവിതം സമ്പത്തിലേക്ക് മാത്രമായി കേന്ദ്രീകരിക്കപ്പെടുന്ന സമകാലീന അവസ്ഥയിൽ പ്രസക്തമാകുന്ന ചിത്രം, സമൂഹത്തിൽ ധനികരും ദരിദ്രരും തമ്മിലുള്ള വൈരുദ്ധ്യങ്ങൾ സൃഷ്ടിക്കുന്ന സംഘർഷങ്ങളും സാമൂഹികവും സാംസ്കാരികവുമായ വേർതിരിവുകളും തീവ്രമായി ആവിഷ്കരിക്കുന്നു.

ചിത്രത്തിന്റെ കേന്ദ്രസ്ഥാനത്തുള്ള പേരില്ലാത്ത വക്കീൽ അറുപതുകളിൽ ടെഹ്റാനിൽ പതിവായി കാണാറുണ്ടായിരുന്ന ബുദ്ധിജീവികളുടെ പ്രതിനിധിയാണ്. ജീവിതത്തിൽ ജോലിക്കോ മറ്റ് കാര്യങ്ങൾക്കോ പ്രാധാന്യം നൽകാത്ത അയാൾ മിക്കവാറും തന്റെ മുറിയിൽ കഴിച്ചുകൂട്ടുന്നു. വക്കീലുമായി ദീർഘകാലത്തെ സൗഹൃദമുള്ള, മയക്കുമരുന്നിനടിമയായ ആൾ തനിക്ക് പിതാവിൽ നിന്ന് ലഭിച്ച പൊട്ടിപ്പൊളിഞ്ഞ വീട്ടിൽ പരാതികളൊന്നുമില്ലാതെ കഴിയുന്നു. ഭാവനയിൽ മാത്രമുള്ള സുഹൃത്തുമായി മാത്രം സംസാരിക്കുന്ന അയാൾ ഒടുവിൽ മാനസികാരോഗ്യകേന്ദ്രത്തിലാണെത്തുന്നത്. അനീതിക്കെതിരെ നിലപാടെടുത്ത് കൊണ്ട് നഗരത്തിൽ ജീവിക്കുന്ന ചെറുസമൂഹത്തിൽപ്പെടുന്നവരാണ് വക്കീലും അയാളുടെ സുഹൃത്തും. ചിത്രത്തിന്റെ അവസാനഭാഗം ആവിഷ്കരിക്കുന്ന 'അധികാരത്തിലിരിക്കുന്നവരുടെ മരണ'ങ്ങൾ സമൂഹത്തിന്റെ അടിത്തട്ടിലുള്ളവരുടെ പ്രതികാരമായാണ് തിരിച്ചറിയപ്പെടുന്നത്. സമകാലീന ഇറാൻ ജീവിതത്തിന്റെ തീവ്രതയാർന്ന ആവിഷ്കാരമാണ് ഡ്രം.

'ഡു യു നൊ എനിതിങ്ങ് എബൗട്ട് ഒമിഡ്?

കെയ്വാൻ കരീമിയുടെ ഏറ്റവും പുതിയ ചിത്രം 'ഡു യു നൊ എനിതിങ്ങ് എബൗട്ട് ഒമിഡ്?' (Do You Know Anything About OMID?)നെക്കുറിച്ച് അദ്ദേഹം ഇങ്ങനെ അഭിപ്രായപ്പെടുന്നു. "ഇറാനിലെ ഓരോ ആളുടേയും ഓർമ്മകളിലുള്ള ഒരു അന്യാപദേശകഥയാണിത്. കാണാതായ തങ്ങളുടെ മകനേക്കുറിച്ചുള്ള ദമ്പതികളുടെ അന്വേഷണമായാണ് ചിത്രം ആവിഷ്കരിക്കപ്പെടുന്നത്. "രാഷ്ട്രീയതടവുകാരായി ജയിലിൽ കഴിഞ്ഞിരുന്ന ദമ്പതികളേക്കുറിച്ചുള്ള ഈ ചിത്രം തന്റെ ജയിൽജീവിതാനുഭവങ്ങളിൽ നിന്നാണ് കെയ്വാൻ രൂപപ്പെടുത്തുന്നത്.

കെയ് വാൻ കരിമി

"ജയിലിൽ ഒന്നും ചെയ്യാനില്ലാതെ ധാരാളം സമയമുണ്ടായിരുന്നു. അതുകൊണ്ട് ഞങ്ങൾ വായിക്കാനും എഴുതുവാനും ചിലർ പരിഭാഷ ചെയ്യാനും തുടങ്ങി. അക്കാലത്ത് ഞാൻ പലതും എഴുതി. എന്റെ ദൈനംദിന ജീവിതം ഒരു ഡയറിയിൽ ഞാൻ രേഖപ്പെടുത്തി. പല കഥകളും തിരക്കഥകളും ജയിലിൽവെച്ചാണ് ഞാനെഴുതുന്നത്. അവയിലൊന്നാണ് 'ഡു യു നൊ എനിതിങ്ങ് എബൗട്ട് ഒമിഡ്? എന്ന ചിത്രമായി മാറുന്നത്. എനിക്കൊന്നിച്ച് ജയിലിലുണ്ടായിരുന്നവരിൽ, മുപ്പതിലേറേവർഷങ്ങളായി അവിടെ കഴിയുന്നവരുമുണ്ടായിരുന്നു. അവരെപ്പോൾ പുറത്തിറങ്ങുമെന്ന് ബന്ധുക്കൾക്കോ അവർക്കോ അറിവൊന്നുമുണ്ടായിരുന്നില്ല.

ഇത്തരത്തിലുള്ള അനിശ്ചിതമായ തടവുജീവിതം രാഷ്ട്രീയ കുറ്റവാളി കൾക്കും അവരുടെ കുടുംബങ്ങൾക്കും അനീതിയുടേയും വേദനകളുടേയും അനുഭവങ്ങളാണ്. വിപ്ലവത്തിൽ ഒരു അംഗമെങ്കിലും നഷ്ടപ്പെടാത്ത ഒരു കുടുംബം പോലും ഇറാനിലില്ല. അവരുടെ ദുരിതക്കാഴ്ചകളാണ് എന്നെ 'ഡു യു നൊ എനിതിങ്ങ് എബൗട്ട് ഒമിഡ്?' എന്ന ചിത്രത്തി ലേക്കെത്തിക്കുന്നത്. ജയിൽജീവിതത്തിൽ താൻ അനുഭവിച്ച ഇത്തരം വിഷയങ്ങളാണ് സമകാലീന ഇറാൻ പശ്ചാത്തലത്തിൽ കെയ്വാൻ കരീമി 'ഡു യു നൊ എനിതിങ്ങ് എബൗട്ട് ഒമിഡ്?' എന്ന തന്റെ ചിത്ര ത്തിൽ ആവിഷ്കരിക്കുന്നത്.

തന്റെ ചലച്ചിത്രജീവിതത്തിലെ ഒരു നിർണ്ണായക സംഭവമായാണ് 'ഡു യു നൊ എനിതിങ്ങ് എബൗട്ട് ഒമിഡി'നെ കരീമി കാണുന്നത്. "എന്റെ ജീവിതത്തിലെ ഏറ്റവും അപ്രതീക്ഷിതമായ സംഭവമാണിത്. അതിലെ ഏറ്റവും ലളിതമായ എപ്പിസോഡായിരുന്നു ജയിൽവാസം.

ജയിൽമോചനത്തിനുശേഷം ജീവിതം അതിലേറെ പ്രയാസമാ യിരുന്നു. വിഷാദരോഗവും സാമ്പത്തികവിഷമങ്ങളും ആരോഗ്യ പ്രശ്ന ങ്ങളും അലട്ടിക്കൊണ്ടേയിരുന്നു. മറ്റുള്ളവർ അകൽച്ച പാലിക്കുന്നതു കാരണം ലോകവുമായുണ്ടായിരുന്ന ബന്ധം നഷ്ടപ്പെട്ടതായി തോന്നി. ജയിലിൽ നിന്ന് പുറത്തുവന്ന ഞാൻ വെറും കൈയ്യോടേയാണ് ഈ പദ്ധതി ആരംഭിക്കുന്നത്. ചിത്രത്തിന്റെ നിർമ്മാണത്തിൽ ജയിലിൽ തനിക്കൊപ്പമുണ്ടായിരുന്നവർ കരീമിക്ക് സഹായമായി മാറിയിരുന്നു.

'ഒമിഡി'ന്റെ സ്ക്രിപ്റ്റിന്റെ ജോലിക്കായി പാരീസിലെത്തിയ കരീമി, 'സ്വന്തം രാജ്യത്ത് നിന്ന് പുറത്താക്കപ്പെട്ട ചലച്ചിത്രകാരനെന്ന് അറിയ പ്പെടാതിരിക്കാൻ വളരെയധികം ശ്രദ്ധിച്ചു.' "എനിക്ക് എന്റെ നാട്ടുകാരെ വേണ്ടരീതിയിൽ ഉപയോഗിക്കാൻ കഴിഞ്ഞില്ല, ഓ! ഞാനൊരു രാഷ്ട്രീ യതടവുകാരനായിരുന്നല്ലോ. ഇറാനിലെ ജനങ്ങൾക്കായി മേൽകീഴ്

നോക്കാതെ സംസാരിക്കുന്ന ആൾ. അല്ല, ഞാനൊരു ചലച്ചിത്രകാരനാണ്, സിനിമകൾ നിർമ്മിക്കുന്ന ഒരു വ്യക്തി. നാളെ ഒരു പക്ഷേ, സിനിമ മികച്ചതാവാം, മോശമാവാം എന്തുമാകട്ടെ ഞാൻ ഞാൻ തന്നെയാണ്." രാഷ്ട്രീയത്തോടല്ല, കലയോടാണ് കരീമി വിശ്വസ്തത പുലർത്തുന്നത്. അതാണ് അദ്ദേഹത്തിന് ആത്മവിശ്വാസം നൽകിക്കൊണ്ടിരിക്കുന്നത്. "കഴിഞ്ഞ രണ്ട് വർഷങ്ങൾക്കിടയിൽ രാഷ്ട്രീയ ചിഹ്നത്തിൽ നിന്ന് സ്വയം മാറാൻ എനിക്ക് കഴിഞ്ഞിട്ടുണ്ട്. ഞാൻ വിഭാഗീയനോ ശത്രുവോ അല്ല. ഞാൻ എന്റെ നാടിനേയും രാജ്യത്തേയും സ്നേഹിക്കുന്നു. ഞാൻ സമൂഹത്തിന്റെ ഒരു ഭാഗമാണ്, എനിക്ക് എല്ലാവരുമായുമുള്ള ബന്ധം നിലനിർത്തിയേ കഴിയൂ. എനിക്ക് യൂറോപ്പിലേക്ക് പോകണം. എനിക്ക് ഇറാനിൽ ഷൂട്ട് ചെയ്യണം. എനിക്ക് വിദേശത്തും ഇറാനിലുമായി കഴിയേണം. "ഡോക്യുമെന്ററിയുടെ പേരിൽ ജയിലഴികളും ചാട്ടവാറടിയും അനുഭവിച്ചൊരു സംവിധായകൻ അതേ രാജ്യത്തു ഇത്തരമൊരു ചിത്രം ഷൂട്ട് ചെയ്യാൻ രണ്ടുവട്ടമാലോചിക്കുമെന്ന് തീർച്ചയാണ്. എന്നാൽ കെയ്‌വാൻ കരീമിക്ക് അത്തരമൊരു ചിന്തയേയില്ല. ഇറാനിൽ താൻ നേരിടാൻ പോകുന്ന അപകടങ്ങൾ അദ്ദേഹത്തിന് അറിയാതെയല്ല. സ്വന്തം മാദ്ധ്യമത്തോട് നീതിപുലർത്തുന്ന, തന്റെ കഴിവിൽ ആത്മവിശ്വാസമുള്ള, ചലച്ചിത്രകലയെ തീവ്രമായി സ്നേഹിക്കുന്ന നൂറു ശതമാനം കമ്മിറ്റഡ് ആയ ഒരു ചലച്ചിത്രകാരന് അവയൊന്നും പ്രതിബന്ധങ്ങളല്ല.

ഈഥറിൽ തെളിയുന്ന ഫാസിസ്റ്റ് ശാസ്ത്രവഴികൾ

"People are dying under bombs. People are being tortured. People are starving. If I am not, then I have this feeling that I must do something to justify my existence. I see that people now take life for granted and they have the illusion that they have a right to live."
- Kryzstoff Zanussi

ജനങ്ങളുടെ സ്വതന്ത്രമായ ചിന്തകളും അവരുടെ മനസ്സും നിയന്ത്രിച്ചുകൊണ്ട്, സ്വന്തം ആശയങ്ങൾ അവരെക്കൊണ്ട് തിരഞ്ഞെടുപ്പിക്കുകയും അതുവഴി അവർക്കുമേൽ പൂർണ്ണമായ അധികാരം സ്ഥാപിക്കുകയും ചെയ്യുക. ഏറ്റവും പുതിയ ചിത്രം ഈഥ (ether, eter) റിലൂടെ ഈ ഫാസിസ്റ്റ പ്രവർത്തനരീതി സവിശേഷമായ രീതിയിൽ ആവിഷ്കരിക്കുകയാണ് പ്രസിദ്ധ പോളിഷ് ചലച്ചിത്രകാരൻ ക്രിസ്റ്റോഫ് സനൂസി (Kryzstoff Zanussi). തന്റെ ശാസ്ത്ര പരീക്ഷണങ്ങളിലൂടെ ജനങ്ങളുടെ മസ്തിഷ്കങ്ങളെ സ്വന്തം വരുതിയിലാക്കുന്ന ഒന്നാം ലോക മഹായുദ്ധകാലത്തെ ഡോക്ടറുടെ ജീവിതം പറയുമ്പോൾ, മഹാനായ സംവിധായകന്റെ ദീർഘമായ ചലച്ചിത്രജീവിതത്തിലെ മറ്റൊരു നാഴികക്കല്ലാകുകയാണ് ഈ ചിത്രം. 2015 ൽ ഫോറിൻ ബോഡി (Foriegn Body) യിൽ കണ്ടുനിർത്തിയ സനൂസി അന്തരീക്ഷം വീണ്ടുമൊരിക്കൽ കൂടി നാം ഈഥറിൽ അനുഭവിക്കുന്നു. സ്വന്തം ആത്മാവ് നഷ്ടപ്പെടുത്തി അതിനു പകരമായി അറിവ് സ്വന്തമാക്കുന്ന പ്രസിദ്ധ ജർമ്മൻ എഴുത്തുകാരനായ ഗോയ്ഥെ(Goethe)യുടെ ഫൗസ്റ്റ് (Faust) ന്റെ അനുഭവപരിസരങ്ങളിലേക്ക് സഞ്ചരിക്കുന്ന ചിത്രം ഒരു ഫൗസ്റ്റിയൻ കാഴ്ചയായാണ് പ്രേക്ഷകർ തിരിച്ചറിയുന്നത്. ലോകം എക്കാലവും ചർച്ച

ചെയ്തുകൊണ്ടിരിക്കുന്ന 'ശാസ്ത്രത്തിന്റെ നൈതികത', 'ഈഥർ' തികച്ചും വ്യത്യസ്തമായ അന്തരീക്ഷത്തിൽ വീണ്ടും ചർച്ചചെയ്യുന്നു. അതോടൊപ്പം ഫാസിസ്റ്റ് അധികാരകേന്ദ്രീകരണമെന്ന സുപ്രധാനമായ സമാലീന സമസ്യയും ചിത്രം പരിശോധിക്കുന്നു.

തന്റെ ഏറ്റവും പുതിയ ചിത്രമായ ഈഥറിനെ സനൂസി ഇങ്ങനെ വിശദീകരിക്കുന്നു: "ചിത്രത്തിന്റെ ആശയം ഷെയ്സ്പിയറിൽ നിന്നാണ് ലഭിച്ചത്. തത്വചിന്തകന്മാർ സ്വപ്നം കാണാത്ത പല കാര്യങ്ങളും ഈ ലോകത്തിലുണ്ട്. പൊതുവെ ഒരു ത്രിമാന (three domensional) ലോകത്തിന്റെ കാഴ്ചയുമായാണ് നാം ജീവിതത്തെ ബന്ധപ്പെടുത്താറുള്ളത്. അതിൽ നമ്മുടെ സ്ഥലവും കാലവും ഒരു യാഥാർത്ഥ്യമാണ്. എന്നാൽ ഭൗതികശാസ്ത്രം മറിച്ചാണ് പറയുന്നത്. നമുക്ക് സമാന്തരങ്ങളായ വ്യത്യസ്ത ലോകങ്ങളെക്കുറിച്ച് ചിന്തിക്കാം. മരണത്തിനു പോലും വേറിട്ടൊരു അർത്ഥമുണ്ടാകാവുന്ന അത്തരം ലോകങ്ങൾ നിലനിൽക്കുന്നുണ്ടാകാം. ചിലപ്പോൾ ഭൗതികമായ വ്യത്യാസങ്ങളില്ലാതെ, മറ്റൊരു മാന(dimension)ത്തിലേക്കുള്ള നമ്മുടെ മാറ്റം മാത്രമാകാം അത്. ഭൗതികശാസ്ത്ര പഠനവും ഐൻസ്റ്റീൻ വായനയും കാരണം അതെനിക്ക് വളരെ രസകരമായി തോന്നി. അങ്ങനെയാണ് എല്ലാം വിശദമാക്കിക്കൊണ്ട് ഒരു കഥ പറഞ്ഞ ശേഷം, "പക്ഷേ. നിങ്ങൾ ഒളിച്ചുവെക്കപ്പെട്ട

കാര്യങ്ങളൊന്നും കണ്ടിട്ടില്ലല്ലോ" എന്ന് പറഞ്ഞുകൊണ്ട് അതിനു തുടർച്ചയായി മറ്റൊരു യാഥാർത്ഥ്യം ഞാൻ ഈഥറിൽ വെളിപ്പെടുത്തുന്നത്.

ചിത്രത്തിലെ ഡോക്ടർ മുമ്പോട്ട് വെക്കുന്ന ശാസ്ത്രത്തിന്റെ പുതിയ കണ്ടെത്തൽ നന്മയും തിന്മയും തിരിച്ചറിഞ്ഞ് അവയിൽ തനിക്കിഷ്ടപ്പെട്ടത് സ്വതന്ത്രമായി തിരഞ്ഞെടുക്കാനുള്ള മനുഷ്യന്റെ സ്വാതന്ത്ര്യത്തെ നഷ്ടപ്പെടുത്തുകയാണ്. അതുവഴി സ്വന്തം ആശയങ്ങളും അഭിപ്രായങ്ങളും മനുഷ്യനുമേൽ അടിച്ചേൽപ്പിക്കാനുള്ള കരുത്ത് സ്വന്തമാക്കുന്ന ഡോക്ടർ ലോക മാനവികതയ്ക്ക് തന്നെ വമ്പിച്ച വെല്ലുവിളിയാണ് ഉയർത്തുന്നത്. അതോടൊപ്പം ഒരു ഫൗസ്റ്റിയൻ ഗതിമാറ്റം (Fausitan twist) സൃഷ്ടിച്ചുകൊണ്ട് സംവിധായകൻ ചിത്രത്തിനു ഭൗതികാതീതമായ ഒരു തലം കൂടി നൽകുന്നുണ്ട്. അതുവരെ പ്രേക്ഷകർ കണ്ടുകൊണ്ടിരുന്ന ഭാഗത്തിൽ അവർ കാണാത്ത ചിലത് കൂടെയുണ്ടെന്ന് പറഞ്ഞുകൊണ്ട് മറ്റൊരു യാഥാർത്ഥ്യത്തിലേക്ക് ചിത്രം അവരെ എത്തിക്കുന്നു.

'ഈഥർ', ഭൗതികവും (physical) ഭൗതികാതീതവുമായ (metaphysical) രണ്ട് തലങ്ങളിലൂടെയാണ് സഞ്ചരിക്കുന്നത്. ആദ്യഭാഗത്ത് മനുഷ്യരുടെമേൽ ആധിപത്യത്തിനായുള്ള തന്റെ പരീക്ഷണങ്ങളുമായി ഡോക്ടർ മുമ്പോട്ട് പോകുമ്പോൾ സ്വന്തം ശക്തിയും തീരുമാനങ്ങളുമാണ് അയാളെ നയിക്കുന്നത്. ജനങ്ങളെ ശാരീരികമായും മാനസികമായും നിയന്ത്രിക്കാനുള്ള ശാസ്ത്രീയമായി താൻ വികസിപ്പിച്ചതെന്ന് അവകാശപ്പെടുന്ന മരുന്ന് ഈഥർ (ether) അയാൾ പലരിലും പ്രയോഗിക്കുന്നു. ചിലർ മരിക്കുന്നു, മറ്റ് ചിലർ മരിച്ചതിനു തുല്യരാകുന്നു. അടുത്ത ഭാഗത്ത് ഇവയൊക്കെ ചെയ്യാൻ അയാളെ പ്രേരിപ്പിക്കുന്ന

ഈഥർ

ശക്തിയെ നാം തിരിച്ചറിയുകയാണ്. അത് ദൈവവിശ്വാസവുമായും ചെകുത്താന്റെ സാന്നിദ്ധ്യവുമായും ചിത്രത്തെ ബന്ധപ്പെടുത്തുന്നു. ഈ ഗതിമാറ്റം ആത്മാവ് നഷ്ടപ്പെടുത്തിക്കൊണ്ടുള്ള അറിവിന്റെ സമ്പാദനമായാണ് പ്രേക്ഷകർ വിലയിരുത്തുന്നത്. ഇത്തരത്തിൽ മത/ദൈവ വിശ്വാസങ്ങളെ ഉൾക്കൊള്ളിച്ചുകൊണ്ട്, തന്റെ മിക്ക ചിത്രങ്ങളേയും പോലെ ഈഥറിനേയും സന്തൂസ്സി ഭൗതികാതീമായ ഒരു തലത്തിലേക്ക് ഉയർത്തുന്നു. ശാസ്ത്രത്തിലുള്ള അറിവുപയോഗിച്ച് താൻ സൃഷ്ടിച്ച ഭീകരജീവിയിൽ നിന്ന് ഓടിരക്ഷപ്പെടുന്ന ഫ്രാങ്കൻസ്റ്റീനിനെ (Frankenstein) പ്പോലെ മറ്റൊരു ആധുനിക ഫ്രാങ്കൻസ്റ്റീനായി ഡോക്ടർ മാറുമോ എന്ന് നാം സംശയിക്കുന്നു. അതോടൊപ്പം ഫാസിസ്റ്റ് അധികാരകേന്ദ്രീകരണത്തിന്റെ സൂചനകൾ നൽകുന്ന ചിത്രം പതിറ്റാണ്ടുകൾക്ക് ശേഷം ലോകം മുഴുവൻ ഭീകരത വിതച്ച ഹിറ്റ്ലറുടെ സൂചനകളും നൽകുന്നുണ്ട്.

ഹിറ്റ്ലറുടെ മുഖസാദൃശ്യമുള്ള പേരില്ലാത്ത ഡോക്ടറിൽ കേന്ദ്രീകരിക്കുന്ന ഈഥറിന്റെ പ്രമേയം, അയാളുടെ സമീപനങ്ങളും വിശ്വാസങ്ങളും കൃത്യമായി പ്രേക്ഷകരിലെത്തിക്കുന്നുണ്ട്. താൻ വികസിപ്പിച്ചുകൊണ്ടിരിക്കുന്ന മരുന്ന് ഉപയോഗിച്ച് വ്യക്തികളേയും സമൂഹത്തേയും എന്തിനു ലോകത്തേയും കീഴടക്കുക എന്ന ഫാസിസ്റ്റ് സമീപനമാണ് അയാൾ പിന്തുടരുന്നത്. അതോടൊപ്പം ധാർമ്മികത, നൈതികത തുടങ്ങിയ മൂല്യങ്ങൾക്ക് യാതൊരു വിലയും കൽപ്പിക്കാതെ മത/ദൈവ വിശ്വാസങ്ങൾക്ക്മേൽ ശാസ്ത്രത്തിന്റെ മേധാവിത്വം തെളിയിക്കുക എന്നതും അയാളുടെ പദ്ധതിയുടെ ഭാഗമാകുന്നു. ഇവയുടെ തീവ്രവും കൃത്യവുമായ സാക്ഷാൽക്കാരങ്ങളാണ് തുടക്കം മുതൽ ഒടുക്കം വരെ ചിത്രം ദൃശ്യവൽക്കരിക്കുന്നത്.

സാർ ഭരണത്തിൻ കീഴിലെ റഷ്യൻ സാമ്രാജ്യത്തിലെ പൊഡോളിയ (Pedolia) യിൽ ഒന്നാം ലോകമഹായുദ്ധത്തിനു മുമ്പ് 1912 ൽ നടക്കുന്ന സംഭവത്തോടെയാണ് സന്തൂസി ചിത്രമാരംഭിക്കുന്നത്. ആമുഖമായി ചിത്രത്തിലെ കേന്ദ്രകഥാപാത്രമായ ഡോക്ടർ ബോധം നശിപ്പിക്കാൻ കൂടി ഉപയോഗിക്കാവുന്ന താൻ വികസിപ്പിച്ചെടുത്ത ഈഥർ സുന്ദരിയായ രോഗിയുടെമേൽ പ്രയോഗിച്ച് അവരെ ബലാൽസംഗം ചെയ്യാൻ ശ്രമിക്കുന്ന കാഴ്ച തിരശ്ശീലയിലെത്തുന്നു. തെളിഞ്ഞ പ്രഭാതത്തിൽ, ചെടികൾക്കിടയിലൂടെ ശലഭങ്ങൾ തേടിപ്പോകുന്ന സുന്ദരിയായ യുവതി, തന്നെ ചികിൽസിക്കാനായി പതിവായി വീട്ടിൽ വരാറുള്ള ഡോക്ടറെ കണ്ട് അത്ഭുതപ്പെടുന്നില്ല. അയാൾക്കൊപ്പം പരിശോധന മുറിയിലേക്ക് കടന്നുചെന്ന അവരെ കുപ്പിയിൽ സൂക്ഷിച്ചിരുന്ന ശലഭം മരിച്ചുകിടക്കുന്നതായി ഡോക്ടർ കാണിക്കുന്നു. തുടർന്ന് മറ്റൊരു

മരണവും അവിടെ നടക്കുകയാണ്. ഈഥർ മണപ്പിച്ച് ബോധം നശിപ്പിച്ചശേഷം അവരെ ബലാൽസംഗം ചെയ്യാൻ ശ്രമിക്കുന്ന ഡോക്ടർ, അവർ അനക്കമില്ലാതെ കിടക്കുന്നത് കാണുമ്പോൾ മാത്രമാണ് മരുന്നിന്റെ അളവിനെക്കുറിച്ച് ചിന്തിക്കുന്നത്. യുവതിയുടെ മരണം ഉറപ്പായപ്പോൾ അവിടെ നിന്ന് ഓടി രക്ഷപ്പെടുന്ന ഡോക്ടർ പിടിക്കപ്പെടുകയാണ്. വധശിക്ഷയ്ക്ക് വിധിക്കപ്പെട്ട് ഡോക്ടർ ജയിലിലാകുന്നു. എന്നാൽ ശിക്ഷ നടപ്പാക്കാനായി തുടങ്ങുമ്പോൾ സാർ ചക്രവർത്തി അത് സൈബീരയിലേക്കുള്ള നാടുകടത്തലായി മാറ്റുന്നു. ഈ ആമുഖത്തിനു ശേഷമാണ് മദ്ധ്യകാലഘട്ടത്തിലെ പ്രസിദ്ധനായ ബൽജിയം ചിത്രകാരൻ ഹാൻസ് മെംലിങ്ങി (Hans Memling, 1430-1494) ന്റെ പ്രശസ്ത പെയിന്റിങ് 'ദ ലാസ്റ്റ് ജഡ്ജ്മെന്റ്' (The Last Judgment. 1467-1471) ന്റെ സൂക്ഷ്മവും വിശദവുമായ ദൃശ്യപശ്ചാത്തലത്തിൽ കൃത്യമായ സംഗീതത്തോടെ, ചിത്രത്തിന്റെ ടൈറ്റിലുകൾ പ്രത്യക്ഷപ്പെടുന്നത്. സിനിമയുടെ പ്രമേയവും 'ദ ലാസ്റ്റ് ജഡ്ജ്മെന്റും' ശ്രദ്ധേയമായ രീതിയിൽ ചേർന്ന് നിൽക്കുന്നു. നരകത്തിൽ പാപികളെ കാത്തിരിക്കുന്ന പലതരത്തിലുള്ള പീഡനങ്ങൾ ചിത്രീകരിക്കുന്ന പെയിന്റിങ് തന്റെ പരീക്ഷണവുമായി ബന്ധപ്പെട്ട് ഡോക്ടർ ചെയ്യാൻ പോകുന്ന അനവധി ക്രൂരകൃത്യങ്ങളുടെ സൂചനയാണ് നമുക്ക് നൽകുന്നത്. തീയിൽ ചുട്ടെരിക്കപ്പെടുന്നവരും ദുഷ്ടമൃഗങ്ങളുടേയും പിശാചുക്കളുടേയും ആക്രമണങ്ങൾക്ക് വിധേയരാകുന്നവരുമൊക്കെ നിറയുന്ന നരകക്കാഴ്ചകൾ കാണുമ്പോൾ മതപരമായ വിശ്വാസങ്ങളുമായി ബന്ധപ്പെടുത്തിക്കൊണ്ട് പീഡനങ്ങളുടെ കാഴ്ചകളിലേക്ക് തന്നെയാണ് ചിത്രം മുമ്പോട്ട് പോകുന്നതെന്ന്

ഈഥർ

നാം തിരിച്ചറിയുന്നുണ്ട്. അതോടൊപ്പം. ചിത്രത്തിന്റെ അവസാന ഭാഗത്തെ ഗതിമാറ്റത്തിലൂടെ ചെകുത്താൻ, കേന്ദ്രകഥാപാത്രമായ ഡോക്ടറെ സ്വാധീനിച്ചുകൊണ്ട് ശാസ്ത്രത്തിന്റെ ഇരുണ്ട മേഖലകളിൽ അയാളെ കൊണ്ടെത്തിക്കുന്നതായും നാമറിയുന്നു. അതേസമയം അവസാനദൃശ്യത്തിൽ ചെകുത്താന്റെ സാന്നിദ്ധ്യത്തിൽ ഡോക്ടർ സ്വന്തം വിധി നേരിടുമ്പോൾ അയാളുടെ പാപപരിഹാരത്തിനായുള്ള പെൺകുട്ടിയുടെ പ്രാർത്ഥനയും നാം കേൾക്കുന്നുണ്ട്. സനൂസ്സിയുടെ ഒട്ടുമിക്ക ചിത്രങ്ങളിലേയും പോലെ ഈഥറിലും ഭൗതികലോകത്തിൽ നിന്ന് ആത്മീയമായൊരുതലത്തിലേക്ക് ചിത്രത്തെ ഈ ഫൗസ്റ്റിയൻ ട്വിസ്റ്റ് മാറ്റുന്നുണ്ട്. ഈ ഗതിമാറ്റത്തിനിരുവശങ്ങളിലുമുള്ള ഭാഗങ്ങൾ 'അറിയപ്പെടുന്ന കഥ' (the known story). 'രഹസ്യ കഥ' (the secret story) എന്നീ പേരുകളിൽ സംവിധായകൻ വേർതിരിക്കുന്നു.

വധശിക്ഷയിൽ ഇളവ് ലഭിച്ച് പെഡോളിയയിൽ നിന്ന് സൈബീരിയിലേക്ക് നാട് കടത്തപ്പെട്ട ഡോക്ടർ, അവിടേക്കുള്ള യാത്രയ്ക്കിടെ രക്ഷപ്പെട്ട് തൊട്ടടുത്തുള്ള ആസ്ട്രോ-ഹംഗറി സാമ്രാജ്യത്തിൽപ്പെടുന്ന ഗലീഷിയയിലെ സൈനികതാവളത്തിൽ എത്തുകയാണ്. അവിടെ

ഡോക്ടറായി നിയമിതനാകുന്ന അയാൾ, പട്ടാളക്കാരേയും അവിടെ അവർക്കായുള്ള വേശ്യാലയത്തിലെ സ്ത്രീകളേയും ചികിൽസിക്കാൻ നിയോഗിക്കപ്പെടുന്നു. പട്ടാളക്യാമ്പിലെ കമാൻഡറോട് താൻ റഷ്യയിൽ നിന്ന് പുറത്താവാനുള്ള യഥാർത്ഥ കാരണം മറച്ചുവെക്കുന്ന അയാൾ, തന്റെ ഗവേഷണത്തേക്കുറിച്ച് കമാൻഡറോട് പറയുന്നുണ്ട്. ലോകം മുഴുവൻ നിറഞ്ഞിരിക്കുന്ന ഈഥർ മനുഷ്യരുടെ ബോധം നശിപ്പിച്ച് അവരുടെ സ്വതന്ത്രമായ ആഗ്രഹങ്ങളും വേദനകളും ഇല്ലാതാക്കുമെന്ന് അയാൾ അവകാശപ്പെടുന്നു. തന്നെ സംബന്ധിച്ചിടത്തോളം ഈഥർ അധികാരത്തിന്റെ ആയുധമാണെന്ന് ഇവിടെ കൃത്യമായി അയാൾ സൂചിപ്പിക്കുന്നുണ്ട്.

തന്റെ ലക്ഷ്യം പ്രാവർത്തികമാക്കാൻ ശ്രമിക്കുന്ന ഡോക്ടർ നേരിടുന്ന വിജയവും തിരിച്ചടികളുമാണ് 'ഈഥറി'ന്റെ ഭൂരിഭാഗം സമയവും ചിത്രീകരിക്കപ്പെടുന്നത്. തന്റെ പരീക്ഷണങ്ങൾക്ക് വിധേയനാവാനും അതോടൊപ്പം സഹായിക്കാനും ആകസ്മികമായാണ് ഒരു അസ്സിസ്റ്റന്റിനെ ഡോക്ടർക്ക് ലഭിക്കുന്നത്. ഒരു പാർട്ടിയിൽ പങ്കെടുക്കുന്നതിനിടയിൽ സുഹൃത്തുക്കളുടെ ആവശ്യമനുസരിച്ച് രോഗിയായ ഒരു വൃദ്ധനെ പരിശോധിക്കാനായി ഡോക്ടർ പോകുന്നു. അത്യാസന്ന നിലയിലായ രോഗി മരിക്കുന്നതോടെ മകൻ തെരാസ് അനാഥനാകുന്നു. ഡോക്ടറുടെ നിർദ്ദേശമനുസരിച്ച് തെരാസ് പിതാവിന്റെ ശവശരീരവുമായി അയാളുടെ ക്യാമ്പിലെത്തുന്നു. അവിടെ താമസിക്കാൻ തീരുമാനിക്കുന്ന തെരാസ് ഡോക്ടറുടെ സഹായിയായി മാറുകയാണ്.

ഈഥർ

ഈഥറിന് മനുഷ്യരിലെ വേദന ഇല്ലാതാക്കാനുള്ള കഴിവുണ്ടെന്ന് തെരാസിൽ നടത്തിയ പരീക്ഷണം വഴിയാണ് ഡോക്ടർ തെളിയിക്കുന്നത്. ഗുസ്തിമൽസരത്തിനിടെ ഒരു മൽസരാർത്ഥിയിൽ ഈഥർ കുത്തിവെച്ച് അയാളിലെ മൃഗീയശക്തിയെ ഡോക്ടർ പുറത്തുകൊണ്ടുവരുന്നു. അതോടെ ക്രൂരമൃഗമായി മാറിയ അയാൾ അവിടെയുള്ള എല്ലാവരേയും മർദ്ദിച്ചവശരാക്കുകയാണ്. മനുഷ്യനെ സ്വതന്ത്രനാക്കാനുള്ള വഴി അവനിലെ മൃഗത്തെ പുറത്തെടുക്കയാണെന്ന് ഡോക്ടർ അഭിപ്രായപ്പെടുന്നുണ്ട്. ഒരു മതത്തിനും തരാൻ കഴിയാത്ത സന്തോഷം മനുഷ്യന് ശാസ്ത്രം നൽകുമെന്ന് അവകാശപ്പെടുന്ന ഡോക്ടർ, മതത്തെയും ദൈവത്തേയും പൂർണ്ണമായി തള്ളിക്കളയുകയാണ്. ഇവയുടെ സഹായമില്ലാതെ ജനങ്ങളെ മാനസികമായും ശാരീരികമായും സ്വാധീനിക്കാൻ ഈഥറിനു കഴിവുണ്ടെന്ന് തന്റേതായ രീതിയിൽ ഡോക്ടർ തെളിയിക്കുന്നുണ്ട്. പള്ളിയിൽ പ്രാർത്ഥനയ്ക്കിടയിൽ ദൈവത്തെ ചീത്ത വിളിക്കുന്ന ആളെ പിന്തിരിപ്പിക്കാൻ അച്ചൻ പരാജയപ്പെടുമ്പോൾ ഈഥർ പ്രയോഗിച്ച് ഡോക്ടർ അയാളെ ശാന്തനാക്കുന്നു. മാനസികരോഗികളുടെ ചികിൽസയ്ക്ക് ഈഥർ ഫലപ്രദമാണെന്നും ഡോക്ടർ തെളിയിക്കുന്നുണ്ട്.

തന്റെ പരീക്ഷണങ്ങൾ മുമ്പോട്ട് കൊണ്ടുപോകാൻ എന്തും ചെയ്യാൻ തയ്യാറാവുന്ന ഡോക്ടറെയാണ് തുടർന്ന് നാം കാണുന്നത്. പഠനത്തിനായി കൊണ്ടുവന്ന തെരാസിന്റെ പിതാവിന്റെ ശവശരീരം എംബാം ചെയ്ത തന്റെ മ്യൂസിയത്തിൽ ഡോക്ടർ സൂക്ഷിക്കുന്നത് അവസാനം മാത്രമാണ് അയാൾ തിരിച്ചറിയുന്നത്. ഇതിൽ പ്രകോപിതനായി തെരാസ് പുറത്ത് പോകുന്നുണ്ടെങ്കിലും ഒടുവിൽ മറ്റൊരു ആശ്രയമില്ലാതെ ഡോക്ടറുടെ അടുത്തേക്ക് തന്നെ അയാൾ മടങ്ങി വരുന്നു. പരീക്ഷണങ്ങൾക്കായി പണം ആവശ്യം വന്നപ്പോൾ റഷ്യയുടെ ചാരനായി മാറുന്ന ഡോക്ടർ പട്ടാള ക്യാമ്പിന്റെ ഫോട്ടോകൾ അവർക്ക് രഹസ്യമായി എത്തിച്ച് കൊടുത്ത് ആവശ്യത്തിനുള്ള പണം സമ്പാദിക്കുന്നു. എന്നാൽ, പിടിക്കപ്പെട്ടപ്പോൾ തെരാസിന്റെമേൽ കുറ്റമാരോപിച്ച് അയാൾ രക്ഷപ്പെടാൻ ശ്രമിക്കുന്നു. മാനസികരോഗിയായ സ്ത്രീ പ്രസവിച്ച കുട്ടിയെ അത് മരിച്ചെന്ന് പറഞ്ഞ് അയാൾ കൊണ്ടുപോകുന്നുണ്ട്. ശാസ്ത്രത്തിന്റെ വഴിയിലൂടെ അധികാരം പിടിച്ചടക്കാനായി ശ്രമിക്കുന്ന ഡോകറ്റർ, തന്റെ പരീക്ഷണങ്ങളിലൂടെ സമൂഹം എക്കാലത്തും ബഹിഷ്കരിക്കുന്ന ഒരു ക്രിമിനലായി മാറുന്നതായാണ് നാം തിരിച്ചറിയുന്നത്. നിയമവും നീതിയും ധാർമ്മികതയൊന്നും പരിഗണിക്കാതെ, ശാസ്ത്രത്തിന്റേയും അധികാരത്തിന്റേയും വഴികളിലൂടെ മാത്രം സഞ്ചരിക്കുന്ന ഡോക്ടർ അപകടകരമായ ഫാസിസ്റ്റ് വഴികളിലാണ് ചെന്നെത്തുന്നത്.

തന്റെ ലക്ഷ്യങ്ങൾ കൃത്യമായ രീതിയിൽ ഡോക്ടർ അവതരിപ്പിക്കുന്നുണ്ട്. ചിത്രത്തിലെ പല ഘട്ടങ്ങളിൽ പലരോടായി അയാൾ ഇതേക്കുറിച്ച് സൂചനകൾ നൽകുന്നു. ജനങ്ങളുടെമേൽ അധികാരം സ്ഥാപിക്കാനുള്ളതാണ് തന്റെ ഗവേഷണങ്ങളെന്നും ഈഥറിനു അതിനുള്ള കഴിവുണ്ടെന്നും അയാൾ തെളിവുകൾ നൽകിക്കൊണ്ട് വിശദമാക്കുന്നു. 'ആത്മാവിനേപ്പോലെ ശരീരങ്ങളും ക്യാമ്പിൽ നശിക്കാറില്ലെ'ന്ന് പരിഹാസപൂർവ്വം തന്റെ സഹായി തെരാസിനോട് പറയുന്ന ഡോക്ടർ. ശവശരീരങ്ങളുപയോഗിച്ചും പരീക്ഷണങ്ങൾ നടത്തുന്നുണ്ട്. ദൈവത്തേയും മതത്തേയും അതോടൊപ്പം പ്രകൃതിയേയും വെല്ലുവിളിക്കുന്ന ഡോക്ടർ, യഥാർത്ഥത്തിൽ ആരാലാണ് നയിക്കപ്പെട്ടിരുന്നതെന്ന് ചിത്രത്തിന്റെ അവസാനഭാഗം മാത്രമാണ് വെളിപ്പെടുത്തപ്പെടുന്നത്.

ദൈവവിശ്വാസത്തിന്റെ സാന്നിദ്ധ്യവും (വിശ്വാസം, കരുണ, സ്നേഹം, സത്യസന്ധത എന്നിവ) ചിത്രം രേഖപ്പെടുത്തുന്നുണ്ട്. ക്യാമ്പിലെ മാനസിക ആശുപത്രിയിലെ രോഗിയായ മാർഗ്രറീറ്റയെ പള്ളിയിൽ വെച്ചാണ് ഡോക്ടർ ആദ്യമായി കാണുന്നത്. അയാളുടെ നെറ്റി തലോടിക്കൊണ്ട്. 'ഞാൻ അങ്ങയെ സ്നേഹിക്കുന്നു'വെന്ന് പറയുന്ന അവൾ, മുമ്പ് പൊഡോളീയയിൽ തന്റെ ബലാൽസംഗശ്രമത്തിനിടെ കൊല്ലപ്പെട്ട പെൺകുട്ടിയാണെന്ന് ഡോക്ടർ സംശയിക്കുന്നു. പിന്നീട് ചികിൽസയ്ക്കിടെ കണ്ടപ്പോൾ, താൻ ലോകത്തുള്ള സർവ്വരേയും സ്നേഹിക്കുന്നു എന്നും എന്നാൽ അതിനുള്ള ശക്തി തനിക്കില്ലെന്നും അവൾ പറയുന്നുണ്ട്. ഹിപ്നോസിസിനിടെ, പെഡോളിയയിലെ ചില സംഭവങ്ങൾ അവൾ ഡോക്ടറെ ഓർമ്മിപ്പിക്കുന്നുണ്ട്. അവസാനം ഡോക്ടറുടെമേൽ അന്തിമവിധി നടപ്പാക്കപ്പെട്ടുമ്പോൾ. പ്രാർത്ഥനകൾ ചൊല്ലിക്കൊണ്ട് അയാളുടെ മോചനത്തിനായി ദൈവത്തോട് യാചിക്കുന്ന മാർഗ്രറീറ്റ കൃത്യമായും ദൈവത്തിന്റെ സാന്നിദ്ധ്യമായാണ് ചിത്രത്തിൽ തിരിച്ചറിയപ്പെടുന്നത്. ആ സമയത്ത് മാർഗ്രറീറ്റയ്ക്ക് സമീപം ചെകുത്താനേയും നാം കാണുന്നുണ്ട്. ദൈവത്തിന്റേയും ചെകുത്താന്റേയും ഇടയിൽ നിൽക്കുന്ന ഡോകറ്ററുടെ ദൃശ്യം ഒരു തിരഞ്ഞെടുപ്പിന്റെ കാഴ്ച കൂടിയാകുന്നു. മാർഗ്രറീറ്റയ്ക്ക് പുറമെ ഡോക്ടറുടെ സഹായിയായ തെരാസും വൈവസാന്നിദ്ധ്യത്തിന്റെ സൂചനകൾ നൽകുന്നുണ്ട്. അഭിമുഖത്തിൽ സന്യസ്സി പരാമർശിക്കുന്നതു പോലെ, ഒരു പുണ്യവാളന്റെ അവസ്ഥയിലുള്ള അയാൾ പള്ളിയിൽ താമസിക്കയും സ്വന്തം ജീവൻ ഉപേക്ഷിക്കാൻ തയ്യാറായിക്കൊണ്ട് ഡോക്ടറുടെ ശിക്ഷ സ്വയം ഏറ്റെടുക്കാൻ സന്നദ്ധനാവുകയും ചെയ്യുന്നു. ഒടുവിൽ, ചിത്രത്തിന്റെ അവസാനഭാഗത്ത് യുദ്ധത്തിൽ മുറിവേറ്റ് ട്രഞ്ചിൽ കഴിയുമ്പോൾ,

തന്നെ അവിടെയുപേക്ഷിച്ച് ഗുരുതരമായി പൊള്ളലേറ്റ മറ്റൊരാളെ രക്ഷിക്കാൻ തെരാസ് ആവശ്യപ്പെടുന്നു. പള്ളിയിലെ അച്ചനെന്ന് കരുതപ്പെടുന്ന, എന്നാൽ താൻ മരിച്ചുപോയ പഴയ അച്ചനെ വ്യാജമായി അനുകരിക്കയാണെന്ന് ഡോക്ടറോട് വെളിപ്പെടുത്തുന്ന ആൾ, കരുണയുടേയും സ്നേഹത്തിന്റേയും ചിത്രത്തിലെ മറ്റൊരു സാന്നിദ്ധ്യമാണ്. ഡോക്ടറുടെ മുമ്പിൽ മുട്ടുകുത്തി ക്ഷമ യാചിക്കുന്ന അയാൾ ഡോക്ടറാൽ വഞ്ചിക്കപ്പെട്ടിരുന്നു. ഡോക്ടർ നൽകിയ കറൻസി വ്യാജമാണെന്ന് അറിയാതെ പാവങ്ങൾക്ക് വിതരണം ചെയ്ത് അവരെ ജയിലിലെത്തിക്കയായിരുന്നു അയാൾ. ലോകത്തിലെല്ലാം വ്യാജമാണെന്ന് പറയുന്ന ഡോക്ടറെ അയാൾ തിരുത്തുന്നുണ്ട്. നന്മയും സത്യവും അവശേഷിക്കുന്നുണ്ടെന്ന് അയാൾ അസന്നിഗ്ദമായി പറയുന്നു.

ശാസ്ത്രം ലോകത്തിലെ എല്ലാ പ്രശ്നങ്ങളും പരിഹരിക്കുമെന്നും. അതുവഴി ജനങ്ങൾ ആനന്ദകരമായ അവസ്ഥയിലെത്തുമെന്നും വിശ്വസിക്കുകയും, ലോകത്തിന്റെ നിയന്ത്രണം തനിക്ക് ഏറ്റെടുക്കാമെന്ന് കരുതി അതിനായി പ്രവർത്തിക്കുകയും ചെയ്യുന്ന ഡോക്ടർ നേരിടുന്ന മാനസികമായ തിരിച്ചടിയും ചിത്രം ദൃശ്യവൽക്കരിക്കുന്നുണ്ട്. കമാൻഡറുടെ ഉപദേശമനുസരിച്ച് തന്റെ ഗവേഷണത്തിനായി പണം കണ്ടെത്താൻ റഷ്യൻ സാമ്രാജ്യത്തിനുവേണ്ടി ചാരപ്പണിചെയ്ത ഡോക്ടർ ഒടുവിൽ പിടിക്കപ്പെടുന്നു. തന്റെ സഹായി തെരാസിനെ കുറ്റക്കാരനാക്കാൻ ശ്രമിച്ചെങ്കിലും അതിൽ അയാൾ പരാജയപ്പെടുന്നു. സ്വയം മരിക്കാൻ അധികൃതർ നൽകുന്ന ഉപദേശം നടപ്പിലാക്കാൻ പറ്റാതെ ഭീരുവായ അയാൾക്ക് നിസ്സഹായനായി നിൽക്കേണ്ടിവരുന്നു. ഈഥറുപയോഗിച്ച് സ്വയം മരിക്കാൻ ശ്രമിക്കുന്ന ഡോക്ടർ അവിടേയും പരാജയപ്പെടുകയാണ്. മറ്റുള്ളവരിൽ വിജയകരമായി നടത്തിയ പരീക്ഷണം സ്വന്തം ശരീരത്തിൽ അയാൾക്ക് ചെയ്യാൻ കഴിയാതെ വരുന്നു. ജീവിതത്തിലെ എല്ലാ പ്രശ്നങ്ങളും പരിഹരിക്കുമെന്ന് വിശ്വസിക്കപ്പെടുന്ന ശാസ്ത്രത്തിന്റെ പരാജയം നേരിട്ട് അനുഭവിക്കുകയാണ് അതിന്റെ പ്രചാരകനായ ഡോക്ടർ. ഒന്നാം ലോകമഹായുദ്ധത്തിന്റെ കാഴ്ചയോടെ അവസാനിക്കുന്ന ചിത്രത്തിൽ, യുദ്ധത്തിൽ മുറിവേറ്റ് ട്രഞ്ചിൽ കിടക്കുന്ന തെരാസിനോട് കാമുകി ചോദിക്കുന്ന "ഈ പീഡനങ്ങൾക്ക് വല്ല അർത്ഥവുമുണ്ടോ?" എന്ന ചോദ്യം ചിത്രത്തിൽ വളരെ പ്രസക്തമാകുന്നുണ്ട്. "അതെ, ഇപ്പോളെനിക്ക് അതിന്റെ അർത്ഥം മനസ്സിലാകുന്നുണ്ട്" എന്ന് തെരാസ് നൽകുന്ന മറുപടിയിൽ അനുഭവങ്ങൾ അയാൾക്ക് നൽകിയ ജീവിതപാഠങ്ങൾ അടങ്ങിയിരുന്നു.

ചിത്രത്തിന്റെ അവസാനഭാഗമായ 'രഹസ്യ കഥ'യിൽ ആദ്യ ഭാഗത്ത് നാം കാണാൻ 'വിട്ടുപോയ' ചില ദൃശ്യങ്ങളാണ് സനൂസി കൂട്ടിച്ചേർക്കുന്നത്. അവയിൽ ആദ്യഭാഗത്തിലെ പ്രധാന സന്ദർഭങ്ങളിൽ അദൃശ്യനായി നിന്ന് ഡോക്ടറെ നയിക്കുന്ന ചെകുത്താനെ നാം കാണുന്നു. ഇവിടെ അറിവിനു പകരം തന്റെ ആത്മാവ് നൽകിയ ഫൗസ്റ്റ് (Faust) നമ്മുടെ ഓർമ്മയിലെത്തുന്നു. ജീവിതത്തിലെ പല നിർണ്ണായകഘട്ടങ്ങളിലും ചെകുത്താന്റെ നിർദ്ദേശമനുസരിച്ചാണ് ഡോക്ടർ തീരുമാനങ്ങളെടുക്കുന്നത്. ചിത്രത്തിന്റെ ആദ്യഭാഗത്ത് പെൺകുട്ടിയുടെ കൊലപാതകവുമായി ബന്ധപ്പെട്ട് വധശിക്ഷയ്ക്ക് വിധിക്കപ്പെട്ട് ജയിലിൽ കഴിയുമ്പോൾ, അവസാന ദൈവശുശ്രൂഷയ്ക്കായി അച്ചൻ മുറിയിലേക്ക് വരുമ്പോൾ, ദൈവവിശ്വാസമില്ലെന്ന് പറഞ്ഞ് അച്ചനെ മടക്കി അയക്കുന്ന ഡോക്ടർ, അയാളുടെ സ്ഥാനത്ത് ചെകുത്താനെ അവിടെ കാണുന്നുണ്ട്. അടുത്ത ദിവസത്തെ വധശിക്ഷ സൈബീരിയയിലേക്കുള്ള നാടുകടത്തലായി മാറുമെന്നും അവിടേക്കുള്ള വഴിയിൽ വെച്ച് രക്ഷപ്പെടാമെന്നും ചെകുത്താൻ അയാളോട് പറയുന്നു. അതിനു പകരമായി 'തനിക്കില്ലെന്ന് ഡോക്ടർ എപ്പോഴും പറയാറുള്ള' അയാളുടെ ആത്മാവാണ് ചെകുത്താൻ ആവശ്യപ്പെടുന്നത്. ആദ്യം സംശയിക്കുന്നുണ്ടെങ്കിലും പിന്നീട് ചെകുത്താൻ നീട്ടിയ കൈ പിടിക്കുന്നു ഡോക്ടർ. അതോടെ അവർ തമ്മിൽ ഒരു ദൃഢബന്ധം രൂപപ്പെട്ട് കഴിഞ്ഞിരുന്നു. അടുത്ത ദിവസം ഡോക്ടറുടെ ശിക്ഷ നാടുകടത്തലായി കുറച്ച വിവരം അറിയിക്കുന്ന ഘട്ടത്തിലും ചെകുത്താന്റെ സാന്നിദ്ധ്യം നമുക്ക് കാണാൻ കഴിയുന്നുണ്ട്. അതു പോലെ തുടർന്ന് വരുന്ന പല പ്രധാന സന്ദർഭങ്ങളിലും ആ സാന്നിദ്ധ്യം ഡോകറ്റർ തിരിച്ചറിയുന്നു. ഡോക്ടറുടെ സഹായി തെരാസിനെ ക്യാമ്പിലെത്തിക്കുന്നത് ചെകുത്താനാണ്. പിന്നീട്, തെരാസ് ഉപേക്ഷിച്ച് പോവുന്ന സന്ദർഭത്തിൽ ആശങ്കപ്പെടുന്ന ഡോക്ടറോട്. താൻ കൂടെയുണ്ടെന്നും പ്രതീക്ഷ കൈവിടാതെയിരിക്കാനും ചെകുത്താൻ ആവശ്യപ്പെടുന്നു. മാർഗ്രറീറ്റയിൽ സംശയം തോന്നിയ ഡോക്ടറോട് അവളിൽ നിന്ന് മാറിനിൽക്കാൻ ചെകുത്താൻ ആവശ്യപ്പെടുന്നുണ്ട്. അവസാന ഘട്ടത്തിൽ ഇനിയെന്ത് എന്ന ഡോക്ടറുടെ ചോദ്യത്തിന് ഇപ്പോൾ തന്നോട് ഒന്നും ചോദിക്കേണ്ട എന്ന് മറുപടി പറയുന്ന ചെകുത്താൻ.

സനൂസ്സി അഭിമുഖത്തിൽ വെളിപ്പെടുത്തുന്നതുപോലെ ഒരു കഥ പറയുകയും അതിൽ സംവിധായകൻ ഒളിച്ചുവെച്ച കാര്യങ്ങൾ മറ്റൊരു കഥയിലൂടെ പുറത്തുകൊണ്ടുവരികയും ചെയ്യുക, അതൊരു ഫൗസ്റ്റിയൻ ഗതിമാറ്റമായി പ്രേക്ഷകരെ അനുഭവിപ്പിക്കുക. ഈഥർ

സനൂസി

വളരെ ഭംഗിയായി അത് നിർവ്വഹിക്കുന്നുണ്ട്. നേരത്തെ സൂചിപ്പിച്ചിരുന്നതുപോലെ, യാഥാർത്ഥ്യങ്ങളുടെ ലോകത്തുനിന്ന് ആത്മീയലോകത്തിലേക്കുള്ള ഒരു യാത്രയായി അത് ചിത്രത്തെ മാറ്റുന്നു. ഭൗതികവും ഭൗതികാതീതവുമായ ഈ ഭാഗങ്ങൾചേർന്ന് മതം, വിശ്വാസം, ദൈവം, ചെകുത്താൻ, പ്രാർത്ഥന തുടങ്ങിയ തന്റെ ഇഷ്ടവിഷയങ്ങളിലേക്ക് ചിത്രത്തെ കൊണ്ടെത്തിക്കുക എന്ന ഈ ദൗത്യം വളരെ വിജയകരമായി സനൂസി ഇവിടെ നിർവ്വഹിക്കുന്നു. സൂര്യവെളിച്ചം നിറഞ്ഞുനിൽക്കുന്ന, ചെടികളും പൂക്കളും ശലഭങ്ങളും വർണ്ണശബളമാക്കുന്ന പൂന്തോട്ടത്തിൽ പൂമ്പാറ്റകളെ ശേഖരിക്കുന്ന സുന്ദരിയായ പെൺകുട്ടിയിൽ നിന്ന് ആരംഭിച്ച് ഭൂമിയിൽ പാപങ്ങൾ ചെയ്യുന്നവരുടെ മോചനത്തിനായി ദൈവത്തോട് പ്രാർത്ഥിക്കുന്ന, എല്ലാവരേയും സ്നേഹിക്കാനാഗ്രഹിക്കുന്ന പെൺകുട്ടിയിൽ ചിത്രമവസാനിപ്പിക്കുമ്പോൾ, അവയ്ക്കിടയിൽ പാപത്തിന്റേയും അധികാരത്തിന്റേയും ചതിയുടേയും കഥകൾ സനൂസ്സി പറയുന്നു.

ഈഥറിലെ കേന്ദ്രകഥാപാത്രമായ ഡോക്ടർ ശാസ്ത്രത്തിനായി സ്വന്തം ജീവൻ പോലും ത്യജിക്കാൻ തയ്യാറാവുന്ന ആളാണ്. സ്വതന്ത്രചിന്തയെന്ന മനുഷ്യന്റെ ഏറ്റവും പ്രധാനപ്പെട്ട സവിശേഷതയെ ഇല്ലാതാക്കുകയെന്ന ഡോക്ടറുടെ ദൗത്യം, അതിനടുത്ത് വരാൻ പോകുന്ന ഒന്നാം ലോകമഹായുദ്ധം ലക്ഷ്യംവെച്ചുള്ളതായിരുന്നിരിക്കാമെന്ന് നിരൂപകർ ചൂണ്ടിക്കാട്ടുന്നുണ്ട്. മനുഷ്യരാശിയെ അടിച്ചമർത്തുക എന്ന സ്വേചരാധിപത്യത്തിന്റേയും ഫാസിസത്തിന്റേയും വഴികളിലാണ് ഇതിലൂടെ ഡോക്ടർ ചെന്നെത്തുന്നത്. ചിത്രത്തിന്റെ നിർമ്മാണവുമായി ബന്ധപ്പെടുന്ന രണ്ട് പ്രധാനപ്പെട്ട പ്രതിഭകളാണ് ഷേയ്ക്സ്പിയറും ഗോയ്ഥേയും.

കഥയ്ക്കുള്ളിലെ മറ്റൊരു കഥയെന്ന ആശയം ഷേയ്ക്സ്പിയറിൽ നിന്നും, ആത്മാവിനെ നഷ്ടപ്പെടുത്തിക്കൊണ്ട് അറിവ് നേടുകയെന്നത് ഗോയ്ഥെയുടെ ഫൗസ്റ്റിൽ നിന്നുമാണ് സനൂസ്സി സ്വീകരിക്കുന്നത്. ശാസ്ത്രം മാത്രമുപയോഗിച്ച് മനുഷ്യരാശിക്ക് മുമ്പോട്ട് പോകാൻ കഴിയുമെന്ന ആശയവും ജനതയുടെ സ്വതന്ത്രചിന്തയെ ഇല്ലാതാക്കാൻ ശാസ്ത്രത്തിന് കഴിയുമെന്നുമുള്ള വാദവും നേരിടുന്ന തിരിച്ചടികൾ ചിത്രം സൂക്ഷ്മമായി ആവിഷ്കരിക്കുന്നു. ഇവ സ്ഥാപിക്കാനുള്ള ഡോക്ടറുടെ പരീക്ഷണങ്ങൾ അയാളെക്കൊണ്ടെത്തിക്കുന്നത് കുറ്റകൃത്യങ്ങളുടെ ലോകത്തിലാണ്. ചെകുത്താന്റെ നിർദ്ദേശങ്ങളനുസരിച്ച് നടത്തുന്ന ആശ്രമങ്ങൾ അപമാനവീകരണത്തിന്റെ പാഠങ്ങളാകുകയാണ്. സ്വന്തം സാമ്പത്തിക പ്രയാസങ്ങൾ മൂലം ഡോക്ടർക്കൊപ്പം അയാളുടെ സഹായിയായി നിന്ന് പരീക്ഷണങ്ങൾക്ക് വിധേയനാകുകന്ന തെരാസിന് ദൈവവിശ്വാസം കൈവിടാനാകുന്നില്ല. ഒടുവിൽ ക്യാമ്പിലെ പാരാമെഡിക് ആയി മാറുന്ന അയാൾ യുദ്ധത്തിൽ മുറിവേറ്റ് ട്രെഞ്ചിൽ കിടക്കുമ്പോൾ പറയുന്നു: “ഒടുവിൽ എല്ലാം എനിക്ക് മനസ്സിലാക്കാൻ കഴിയുന്നുണ്ട്.”

ആധുനിക ശാസ്ത്രം മുമ്പോട്ട് വെക്കുന്ന ഭൗതികലോകം മാത്രമേ നിലനിൽക്കുന്നുള്ളൂ എന്ന ആശയത്തെ ജീവിതത്തിലൊരിക്കലും സനൂസ്സിക്ക് പൂർണ്ണമായി അംഗീകരിക്കാൻ കഴിഞ്ഞിരുന്നില്ല. “ഞാൻ ഭൗതികശാസ്ത്രത്തെ വളരെയധികം സ്നേഹിച്ചു, എന്നാൽ അതെന്നെ സ്നേഹിച്ചില്ല, അതിനാലാണ് ഞാൻ സിനിമയിലേക്ക് മാറുന്നത്” സനൂസ്സി പറയുന്നു. ഭൗതികലോകത്തിനുമപ്പുറത്തുള്ള ഒരു ശക്തിയുടെ സാന്നിദ്ധ്യത്തിൽ അദ്ദേഹം എല്ലായ്പ്പോഴും വിശ്വസിച്ചു. “നമുക്ക് മുകളിൽ ബുദ്ധിപരമായ ഒരു ശക്തി ഉണ്ടെന്ന് ഞാൻ വിശ്വസിക്കുന്നുണ്ട്. അതാണ് ലോകത്തെ അർത്ഥപൂർണ്ണമായി മുമ്പോട്ട് കൊണ്ട് പോകുന്നത്.” ആൽബർട്ട് ഐൻസ്റ്റീൻ ഇങ്ങനെയാണ് അതിനെ വിശേഷിപ്പിച്ചിരുന്നത്. 1936-ൽ ശാസ്ത്രജ്ഞരുടെ ഒരു യോഗത്തിൽ അദ്ദേഹം പറഞ്ഞു: “ഈ നിഗൂഢത അനുഭവിക്കാത്ത ആൾ അന്ധനും ബധിരനുമാണ്. അത് മതത്തിന്റെ ഭാഗമാണെങ്കിൽ, അതെ ഞാൻ മതവിശ്വാസിയാണ്.” നൈതികതയും ധാർമ്മികതയും ആ നിഗൂഢതയുടെ ഭാഗം തന്നെയാണ്. നിങ്ങളുടെ ഹൃദയം ശുദ്ധമാണെങ്കിൽ സത്യവും സൗന്ദര്യവും നിങ്ങൾ ക്കെളുപ്പം അനുഭവിക്കാനാകും. എന്നാൽ മലിനീകരണപ്പെട്ട മനസ്സിന്റെ ഉടമ സത്യത്തിൽ നിന്ന് എത്രയോ അകലെയായിരിക്കും. അതുകൊണ്ടാണ് ധാർമ്മികത നമ്മുടെ സമഗ്രതയുടെ ഭാഗമാവുന്നത്. ആ സമഗ്രത നഷ്ടപ്പെടുന്ന ഒരാൾക്ക് സർഗ്ഗാത്മകതയ്ക്കുള്ള സാദ്ധ്യത വിരളമായിരിക്കും.

🎬 സനൂസി ഇഥർ ഷൂട്ടിഗിൽ

ഒരേ സമയം ഭൗതികശാസ്ത്രവും തത്വശാസ്ത്രവും പഠിക്കുകയും പ്രയോഗിക്കുകയും ചെയ്തുകൊണ്ടിരിക്കുന്ന സനൂസി വിശദമാക്കുന്നു.

ഈഥർ ശാസ്ത്രവും നൈതികതയും വേർതിരിഞ്ഞ് പോകുന്ന കാഴ്ച രേഖപ്പെടുത്തുന്നു. അവ ഒന്നിച്ച് ചേർന്ന് നിൽക്കേണ്ട ആവശ്യകത നമ്മെ ബോദ്ധ്യപ്പെടുത്തുന്നു. അതോടൊപ്പം അധികാര കേന്ദ്രീകരണം നടത്തിക്കൊണ്ട് ഫാസിസ്റ്റ് പരിസരങ്ങൾ സൃഷ്ടിക്കുകയും അതുവഴി ഭീതിവിതക്കുകയും ചെയ്യുന്ന ശാസ്ത്രജ്ഞരുടെ മുമ്പോട്ടുള്ള യാത്രയേക്കുറിച്ച് അത് മുന്നറിയിപ്പ് നൽകുകയും ചെയ്യുന്നു.

ചിത്രത്തിന്റെ സാങ്കേതികമേന്മ അതിന്റെ പ്രമേയവുമായി കൃത്യമായും ചേർന്ന് നിൽക്കുന്നുണ്ട്. പ്രകാശം നിറഞ്ഞ് നിൽക്കുന്ന പൂന്തോട്ടത്തിൽ ഓടി നടക്കുന്ന പ്രകാശം ചൊരിയുന്ന പെൺകുട്ടിയിലാരംഭിച്ച് അതേ പ്രകാശപൂർണ്ണമായ പശ്ചാത്തലത്തിൽ സ്ക്രീൻ നിറഞ്ഞ് നിൽക്കുന്ന ഡോകറ്ററുടെ പുഞ്ചിരിക്കുന്ന മുഖത്തിൽ അവസാനിക്കുന്ന ചിത്രം, ഛായാഗ്രഹണത്തിന്റേയും പശ്ചാത്തല സംഗീതത്തിന്റേയും കാര്യത്തിൽ മറ്റെല്ലാ സനൂസി ചിത്രങ്ങളേയും പോലെ ശ്രദ്ധേയമാകുന്നുണ്ട്. ഇരുളും വെളിച്ചവും ഇടകലരുന്ന ഡോക്ടറുടെ പരീക്ഷണശാലാ പശ്ചാത്തലങ്ങളും വേശ്യാലയത്തിലെ മുറികളും ആധുനിക വസ്ത്രത്തിലെത്തുന്ന ചെകുത്താന്റെ സാന്നിദ്ധ്യവും ചിത്രത്തിന്റെ ഛായാഗ്രാഹകൻ പിയോട്ര് നീമിസ്കി (Piotr Niemyjski) യുടെ മികവിന്റെ ദൃഷ്ടാന്തങ്ങളാണ്. തന്റെ സ്ഥിരം സംഗീതസംവിധായകൻ Wojciech Kilar 2013

ൽ അന്തരിച്ചതോടെ അദ്ദേഹത്തിനു പകരമായി മറ്റൊരാളെക്കൊണ്ട് സംഗീത സംവിധാനം ചെയ്യിക്കാൻ തനിക്ക് കഴിഞ്ഞിട്ടില്ലെന്ന് സനൂസി വെളിപ്പെടുത്തുന്നുണ്ട്. അത് അദ്ദേഹത്തോടുള്ള നിന്ദയായി മാറുമെന്ന് സനൂസി വിശ്വസിക്കുന്നു. അത്രയേറെ അടുപ്പം അവർ തമ്മിലുണ്ടായിരുന്നു. വാഗ്നറുടെ പ്രസിദ്ധമായ Parsifal കേട്ടുകൊണ്ടായിരുന്നു സനൂസ്സി ഈഥറിന്റെ സ്ക്രിപ്റ്റ് എഴുതിക്കൊണ്ടിരുന്നത്. അതേ Parsifal തന്നെയാണ് ചിത്രത്തിന്റെ പശ്ചാത്തല സംഗീതമായി അദ്ദേഹം തിരഞ്ഞെടുക്കുന്നത്. മതവുമായി സംഘർഷാവസ്ഥയിലുള്ള ഡോക്ടറുടെ അറിവ് തേടിയുള്ള അന്വേഷണമാണ് അത് സൂചിപ്പിക്കുന്നതെന്ന് സനൂസി പറയുന്നു. ചിത്രത്തിലെ കേന്ദ്രകഥാപാത്രമായ ഡോക്ടറായി വേഷമിടുന്ന നടൻ Jacek Poniedzialek ന്റെ ഹിറ്റ്ലറുടെ മുഖസാദൃശ്യം (ഹിറ്റ്ലറുടെ മീശ) ആകസ്മികമല്ല എന്ന് കരുതേണ്ടിയിരിക്കുന്നു. അതുപോലെ തന്റെ പരീക്ഷണ സമയങ്ങളിൽ അയാൾ ധരിക്കുന്ന കറുത്ത കോട്ട് നാസികാല കാഴ്ചകൾ നമ്മെ ഓർമ്മപ്പെടുത്തുന്നുമുണ്ട്.

കലയേയും രാഷ്ട്രീയത്തേയും കുറിച്ചുള്ള ചോദ്യത്തെ ഇങ്ങനെ അഭിമുഖീകരിക്കുന്നു സനൂസി: "സമൂഹത്തിന്റെ നന്മയ്ക്ക് ഗുണകരമാവുന്നതും ദോഷകരമാവുന്നതും പലരും പല വിധത്തിലാണ് കാണുന്നത്. അവ ആപേക്ഷികവുമാണ്. കല സ്വപ്നങ്ങളും അഭിലാഷങ്ങളും കാൽപ്പനിതകളുമാണ് സൃഷ്ടിക്കുന്നത്. എന്തൊക്കെയാണ് ക്രമാനുസൃതമായത്, ഏതൊക്കെയാണങ്ങിനെയല്ലാത്തത് എന്ന് കണ്ടെത്താൻ കല ജനങ്ങളെ പ്രേരിപ്പിക്കുകയാണ്. "ഈഥറിലെ ഭൗതികാതീത ഭാഗം (അവസാന ഭാഗം) ഒഴിവാക്കിയാൽ ചിത്രം നന്നായി വിൽക്കപ്പെടുമെന്ന് ചിത്രത്തിന്റെ ഏജന്റ് പറഞ്ഞിരുന്നതായി സനൂസി വെളിപ്പെടുത്തുന്നുണ്ട്. അതോടെ അത് തന്റെ ചിത്രമല്ലാതായിത്തീരുമെന്നും അദ്ദേഹം പറയുന്നു. അത് തന്റേതുതന്നെയായി നിലനിർത്തുക എന്നതാണ് വിൽപ്പനയേക്കാളും പ്രധാനപ്പെട്ടതെന്ന് സനൂസി കരുതുന്നു. ഒരു ചിത്രം കണ്ട് തിയേറ്റർ വിട്ടാൽ അത് നൽകുന്ന അസ്വസ്ഥതയിൽ നിന്ന് മോചനം വേണമെന്നാണ് പലരും കരുതുന്നത്, എന്നാൽ അത് അവരിൽ എക്കാലവും നിലനിൽക്കണമെന്ന് കരുതുന്ന സനൂസി മികച്ച സിനിമകളുടെ അടയാളമായാണ് അത് തിരിച്ചറിയുന്നത്.

രണ്ടാം ലോകമഹായുദ്ധം ആരംഭിക്കുന്ന കാലത്ത് 1939 ലാണ് ക്രിസ്റ്റോഫ് സനൂസി പോളണ്ടിലെ വാർസയിൽ ജനിക്കുന്നത്. 1955 ൽ വാഴ്സ സർവ്വകലാശാലയിൽ നിന്ന് ഭൗതികശാസ്ത്രത്തിൽ ബിരുദം നേടിയ അദ്ദേഹം ഒരു ഭൗതിക ശാസ്ത്രജ്ഞനാകാൻ ആഗ്രഹിച്ചു. "എന്നാൽ നോബൽ സമ്മാനം കിട്ടില്ലെന്ന് ഉറപ്പായപ്പോൾ

ഞാൻ ഫിസിക്സ് വിട്ടു". ചിരിച്ചുകൊണ്ട് സനൂസി പറയുന്നു. തുടർന്ന് പോളണ്ടിലെ പ്രസിദ്ധമായ കാർകോവ് (Karakow) സർവ്വകലാശാലയിൽ നിന്ന് ഫിലോസഫി പഠിച്ച അദ്ദേഹം അക്കാലത്ത് ചില ഷോർട്ട് ഫിലിമുകൾ നിർമ്മിച്ചിരുന്നു. ആ ചിത്രങ്ങൾ അന്താരാഷ്ട്ര പുരസ്കാരങ്ങൾ സനൂസിക്ക് നേടിക്കൊടുത്തു. 1962-ലാണ് അദ്ദേഹം പോളണ്ടിലെ പ്രശസ്തമായ ലോഡ്സ് ഫിലിം സ്കൂളിൽ (Lodz Film School) ചലച്ചിത്രപഠനത്തിനായി ചേരുന്നത്. 1967 ൽ പഠനം പൂർത്തിയാക്കി പുറത്തിറങ്ങിയ സനൂസി. രണ്ടു വർഷങ്ങൾക്ക് ശേഷം 1969 ൽ തന്റെ ആദ്യത്തെ ചിത്രം 'സ്ട്രക്ചർ ഓഫ് ക്രിസ്റ്റൽസ്' (Structure of Crystals) എഴുതി സംവിധാനം ചെയ്തു. അതിനുശേഷം എഴുപതിലേറെ ഫീച്ചർ/ ടെലിവിഷൻ/ ഷോർട്ട് ഫിലിമുകൾ സംവിധാനം ചെയ്ത സനൂസിയുടെ ചിത്രങ്ങൾ മിക്ക ലോകചലച്ചിത്രമേളകളിലും പുരസ്കാരങ്ങൾ നേടിയിട്ടുണ്ട്. നിരവധി അന്താരാഷ്ട്ര ബഹുമതികൾ നേടിയ സനൂസി കേരളത്തിൽ പല തവണ വന്നിട്ടുണ്ട്. ഇന്ത്യാ ഗവർമ്മെന്റ് 2012 ൽ ചലച്ചിത്രമേഖലയിലെ ലൈഫ്റ്റൈം അച്ചീവ്മെന്റ് അവാർഡ് സനൂസ്സിക്കായിരുന്നു സമ്മാനിച്ചിരുന്നത്.

ജീവിതത്തിലെ ധാർമ്മികതയും സത്യസന്ധതയും കേന്ദ്രീകരിച്ചുള്ള പ്രമേയങ്ങൾ മിക്ക ചിത്രങ്ങളിലും ചർച്ചചെയ്യുന്ന സനൂസി ശാസ്ത്രം, മതം, വിശ്വാസം, ദൈവം എന്നീ വിഷയങ്ങളിൽ തന്റെ രചനകൾ കേന്ദ്രീകരിക്കുന്നു. ജീവിതത്തിലെ ഭൗതികവും അതിനപ്പുറവുമുള്ള മേഖലകളിൽ സഞ്ചരിക്കുന്ന അദ്ദേഹത്തിന്റെ ചിത്രങ്ങൾ പ്രേക്ഷകരുടെ സൂക്ഷ്മമായ സാന്നിദ്ധ്യം ആവശ്യപ്പെടുന്നവയാണ്. ഭൗതികലോകത്തിനുമപ്പുറം മറ്റൊരു ലോകത്തിന്റെ സാന്നിദ്ധ്യമുണ്ടെന്ന് കരുതുന്ന സനൂസി അത് നന്മയും കരുണയും സ്നേഹവുമാണ് നമ്മോട് ആവശ്യപ്പെടുന്നതെന്നും വിശ്വസിക്കുന്നു. The Structure of Crystals (1969), The Illumination 1972) Camouflage (1977), The Constant Factor (1980), Life as a Fatal Sexually Transmitted Disease (2000), Persona Non Grata (2005), Foreign Body (2015), Eter (2019) എന്നിവയാണ് സനൂസിയുടെ പ്രധാന ചിത്രങ്ങൾ. എൺപത് വയസ്സ് പിന്നിടുമ്പോഴും തന്റെ പുതിയ ചിത്രം ഈഥറുമായി ലോകം മുഴുവൻ സഞ്ചരിക്കുയും അടുത്ത ചിത്രത്തേക്കുറിച്ച് ചർച്ചകൾ നടത്തിക്കൊണ്ടിരിക്കുയുമാണ് ലോകസിനിമയിലെ മികച്ച സംവിധായകരി ലൊരാളായ ക്രിസ്റ്റോഫ് സനൂസി.

അഭിമുഖം:

സനുസ്സിയോടൊത്ത് ഒരു സായാഹ്നം

The world just fascinates me so much.
Also, I think it comes from a longing for a better life, for better people.
- Krzystoff Zanussi

ഓൺലൈൻ മാഗസിനായ ഹോട്ട് കോൺ (Hot Corn) ലേഖകൻ ഗ്രെഗ് വെതറാൾ (Greg Wetherall) 2019 കിനൊത്ക ഫിലിം ഫെസ്റ്റിവലിനായി ലണ്ടനിലെത്തിയ പ്രശസ്ത പോളീഷ് ചലച്ചിത്രസംവിധായകൻ ക്രിസ്റ്റോഫ് സനൂസ്സി (Krzysztof Zanussi) യുമായി സംസാരിക്കുന്നു :

"പ്രവർത്തിക്കാനായി എന്റെ മുമ്പിലിപ്പോഴുമൊരു ലോകമുണ്ട്. അതുകൊണ്ട് കഴിഞ്ഞകാലത്തേക്കുറിച്ച് ഞാൻ കാര്യമായൊന്നും ചിന്തിക്കാറില്ല. ഭാവികാലം മുമ്പിലുള്ളപ്പോൾ ഭൂതകാലത്തേക്കുറിച്ച് ചിന്തിക്കുന്നത് ആരോഗ്യകരമല്ലല്ലോ". പ്രസിദ്ധ ചലച്ചിത്രകാരൻ ക്രിസ്റ്റോഫ് സനൂസി. ലണ്ടനിലെ ക്ലോസ്-അപ് സിനിമകോഫി ഷോപ്പി (Close-Up cinema coffee shop)ൽ എനിക്കഭിമുഖയായി ഇരിക്കുകയായിരുന്നു.

"നമ്മളൊക്കെ മികച്ചവരാണെന്ന് സ്വയം കരുതുന്നവരാണല്ലോ, കണ്ണാടികൾക്ക് മുമ്പിൽ നിന്ന് കൊണ്ട് സ്വയം ആദരിക്കാൻ ഇഷ്ടപ്പെടുന്നവരാണല്ലോ. എന്നാൽ അത് നല്ല ശീലമല്ല. അത് ഉപേക്ഷിക്കുന്നതാണ് നല്ലത്."

സനൂസി

സനൂസ്സിയും ഞാനും പരിചയപ്പെട്ടിട്ട് അധികം നാളുകളായിട്ടില്ല. അമ്പത്തൊന്നു വർഷങ്ങൾക്കിടയിൽ അമ്പത്തിരണ്ട് ഫീച്ചർ ഫിലിമുകൾ സംവിധാനം ചെയ്തിട്ടുള്ള പ്രതിഭാശാലിയായ ചലച്ചിത്രകാരൻ ജീവിതത്തിന്റെ സായാഹ്നത്തിൽപ്പോലും തന്റെ നിലവാരത്തിൽ ഒരംശം പോലും പുറകോട്ട് പോയിട്ടില്ല. എൺപതാമത്തെ വയസ്സിലും തന്റെ അന്വേഷണത്തിന്റെ മൂർച്ച സനൂസ്സിക്ക് കൈമോശം വന്നിട്ടില്ല. ഞാൻ ഏത് ഓൺലൈൻ പ്രസിദ്ധീകരണത്തിനുവേണ്ടിയാണെഴുതുന്നതെന്നും എന്റെ പശ്ചാത്തലവും ജീവിതത്തോടുള്ള കാഴ്ചപ്പാടെന്താണെന്നും അദ്ദേഹം അന്വേഷിച്ചു. അഭിമുഖത്തിൽ ഇത്രയേറെ ഇടപെടുകയും സജീവമായിരിക്കുകയും ചെയ്യുന്ന ഒരാൾ എന്റെ മുൻകാല അനുഭവങ്ങളിൽ ഉണ്ടായിരുന്നില്ലെന്നതാണ് വാസ്തവം.

പോളിഷ് ചലച്ചിത്രോൽസവമായ കിനോതെക (Kinoteka)യുടെ ഒമ്പതാം എഡിഷനിൽ പങ്കെടുക്കാനാണ് സനൂസി ലണ്ടനിൽ വന്നിരിക്കുന്നത്. എന്നാലിപ്പോൾ അദ്ദേഹം ആധുനികസംസ്കാരത്തേയും രാഷ്ട്രീയത്തിലെ തെറ്റുകളേയും കുറിച്ചാണ് ആശങ്കപ്പെടുന്നത്. "രാഷ്ട്രീയമായ തെറ്റുതിരുത്തലുകൾ അവഗണിച്ചുകൊണ്ടാണ് നമ്മുടെ സംസ്കാരം മുമ്പോട്ട് പോകാൻ ശ്രമിക്കുന്നത്. എന്നാൽ പ്രശ്നങ്ങൾ മാറ്റിവെക്കുന്നത് അവ ആഴത്തിൽ ബാധിക്കുന്നതിനു കാരണമാകുന്നുണ്ടെന്ന് നാമറിയുന്നില്ല." അദ്ദേഹം നെടുവീർപ്പിടുന്നു.

"അതേ സമയം രാഷ്ട്രീയമായ തെറ്റുതിരുത്തലുകൾ വേദനസംഹാരികൾ മാത്രമാണ്. അവ ഒരിക്കലും ശ്വാശ്വത പരിഹാരങ്ങളാവുന്നില്ല. പരസ്പരം താരതമ്യപ്പെടുത്താത്തിടത്തോളം ജനങ്ങൾക്കിടയിൽ സംഘർങ്ങളുണ്ടാകില്ല. എല്ലാവരും വ്യത്യസ്തരാണെന്ന് കരുതി

ഇത്തരത്തിലുള്ള നാനാത്വത്തമാണ് സംസ്കാരത്തിന്റെ അന്തിമലക്ഷ്യമെന്ന് അവർ കരുതും. എന്നാൽ ഒരിക്കലുമത് ശരിയല്ല, പരിപൂർണ്ണത (perfection) തന്നെയായിരിക്കേണം നമ്മുടെ അന്തിമലക്ഷ്യം."

"എന്താണ് നിങ്ങളുടെ ജീവിതത്തിൽ ഏറ്റവും മികച്ചതെന്ന് നിങ്ങൾ തന്നെയാണ് പറയേണ്ടത്. അത് മറ്റൊരാളുടേതിൽ നിന്ന് തികച്ചും വ്യത്യസ്തമായിരിക്കും. ഏതൊക്കെയാണ് മികച്ച തിരഞ്ഞെടുപ്പുകളെന്ന് നിങ്ങളാണ് വിലയിരുത്തേണ്ടത്. എന്നാലപ്പോൾ നിങ്ങൾ വിധി നിർണ്ണയിക്കുകയാണ്. അതോടെ നിങ്ങൾ സാമൂഹ്യവിരുദ്ധനായി മാറും. അതുകൊണ്ട് വിധിനിർണ്ണയിക്കാതിരുക്കുകയാണ് നല്ലത്."

"സ്വാതന്ത്ര്യം എക്കാലവും നിലനിൽക്കുമെന്ന് കരുതരുത്"

1939 യിൽ പോളണ്ടിലെ വാഴ്സ നഗരത്തിൽ ജനിച്ച സനസ്സിയുടെ ബാല്യകാലം രണ്ടാം ലോകമഹായുദ്ധം തകർത്ത രാജ്യത്തിലും പിന്നീട്, പോളിഷ് പീപ്പിൾസ് റിപ്പബ്ലിക്കിന്റെ പേരിൽ അവിടെ നടന്ന സോവിയറ്റ് കമ്യൂണിസ്റ്റ് ഭരണത്തിന്റെ കടുത്ത നിയമാവലികൾക്കുള്ളിലുമായിരുന്നു (1947-1989). "ഞാൻ ഈ ഭൂമിയിൽ എൺപതു വർഷം ജീവിച്ചതുകൊണ്ടാണോ എന്നറിയില്ല, അന്നത്തെ ലോകം ഇന്നത്തേതിനേക്കാൾ സാധാരണമായിരുന്നു."

"സാധാരണമോ?"എനിക്ക് ചോദിക്കാതിരിക്കാൻ കഴിഞ്ഞില്ല. "അതെ" സംശയമില്ലാതെ മേശപ്പുറത്തേക്ക് മുമ്പോട്ടാഞ്ഞു കൊണ്ട് അദ്ദേഹം പറഞ്ഞു: "ഇപ്പോൾ തെരുവുകളിൽ ആളുകൾ പരസ്പരം വെടിവെച്ച കൊല്ലുന്നില്ലല്ലോ? അതേ പോലെ വികസിത രാജ്യങ്ങളിലെങ്കിലും ആരും പട്ടിണി കിടക്കുന്നില്ലല്ലോ. അന്ന് പീഡനങ്ങളും അക്രമങ്ങളും നിയമവിധേയമായിരുന്നു. അനീതി അംഗീകരിക്കപ്പെട്ടിരുന്നു. ലോകത്തിന്റെ കാഴ്ച തന്നെ ഭീകരമായിരുന്നു. ഇവയൊക്കെയാണെങ്കിലും അന്ന് നമ്മുടെ വിലയിരുത്തലുകൾ കൂടുതൽ യഥാർത്ഥമായിരുന്നു. നമ്മുടെ അവസ്ഥ നാം നല്ലത് പോലെ തിരിച്ചറിഞ്ഞിരുന്നു, അപകടങ്ങളെക്കുറിച്ച് നമുക്ക് കൃത്യമായ അറിവുണ്ടായിരുന്നു."

"ഇന്ന് തിന്മ പലരൂപങ്ങളിൽ സഞ്ചരിക്കുകയാണ്", അദ്ദേഹം നിരീക്ഷിക്കുന്നു. "മുമ്പ് തിന്മയ്ക്ക് ഒരു കൃത്യതയുണ്ടായിരുന്നു. അന്നും ചിലർ മറ്റുള്ളവർക്ക് ദോഷം വരണമെന്ന് ആഗ്രഹിക്കാറുണ്ട്. എന്നാലും തിന്മയെ ജീവിതത്തിൽ നിന്ന് മാറ്റിനിർത്തണമെന്നായിരുന്നു പൊതുവെ അഭിപ്രായം. വെറുതെ ആളുകളെ മാറ്റിനിർത്താറില്ല. മാറ്റിനിർത്തപ്പെട്ടവർ തിന്മയുടെ പ്രതീകങ്ങളായിരുന്നു. Adolf Eichmann അത്തരമൊരാളായിരുന്നു, ഭീകരതയായിരുന്നു അയാൾ സൃഷ്ടിച്ചിരുന്നത്. (Adolf Eichmann നാസി ഹോളോകാസ്റ്റിന്റെ സൂത്രധാരിലൊരാളായിരുന്നു.)

ഗ്രെഗ് വെതറാൾ

അത്തരം തിന്മ സാധ്യമാണെന്ന് നാം മറക്കുകയാണ്. ജനങ്ങൾ തങ്ങൾക്കൊന്നും സംഭവിക്കില്ലെന്ന് കരുതി ഇപ്പോൾ ബാലിശങ്ങളായ തീരുമാനങ്ങൾ എടുക്കുന്നു.”

“ഞാനിഷ്ടപ്പെടുന്ന ചിന്താരീതിയിൽ ലോകത്തേക്കുറിച്ച് രണ്ടു കാഴ്ചപ്പാടുകളാണുള്ളത്.” അദ്ദേഹം തുടർന്നു. “ഒന്ന്, ജീവിതം പൂന്തോട്ടത്തിലൂടെയുള്ള സവാരി പോലെയാണെന്ന ആധുനികമായ കാഴ്ചപ്പാട്. ഇവിടെ എല്ലാം സുരക്ഷിതമാണ്, നിങ്ങൾക്ക് ഇടത്തോട്ടോ വലത്തോട്ടോ എങ്ങോട്ട് വേണമെങ്കിലും പോകാം. രണ്ടാമത്തേത്, ജീവിതം കാട്ടിനുള്ളിലൂടെയുള്ള യാത്ര പോലെയാണെന്നത്. ഒരു ചുവട് പിഴച്ചാൽ നിങ്ങൾ തീർന്നു. അതിനു നിങ്ങൾക്ക് വലിയ വില കൊടുക്കേണ്ടി വരുമെന്നത് തീർച്ച. എനിക്കു തോന്നുന്നത് ഇതിൽ രണ്ടാമത്തെതാണ് കൂടുതൽ യഥാർത്ഥമെന്നാണ്.

ആളുകൾ, പ്രത്യേകിച്ച് പശ്ചാത്യ സമൂഹത്തിൽ, അവരുടെ ജീവിതത്തിൽ വരാൻ സാധ്യതയുള്ള അപകടത്തേക്കുറിച്ച് ചിന്തയ്ക്കുന്നതേയില്ല. ജീവിതം സുരക്ഷിതമാണെന്നാണവർ കരുതുന്നത്. അതുകൊണ്ട് സ്വന്തം ഇഷ്ടാനിഷ്ടങ്ങൾക്കനുസരിച്ച് അവർ ജീവിക്കുന്നു. രാഷ്ട്രീയമായ തിരഞ്ഞെടുപ്പുകളടക്കമുള്ള എല്ലാ തിരഞ്ഞെടുപ്പുകളും അവർ തികച്ചും നിസ്സാരമായി കാണുന്നു. നാളെ വീണ്ടും തങ്ങൾ അടിമകളായേക്കാമെന്ന് അവർ കരുതുന്നതേയില്ല. നമുക്ക് കിട്ടിയ സ്വാതന്ത്ര്യം എക്കാലവും നിലനിൽക്കുമെന്നാണവർ കരുതുന്നത്.”

“ഉത്തരങ്ങളില്ലാത്ത നിരവധി ചോദ്യങ്ങളുണ്ട്”

കമ്മ്യൂണിസ്റ്റ് ഭരണത്തിലെ നിയന്ത്രണങ്ങൾക്കിടയിലെ ജീവിതമാണോ ഇത്തരം കാഴ്ചപ്പാടുകളുള്ള 'കമോഫ്ലാഷ' (Camouflage,1977) പോലുള്ള ചിത്രങ്ങൾ നിർമ്മിക്കാൻ അദ്ദേഹത്തിനു പ്രേരണ നൽകിയിരുന്നതെന്ന് ഞാൻ ചോദിച്ചു.

"ഒരു പരിധിവരെ ആണ്. ആ ചിത്രത്തിന്റെ തുടർചിത്രം അഞ്ച് വർഷങ്ങൾക്ക് മുമ്പ് ഞാൻ നിർമ്മിച്ചിരുന്ന കാര്യം താങ്കൾക്കറിയാമോ? അതാണ് 2009-ൽ ഞാൻ സംവിധാനം നിർവ്വഹിച്ച 'റീവിസിറ്റഡ്' (Revisited). ഫാമിലി ലൈഫി (Family Life,1971) ലെ തിന്മയുടെ പ്രതീകമായ കഥാപാത്രം പതിവു രീതികളിൽ നിന്ന് മാറിനടക്കുന്നയാളാണ്. ഒരു കാലത്ത് ആദർശവാനായിരുന്ന അയാൾ പിന്നീട് ധനികനാകാൻ ശ്രമിക്കുന്നു. എന്നാൽ അത് എന്റെ വെറും ഫാന്റസി മാത്രമാണ്. ആളുകൾ നാം കരുതുന്നതുപോലെ അത്ര ഉറച്ച തീരുമാനങ്ങളല്ല എടുക്കാറുള്ളതെന്ന് ചിത്രത്തിലെനിക്ക് കാണിക്കണമായിരുന്നു. ജീവിതം മുഴുവൻ തിന്മ ചെയ്ത ഒരാൾ അത് തുടരണമെന്നില്ല, ചിലപ്പോൾ അയാൾക്ക് മാറ്റങ്ങൾ സംഭവിക്കാം.

"പഴയ ഒരു ഭൗതികശാസ്ത്രജ്ഞനെന്ന നിലയിൽ ഞാൻ അതിലെ ഒരു സിദ്ധാന്തം സ്വീകരിക്കാറുണ്ട്: 'സംഭാവ്യത' (probability) യാണ് ലോകം ഭരിക്കുന്നത്. അല്ലാതെ 'നിയതിവാദ' (determinism) മല്ല. പരമ്പരാഗത ഭൗതികശാസ്ത്രം നിയതിവാദം അടിസ്ഥാനമാക്കിയാണ് മുമ്പോട്ട് പോകുന്നതെങ്കിൽ ആധുനിക ഭൗതികശാസ്ത്രം സംഭാവ്യതയാണ് അടിസ്ഥാനമാക്കുന്നത്. അതനുസരിച്ച് സംഭവങ്ങൾ നടക്കുകയോ നടക്കാതിരിക്കയോ ചെയ്യാം. അത് ഉത്തരമില്ലാത്ത ഒരു ചോദ്യമാണ്."

"കീസ്ലോവ്സ്കീ വളരെ വൈകിയാണ് അംഗീകരിക്കപ്പെട്ടുന്നത് "

തന്റെ തിരക്കേറിയ ജോലിക്കിടയിലും സന്യാസി സുഹൃത്തും സഹപ്രവർത്തകനുമായ കീസ്ലോവ്സ്കി (Krystoff Keislowski) യുടെ ചിത്രങ്ങളുടെ നിർമ്മാണം ഏറ്റെടുക്കുക മാത്രമല്ല, അദ്ദേഹത്തിന്റെ 1979 ചിത്രം ക്യാമറ ബഫിൽ (Camera Buff) മുഖ്യവേഷത്തിൽ അഭിനയിക്കുകയും ചെയ്തിരുന്നു. തന്റെ അമ്പത്തിനാലാം വയസ്സിൽ 1996ൽ ഹൃദയാഘാതത്തേത്തുടർന്ന് കീസ്ലോവ്സ്കി നിര്യാതനാവുമ്പോൾ, ലോകത്തിലെ ചലച്ചിത്രകാർക്കിടയിൽ അവഗണിക്കപ്പെട്ടവനായിരുന്ന അവസ്ഥയിൽ നിന്ന് സമാനതകളില്ലാത്ത സംവിധായകനായി അദ്ദേഹം മാറിക്കഴിഞ്ഞിട്ട് അധികനാൾ കഴിഞ്ഞിരുന്നില്ല. "ഒരു ഒന്നാംകിട സംവിധായകനായിട്ടും അത്തരം പരിഗണനകളൊന്നും ലഭിക്കാതെ ഏകാന്തതയിൽ കഴിഞ്ഞിരുന്ന കീസ്ലോവിസ്കിയുടെ ജീവിതത്തിനു

കിസ്ലോവസ്കി

ഞാൻ സാക്ഷ്യം വഹിച്ചിരുന്നു." സനൂസി ഓർമ്മിക്കുന്നു. "അക്കാലത്ത് ലോകത്തിലെ മിക്ക ഫിലിം ഫെസ്റ്റിവലുകളും അദ്ദേഹത്തിന്റെ ചിത്രങ്ങൾ ഒഴിവാക്കുകയായിരുന്നു. നിർമ്മാതാവ് എന്ന നിലയിൽ "വെറും പ്രാദേശികപ്രാധാന്യം മാത്രമുള്ളവയും ലോകസിനിമാ പ്രേക്ഷകർക്ക് താൽപ്പര്യമില്ലാത്തതുമായ ആ സിനിമകൾ അയച്ച് താങ്കൾ സ്വയം ചെറുതാവരുത്" എന്ന് പല ഫെസ്റ്റിവൽ ഡയറക്ടർമാരും എന്നോട് പറയാറുണ്ടായിരുന്നു. കാൻ, വെനീസ് തുടങ്ങി പല ഫെസ്റ്റിവലുകളിലേയും അവസ്ഥ ഇതായിരുന്നു."

"ഞാൻ കീസ്ലോവ്സ്കിയേക്കാളും പ്രശസ്തനായൊരു കാലമുണ്ടായിരുന്നു. പെട്ടെന്ന് ആ അവസ്ഥ മാറി. അത് തികച്ചും ആകസ്മികമായിരുന്നു. അദ്ദേഹത്തിന്റെ 'എ ഷോർട്ട് ഫിലിം എബൗട്ട് കില്ലിങ്' (A short film about killing) കാനിൽ മൽസരത്തിനായി തിരഞ്ഞെടുക്കപ്പെട്ടു. കാരണം ആ വർഷം അവർക്കൊരു മൽസരചിത്രത്തിന്റെ കുറവുണ്ടായിരുന്നു. അത് മികച്ച മേളയിലെ ചിത്രമായി തിരഞ്ഞെടുക്കപ്പെട്ടപ്പോൾ അതെല്ലാവർക്കുമൊരു ഷോക്കായിരുന്നു. ഫെസ്റ്റിവൽ ഡയറക്ടർ അത് തീരെ പ്രതീക്ഷിച്ചിരുന്നില്ല. കീസ്ലോവ്സ്കിയെക്കുറിച്ചുള്ള ലോകത്തിന്റെ അഭിപ്രായങ്ങൾ അതോടെ മാറി."

"കീസ്ലോവ്സ്കിക്കിക്ക് വളരെ വൈകിമാത്രമാണ് അംഗീകാരം ലഭിച്ചത്." വളരെ വേദനയോടെ സനൂസി ഓർമ്മിച്ചു. "വിജയം അതിന്റെ കൃത്യസമയത്ത് തന്നെ വരണം. അർഹിക്കുന്നതിലും നേരത്തെ വന്നാൽ അതൊരു കെണിയാവും. വൈകിക്കിട്ടിയാൽ അത് നമ്മെ അസ്വസ്ഥരാക്കും. അദ്ദേഹം സ്തുതി പറച്ചിൽ തീരെ ഇഷ്ടപ്പെടാതിരുന്ന ഒരു വ്യക്തിയായിരുന്നു. "നിങ്ങൾക്കിത് അഞ്ച്

വർഷങ്ങൾക്ക് മുമ്പ് പറയാമായിരുന്നു." വളരെ പരുഷമായി അദ്ദേഹം പത്രക്കാരോട് പറയാറുണ്ട്. ഓരോ ചോദ്യത്തിനുശേഷവും അദ്ദേഹം അവരോട് മറുചോദ്യം ചോദിക്കാറുണ്ട്. "നിങ്ങൾക്ക് ശരിക്കും അറിയ ണമെന്നുണ്ടോ?" ആളുകൾക്ക് അദ്ദേഹത്തെ ഭയമായിരുന്നു. അവരുടെ കണ്ണുകളിൽ നോക്കി അവർക്കിതിലൊന്നും ഒരു താൽപ്പര്യവുമില്ലെന്ന് അദ്ദേഹം തിരിച്ചറിയുമായിരുന്നു. അടുത്ത അഞ്ച് മിനിട്ടിനുള്ളിൽ അവർ അടുത്ത താരത്തിനടുത്ത് പോയി "പ്രഭാതഭക്ഷണമെന്തായിരുന്നു കഴി ച്ചതെന്നായി രിക്കും ചോദിക്കയെന്ന് അദ്ദേഹം പറയാറുണ്ട്."

"ഇതായിരുന്നോ എല്ലായ്പ്പോഴും സംഭവിച്ചിരുന്നത്?" ഞാൻ ചോദിച്ചു. സന്യാസി അൽപ്പനേരം ചിന്തിച്ചു. "അതെ, ശരിയായ താൽപ്പ ര്യത്തോടെ തന്റെ ചിത്രങ്ങളേക്കുറിച്ച് സംസാരിക്കുന്നവരോട് കീസ്ലോ വ്സ്കി വിനയപൂർവ്വം കാര്യങ്ങൾ തുറന്നു പറഞ്ഞിരുന്നു. കൃത്യമായും ഒരു മന:ശ്ശാസ്ത്രജ്ഞൻ തന്നെയായിരുന്ന അദ്ദേഹം പലരോടും ഇങ്ങനെ ചോദിക്കാറുണ്ടായിരുന്നു:

"എന്തുകൊണ്ടാണ് നിങ്ങൾ ഈ ജോലി തിരഞ്ഞെടുത്തത്? ഇത് നിങ്ങൾക്ക് യോജിച്ചതല്ല, നിങ്ങളുടെ കണ്ണുകളിൽ അതെനിക്ക് വായിക്കാൻ കഴിയുന്നുണ്ട്". മറ്റുള്ളവരുടെ ജീവിതങ്ങളിൽ താൽപ്പര്യമെ ടുത്തുകൊണ്ട് അവരെ പലപ്പോഴും കീസ്ലോവ്സ്കി സഹായിക്കാറുണ്ടായി രുന്നു. ഇത്തരത്തിലുള്ള ഇടപെടലുകളും സഹായങ്ങളും അദ്ദേഹമാണ് എന്നെ പഠിപ്പിച്ചത്."

കുറച്ചുനേരത്തേക്ക് ഞങ്ങൾക്കിടയിൽ നിശബ്ദത പരന്നു. അതിനുശേഷം സന്യാസി മറ്റൊരു കാര്യമാണ് പറഞ്ഞത്. "ഇതേ പോലെ സവിശേഷതകളുള്ള മറ്റൊരാളായിരുന്നു അന്നത്തെ പോപ്പ് ജോൺ പോൾ രണ്ടാമൻ. ഒരു ബിഷപ്പായിരുന്ന കാലം മുതൽ എനി ക്കദ്ദേഹത്തെ അറിയാം. സുഹൃത്തിനൊപ്പം താമസിച്ച് ഒരു പരീക്ഷയ്ക്ക് തയ്യാറെടുക്കുമ്പോൾ അയാളുടെ രക്ഷിതാക്കൾ ഒരു ദിവസം പെട്ടെന്ന് വന്ന് പറഞ്ഞു: അത്താഴത്തിനു സമയമായി, വരൂ, ഇന്ന് നമുക്കൊപ്പം ഒരു അതിഥി കൂടെയുണ്ട്, അദ്ദേഹമിവിടത്തെ ബിഷപ്പാണ്."

"എന്നേക്കാൾ പ്രായം കൂടിയ ഈ ബിഷപ്പിനെ പിന്നീട് ഞാൻ വീണ്ടും പല തവണ കണ്ടുമുട്ടിയിരുന്നു. അപ്പോഴൊക്കെ ഒരു ചോദ്യം എന്റെ മനസ്സിൽ കടന്നു: എന്തുകൊണ്ടാണദ്ദേഹം ഞാൻ പറയുന്നത് ഇത്രയും ശ്രദ്ധയോടെ കേൾക്കുന്നത്, അതിനു ഞാൻ ആരുമല്ലോല്ലോ?. "അതേക്കുറിച്ച് അദ്ദേഹം ഇങ്ങനെ പറഞ്ഞു: "ഇത് മനുഷ്യർ പഠിക്കേണ്ട ഒരു പാഠമാണ്, എല്ലാവരേയും ശ്രദ്ധിക്കുക, ആരോടാണ് സംസാ രിക്കുന്നതെന്ന് കൃത്യമായി തിരിച്ചറിയുക." (പോപ്പ് ജോൺ പോൾ

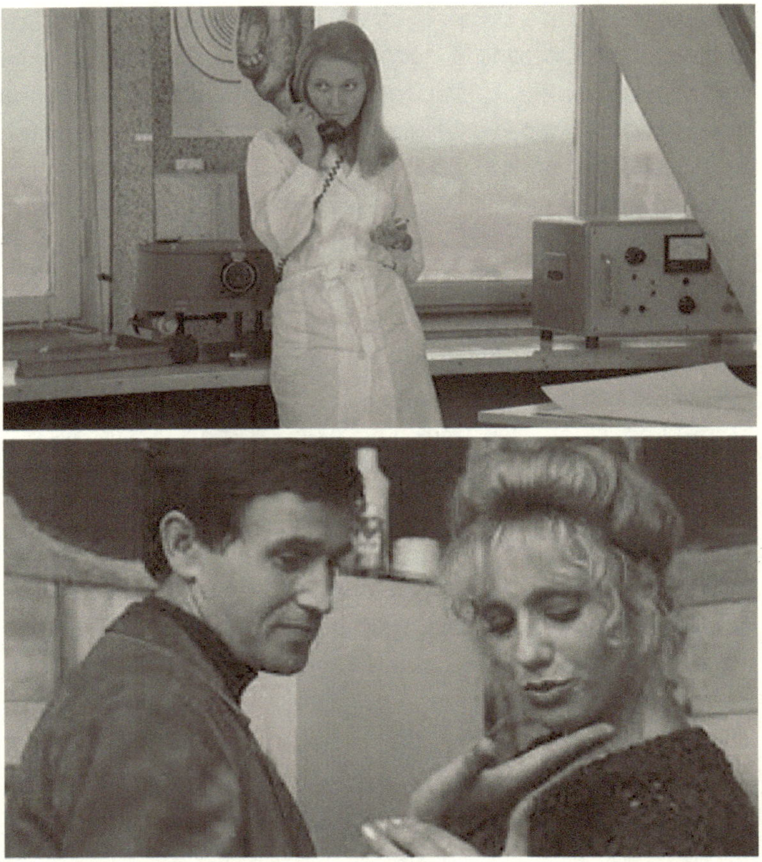

ഫാമിലി ലൈഫ്

രണ്ടാമന്റെ ജീവിതമടിസ്ഥാനമാക്കി ഒരു ചിത്രം 'ഫ്രം എ ഫാർ കണ്ട്രി (From a Far Country) സനൂസി 1981 ൽ സംവിധാനം ചെയ്തിരുന്നു)

"ജീവിതം വേറിട്ടൊരു കാര്യമാണ്"

ഞങ്ങളുടെ സമയം അവസാനിക്കാൻ പോകുകയായിരുന്നു. അടുത്തിടെ റിലീസ് ചെയ്ത അദ്ദേഹത്തിന്റെ ചിത്രം 'ഈഥറി'നു ശേഷം അടുത്ത പദ്ധതിയെന്താണെന്ന് ഞാൻ അന്വേഷിച്ചു. "എന്റെ പ്രായത്തിൽ വലിയ പദ്ധതികളേക്കുറിച്ചൊന്നും ആലോചിക്കാൻ കഴിയില്ലല്ലോ. എന്നാലും പ്രതീക്ഷകൾ ബാക്കിയുണ്ട്." ഒരു പുഞ്ചിരിയോടെ സനൂസി പറഞ്ഞു. "ഒരു സ്ക്രിപ്റ്റ് എന്റെ കൈയ്യിലുണ്ട്. അതിനായി നിർമ്മാതാക്കളെ കണ്ടെത്തിക്കൊണ്ടിരിക്കുന്നു, മറ്റൊരെണ്ണമുള്ളത് ടെലിവിഷനുവേണ്ടി ചെയ്യാനുള്ളതാണ്. ചിലപ്പോൾ വല്ല അത്ഭുതവും

സംഭവിച്ചാൽ ഒരു മിനിസീരീസ് ചെയ്യാനുള്ള അവസരവും കിട്ടും. എനിക്കിപ്പോഴും ആഗ്രഹങ്ങൾ ബാക്കിയാണ്."

ഈ സംഭാഷണം സൂക്ഷ്മമായി പരിശോധിച്ചാൽ അദ്ദേഹത്തിന്റെ ആവേശം നമ്മളിലേക്ക് പടർന്ന് കയറുന്നതായി നാം തിരിച്ചറിയും. അതോടൊപ്പം അദ്ദേഹത്തിന്റെ ജോലിയുടെ വേഗത നമ്മെ അത്ഭുതപ്പെടുത്തുകയും ചെയ്യും. ഞങ്ങളുടെ അഭിമുഖം അവസാനിക്കുമ്പോൾ 'എന്താണ് അദ്ദേഹത്തിനു പ്രചോദനമായി മാറുന്നതെന്ന്' ഞാൻ അന്വേഷിച്ചു. അദ്ദേഹത്തിന്റെ മറുപടി ഒരേസമയം ഗൗരവപൂർണ്ണവും അതോടൊപ്പം കാവ്യാത്മകവുമായിരുന്നു:

"അതെന്താണെന്ന് പറയുക പ്രയാസമാണ്. അത് കേട്ടാൽ ചിലപ്പോൾ ഞാൻ അഭിനയിക്കയാണെന്ന് നിങ്ങൾക്ക് തോന്നും. യുദ്ധത്തിനിടയിലായിരുന്നു ഞാനെന്റെ ബാല്യകാലം കഴിച്ചുകൂട്ടിയത് (1939ലാണ് സന്തൂസി ജനിക്കുന്നത്. അപ്പോൾ രണ്ടാം ലോകമഹായുദ്ധം തുടങ്ങിയിരുന്നു). അതുകൊണ്ട് എന്റെ ജീവിതം വളരെ പ്രത്യേകതയുള്ളതാണെന്ന് ഞാൻ കരുതാറുണ്ട്. എങ്ങിനെയും ജീവിക്കാൻ ഞാൻ തയ്യാറല്ല. അച്ഛൻ മരിച്ചതോടെ എനിക്ക് ജീവിതത്തിന്റെ ഉത്തരവാദിത്വങ്ങൾ ഏറ്റെടുക്കേണ്ടി വന്നു. ജീവിതം വെറുതെ കിട്ടിയതല്ല എന്ന് തിരിച്ചറിഞ്ഞതുകൊണ്ട് ഒന്നും ചെയ്യാതെ വിശ്രമിക്കാൻ തോന്നിയില്ല. ഗൗരവത്തോടെ എന്തെങ്കിലും ചെയ്യാനുള്ളതാണ് ജീവിതമെന്ന് ചെറുപ്പകാലം മുതൽ നല്ല ബോദ്ധ്യമുണ്ടായിരുന്നു."

"യുദ്ധങ്ങളിലും ആക്രമണങ്ങളിലുമായി അനവധിപേർ മരിക്കുന്നു, പലരും പീഡിപ്പിക്കപ്പെടുന്നു. ലോകത്തിൽ നിരവധി ആളുകൾ പട്ടിണി കിടക്കുന്നു. ഞാനവരിൽപ്പെടാത്തിടത്തോളം എന്റെ അസ്തിത്വം തെളിയിക്കാനായി എന്തെങ്കിലും ചെയ്തേ പറ്റൂ."

പരിഭാഷ: സി. വി. രമേശൻ
[കടപ്പാട്: Greg Wetherall. Hotcorn Online]

കറുത്ത മിശിഹായെ ചതിക്കുന്ന ജൂദാസ്

To hear what people were asking for,
and figure out how to do it in my own way.
Once I learned how to do that, the movie got better,
it got bigger, it got more watchable, and it led to
something even greater than what I had envisioned on my own."
- Shaka King

"എന്തൊരു സ്നേഹമുള്ള മനുഷ്യൻ! അദ്ദേഹം ജീവിച്ച ഈ ഭൂമിയിൽ കഴിയാനുള്ള അവസരം ലഭിച്ച നാം ഏറെ ഭാഗ്യവാന്മാരാണ്. ഫ്രെഡ്, താങ്കൾ ഞങ്ങൾക്ക് നൽകിയ ഈ പ്രകാശത്തിനു നന്ദി. ഇരുപത്തൊന്നു വർഷം മാത്രമേ ജീവിച്ചിരുന്നുള്ളൂവെങ്കിലും അതിനുള്ളിൽ വളരെയേറെ കാര്യങ്ങൾ താങ്കൾ ചെയ്തു. ചിക്കാഗോയിലെ വിശക്കുന്ന കുട്ടികൾക്ക് ഭക്ഷണം നൽകി, അവർക്ക് സൗജന്യമായി വിദ്യാഭ്യാസവും വൈദ്യസഹായവും നൽകി. മനുഷ്യരെ സ്നേഹിക്കാൻ എന്നെപഠിപ്പിച്ചത് താങ്കളാണ്." ഈ വർഷത്തെ (2021) ഓസ്കാർ പുരസ്കാരങ്ങളിൽ മികച്ച സഹനടനായി തിരഞ്ഞെടുക്കപ്പെട്ട ഡാനിയൽ കലൂയ (Daniel Kaluuya). അമേരിക്കയിലെ കറുത്തവരുടെ നേതാവായിരുന്ന ഫ്രെഡ് ഹാംപ്റ്റണെ (Fred Hampton) ഇങ്ങനെയാണ് ഓർമ്മിക്കുന്നത്. 'ജൂദാസ് എൻഡ് ദ ബ്ലേക്ക് മിശിഹ (Judas and the Black Messiah) യിലെ, അമേരിക്കയിലെ കറുത്തവരുടെ സംഘടനയായ ബ്ലേക്ക് പാന്തർ പാർട്ടി (Black Panther Party, B.P.P) നേതാവ് ഫ്രെഡ് ഹാംപ്റ്റംണിന്റെ വേഷമാണ് കലൂയയ്ക്ക് അവാർഡ് നേടിക്കൊടുക്കുന്നത്. പുരസ്കാരം സ്വീകരിച്ചുകൊണ്ട് നടത്തിയ പ്രസംഗത്തിൽ തന്റെ ആരാദ്ധ്യപുരുഷനെ അദ്ദേഹം ഇങ്ങനെയാണ് ഓർമ്മിക്കുന്നത്.

'ജൂദാസ് ഏൻഡ് ദ ബ്ലേക്ക് മിശിഹ'യിലൂടെ ബൈബിളിലെ ജൂദാസ് അമേരിക്കയിലെ ചിക്കാഗോനഗരത്തിൽ വീണ്ടുമെത്തുന്നു. അമേരിക്കൻ സമൂഹത്തിൽ പീഡിക്കപ്പെടുന്ന കറുത്തവരെ രക്ഷിക്കാനെത്തിയ കറുത്ത മിശിഹായെ ചതിച്ച് കൊല്ലുക എന്ന തന്റെ ദൗത്യം അയാൾ കൃത്യമായി നിർവ്വഹിക്കുന്നു. അമേരിക്കൻ ജീവിതത്തിൽ കറുത്ത വർഗ്ഗക്കാർക്കെതിരെ അവർക്കിടയിൽ നിന്ന് ഇപ്പോഴും ഇത്തരം ജൂദാസുമാർ രംഗത്തുവരുന്നുണ്ട്. ഭരണകർത്താക്കൾക്കും പോലീസിനുമൊപ്പം ചേർന്ന് അവർ കറുത്തവരുടെ അവകാശങ്ങൾ കൈയ്യടക്കുകയും പ്രതിഷേധിക്കുന്നവരെ കൊന്നൊടുക്കുകയും ചെയ്യുന്നു. മാർട്ടിൻ ലൂഥർ കിങ്ങ്, മാൽക്കം എക്സ്, ഫ്രെഡ് ഹാംപ്റ്റൺ അതുപോലെ കറുത്തവർക്കായി ശബ്ദമുയർത്തിയ നിരവധി നേതാക്കളുടെ രക്തമൊഴുകിയ അമേരിക്കൻ തെരുവുകളിൽ ഇപ്പോഴും കറുത്തവന്റെ രക്തച്ചാലുകൾ പടർന്ന് കിടക്കുന്നു.'

അമേരിക്കയിൽ കറുത്തവർക്കെതിരെ നടന്നുകൊണ്ടിരിക്കുന്ന വംശീയമായ കടന്നുകയറ്റങ്ങളും ഭരണകൂടത്തിന്റെ അടിച്ചമർത്തലുകളും പ്രമേയമാക്കിക്കൊണ്ട് നിരവധി ഡോക്യുമെന്ററികളും ഫീച്ചർ ഫിലിമുകളും നിർമ്മിക്കപ്പെടുന്നുണ്ട്. അവയിൽ മിക്കവയും ലോകസിനിമയിൽ അംഗീകാരങ്ങൾ നേടിയവയാണ്. 2014 ൽ പുറത്തിറങ്ങിയ. അവാ ദുവെർനെ (Ava DuVernay) യുടെ സെൽമ (Selma) കറുത്തവർക്ക്

ജൂദാസ് ആൻഡ് ബ്ലേക്ക് മിശിഹാ

സമ്മതിദാനാവകാശം നേടാനായി അമേരിക്കയിൽ നടന്ന പ്രക്ഷോഭങ്ങൾ ആവിഷ്കരിക്കുമ്പോൾ 2016 ൽ നിർമ്മിച്ച ഹിഡ്ഡൺ ഫിഗ്ഗേഴ്സ് (Hidden igures), അമേരിക്കയിലെ പ്രസിദ്ധമായ നേഷനൽ ആരോനോട്ടിക്സ് ആൻഡ് സ്പെയ്സ് അഡ്മിനിസ്ട്രേഷ (National Aeronautics and Space Administration) നിൽ മനുഷ്യരെ ശൂന്യാകാശത്തിലേക്കയക്കാനുള്ള പരീക്ഷണങ്ങൾ നടത്തുന്ന ആഫ്രിക്കൻ -അമേരിക്കൻ ഗണിശാസ്ത്രജ്ഞകളുടെ ജീവിതം ദൃശ്യവൽക്കരിക്കുന്നു. കു ക്ളക്സ് ക്ലാൻ (Ku Klux Klan) എന്ന വെള്ളക്കാരുടെ ഭൂരിപക്ഷമുള്ള സംഘടനയിൽ നുഴഞ്ഞുകയറുന്ന കറുത്ത വംശജന്റെ അനുഭവങ്ങളിലൂടെ കടന്നുപോകുന്ന സ്പൈക്ക് ലീ (Spike Lee)യുടെ 2018 ചിത്രം ബ്ലാക്ക്ക്ലാൻസ്മേനി (BlacKkKlansman)നുശേഷം തന്റെ രാഷ്ട്രീയം കാരണം അമേരിക്കയിലെ മയക്കുമരുന്ന് ലോബിയുടെ തോക്കിനിരയായ പാട്ടുകാരിയുടെ ജീവിതം പറയുന്ന 2021 ലെ 'ദ യുണൈറ്റെഡ് സ്റ്റെയിറ്റ്സ് vs ബില്ലീ ഹോളിഡേ' (The United States vs. Billie Holiday) യിൽ എത്തിനിൽക്കുകയാണ് വർണ്ണവിവേചനവും അതുണ്ടാക്കുന്ന സംഘർഷങ്ങളും കൊലപാതകങ്ങളും ആവിഷ്കരിക്കുന്ന അമേരിക്കൻ ചിത്രങ്ങളുടെ ചരിത്രം.

ഫ്രെഡ് ഹാംപ്റ്റണിന്റെ വധം നടന്ന് അമ്പത്തൊന്ന് വർഷങ്ങൾ കഴിഞ്ഞു. ഇതിനിടയിൽ സംഭവബഹുലമായ അദ്ദേഹത്തിന്റെ ജീവിതം രേഖപ്പെടുത്തുന്ന നിരവധി ചിത്രങ്ങൾ പുറത്തിറങ്ങിക്കഴിഞ്ഞു. 2020 ൽ പുറത്തിറങ്ങിയ അമേരിക്കൻ സംവിധായകൻ ആരോൺ സോർകിന്റെ (Aaron Sorkin) 1968ൽ ചിക്കാഗോവിൽ നടന്ന ഡെമോക്രാറ്റിക്ക് നേഷനൽ കൺവെൻഷനുമായി ബന്ധപ്പെട്ട പോലീസ് അതിക്രമങ്ങൾ ആവിഷ്കരിക്കുന്ന നെറ്റ്ഫ്ലിക്സ് ചിത്രം..

The Trial Of The Chicago 7, 1969 ഡിസമ്പർ നാലിനു നടന്ന ഹാംപ്റ്റന്റെ വധവുമായി ബന്ധപ്പെട്ട 27 മിനുട്ട് ദൈർഘ്യമുള്ള ഡോക്യുമെന്ററി Death Of A Black Panther: Fred Hampton, ഇരുപതാം നൂറ്റാണ്ടിലെ സംഘർഷഭരിതമായ എട്ട് വർഷങ്ങളിൽ അമേരിക്കയിൽ നടന്ന കറുത്തവർഗ്ഗക്കാരുടെ വിയറ്റ്നാം യുദ്ധപ്രതിഷേധങ്ങൾ മുതൽ ബ്ലേക്ക് പാന്തർ പാർട്ടി സമരങ്ങൾ വരെയുള്ള സ്വീഡിഷ് ഫിലിം ഗ്രൂപ്പിന്റെ ചിത്രീകരണം The Black Power Mixtape 1967—1975 (2011) 2015ൽ സ്റ്റാൻലി നെൽസൺ ജൂനിയർ (Stanley Nelson Jr) സംവിധാനം ചെയ്ത അമേരിക്കൻ സമൂഹത്തിൽ പാന്തേഴ്സിന്റെ സ്വാധീനം രേഖപ്പെടുത്തുന്ന ഡോക്യുമെന്ററി The Black Panthers: Vanguards Of The Revolution എന്നിവ അവയിലുൾപ്പെടുന്നു. പ്രസിദ്ധ അമേരിക്കൻ ചലച്ചിത്രകാരൻ സ്പൈക് ലീയുടെ മൂന്നര മണിക്കൂറിലുള്ള ചിത്രം Malcolm X, മാൽകം എക്സിന്റെ പ്രവർത്തനങ്ങളും അദ്ദേഹത്തിന്റെ 1965 ലെ വധവും ആവിഷ്കരിക്കുന്നു. 1971 ലെ ഹൗവാർഡ് ആക്കി (Howard Alk) ന്റെ ഡോക്യുമെന്ററി The Murder of Fred Hampton ഹാംപ്റ്റന്റെ വധവും അതുമായി ബന്ധപ്പെട്ട അന്വേഷണങ്ങളും ദൃശ്യവൽക്കരിക്കുന്നു. ഹാംപറ്റ്ന്റേയും അതുപോലുള്ളവരുടേയും പോരാട്ടങ്ങൾക്ക് ശക്തി പകരുക, അതോടൊപ്പം അമേരിക്കൻ ഭരണകൂടവും പോലീസും ആ സമരങ്ങൾക്ക് നേരെ നടത്തുന്ന അതിക്രമങ്ങൾ ലോകത്തിനു മുമ്പിൽ തുറന്നു കാട്ടുക എന്ന ദൗത്യം അമേരിക്കൻ ചലച്ചിത്രസമൂഹം കൃത്യമായി നിർവ്വഹിക്കുന്നു എന്ന് തന്നെയാണ് ഈ ചിത്രങ്ങൾ തെളിയിക്കുന്നത്.

ചെറുപ്പകാലം മുതൽ ഫ്രെഡ്ഡ് ഹാംപ്റ്റൺ തന്റെ ജീവിതം അമേരിക്കയിലെ കറുത്തവർക്കും പാർശ്വവൽക്കരിക്കപ്പെട്ടവർക്കുമായി മാറ്റിവെച്ചിരുന്നു. 1948 ൽ അമേരിക്കയിലെ ഇല്ലിനോയിസിൽ ജനിച്ച ഹാംപ്റ്റൺ സ്കൂൾ കാലത്ത് തന്നെ കറുത്തവരുടെ അവകാശങ്ങൾക്കായി

ജൂദാസ് ഏൻഡ് ബ്ലേക്ക് മിശിഹാ

ഡെബോറ ജോൺസൺ

പ്രതിഷേധങ്ങളും പ്രതിരോധങ്ങളും സംഘടപ്പിച്ചു. 1966 ൽ ബിരുദപഠനം പൂർത്തിയാക്കിയ അദ്ദേഹം കറുത്തവരുടെ മക്കൾക്കായി നീന്തൽക്കുളം നിർമ്മിച്ചുകൊണ്ട് എഫ്.ബി.ഐ.യുടെ നോട്ടപ്പുള്ളികളുടെ പട്ടികയിലുൾപ്പെട്ടു. 1968-ലാണ് അദ്ദേഹം ബ്ലേക്ക് പാന്തർ പാർട്ടിയിൽ ചേരുന്നത്. കുട്ടിക്കാലം മുതൽ ആവേശമുണ്ടാക്കുന്ന പ്രസംഗങ്ങൾ നടത്തി പ്രശസ്തി നേടിയ ഹാംപ്റ്റൺ മാർടിൻ ലൂഥർ കിങ്ങിന്റേയും മാൽകം എക്സിന്റേയും പ്രസംഗങ്ങൾ മന:പാഠമാക്കിയിരുന്നു. ബിപി.പി.യുടെ മുൻനിര പ്രവർത്തകനായി മാറിയ അദ്ദേഹം, അമ്മമാരോടും കുട്ടികളോടും നിയമവിദ്യാർത്ഥികളോടും ബുദ്ധിജീവികളോടും ഒരേപോലെ പ്രസംഗിക്കാനുള്ള അസാധാരണമായ കഴിവു സ്വായത്തമാക്കി. അത്തരം പ്രസംഗങ്ങളിലൂടെ സമൂഹത്തിലെ എല്ലാതരം ആളുകളേയും ഒന്നിച്ചു നിർത്താൻ ഹാംപ്റ്റണിനു കഴിഞ്ഞു. കറുത്തവരെ മാത്രമല്ല, സമൂഹത്തിൽ ഒറ്റപ്പെട്ടവരേയും മറ്റ് അവശതകൾ അനുഭവിക്കുന്നവരേയും അദ്ദേഹം യോജിപ്പിച്ചു. ജനങ്ങളാണ് ശക്തിയെന്ന മുദ്രാവാക്യത്തിലുറച്ചു നിന്ന ആ മാർക്സിസ്റ്റ്- ലെനിനിസ്റ്റ് പലപ്പോഴും ചെഗുവേരയെ തന്റെ പ്രസംഗങ്ങളിൽ ഉദ്ധരിക്കാറുണ്ടായിരുന്നു .

ബി.പി.പിയുടെ ഇല്യനിലിയോസ് സ്റ്റേറ്റിന്റെ ചെയർമാനും അമേരിക്കയിലെ വൈസ് ചെയർമാനുമായ ഹാംപ്റ്റൺ, സമൂഹത്തിലെ മറ്റ് വിഭാഗത്തിൽപ്പെടുന്ന അവശരേയും ബി.പി.പി.ക്കൊപ്പം ചേർത്ത് കൊണ്ടാണ് പ്രസിദ്ധമായ 'റെയിൻബോ സഖ്യം' (Rainbow Coalition) രൂപീകരിക്കുന്നത്. തൊലിയുടെ നിറത്തിനപ്പുറം ജീവിതാനുഭവങ്ങൾക്ക്

എന്നും അദ്ദേഹം പ്രാധാന്യം നൽകി. അമേരിക്കൻ സ്റ്റേറ്റിന്റെ പീഡനങ്ങൾ നേരിടുന്ന എല്ലാവരേയും ഒരുമിച്ച് നിർത്തിക്കൊണ്ട് ശക്തമായ ഒരു പ്രതിരോധനിര ഫ്രെഡ് സൃഷ്ടിച്ചു. അതുകൊണ്ട് തന്നെയാണ് അമേരിക്കൻ ഭരണകൂടം അദ്ദേഹത്തെ വളരെയേറെ ഭയപ്പെട്ടിരുന്നത്. കൃത്യമായ മാർക്സിസ്റ്റ് -ലെനിനിസ്റ്റ് ചിന്താരീതിയിലുറച്ചുനിന്നുകൊണ്ട്, വ്യക്തികൾക്കപ്പുറം ജനങ്ങൾക്കും അവരുടെ പ്രശ്നങ്ങൾക്കും പ്രാമുഖ്യം നൽകിക്കൊണ്ടായിരുന്നു അദ്ദേഹം തന്റെ പ്രവർത്തനങ്ങൾ മുമ്പോട്ട് കൊണ്ടുപോയിരുന്നത്. അതോടെയാണ് ബി.പി.പി.യുടെ ശക്തിയും സ്വാധീനവും അമേരിക്ക മുഴുവൻ വ്യാപിക്കുമെന്ന ഭീതിയിൽ എങ്ങിനെയെങ്കിലും ഫ്രെഡ്ഡിനെ അവസാനിപ്പിക്കുക എന്നത് അമേരിക്കൻ രഹസ്യാന്വേഷണ ഏജൻസിയായ എഫ്.ബി.ഐ.യുടെ പ്രധാന അജണ്ടയായി മാറുന്നത്. അതിനായി പണം കൊടുത്ത് സ്വാധീനിച്ച് വില്യം ഒനീലെന്ന ബി.പി.പി. പ്രവർത്തകനെ അവർ രഹസ്യങ്ങൾ ചോർത്തുന്നതിനായി നിയോഗിച്ചു. തുടക്കത്തിൽ ഐസ് ക്രീം മോഷ്ടിച്ചെന്ന നിസ്സാര കുറ്റം കെട്ടിച്ചമച്ച് ഫ്രെഡിനെ അവർ അറസ്റ്റ് ചെയ്തു ജയിലിലിട്ടു. അത് കൊണ്ട് ശ്വാശ്വത പരിഹാരമായില്ലെന്ന് തിരിച്ചറിഞ്ഞ് 1969 ഡിസമ്പർ നാലിന് അർദ്ധരാത്രി പതിനാലോളം പേരടങ്ങിയ പൊലീസ് സംഘം ഫ്രെഡ്ഡും ഗർഭിണിയായ ഭാര്യയും ഉറങ്ങിക്കിടക്കുന്ന മുറിയിൽക്കയറി അവർക്ക് നേരെ നിറയൊഴിച്ചു. ചിക്കാഗോ ജില്ലാ ഭരണാധികാരി എഡ്വേഡ് ഹൻറാഹന്റെ (Edward Hanrahan) നേതൃത്വത്തിൽ നടന്ന ആ ആക്രമണത്തിൽ ഫ്രെഡ്ഡും മറ്റൊരു പ്രവർത്തകനും അവിടെത്തന്നെ മരിച്ചുവീണു. ചിക്കാഗോ നഗരം വിറങ്ങലിച്ചു നിന്ന ആ രാത്രി ഇപ്പോഴും നഗരവാസികളുടേയും അവരുടെ മക്കളുടേയും ഓർമ്മകളിൽ നിറഞ്ഞുനിൽക്കുന്നു.

ഈ ചരിത്ര സംഭവമാണ് അമേരിക്കൻ സംവിധായകൻ ശാഖാ കിങ് (Shaka King) നിർമ്മിച്ച 'ജൂദാസ് ഏൻഡ് ദ ബ്ലേക്ക് മിശിഹ' യിലൂടെ പ്രേക്ഷകർക്ക് മുമ്പിലെത്തുന്നത്. കോമഡി സംവിധായകനെന്ന് അറിയപ്പെട്ടിരുന്ന കിങ്ങിന്റെ ആദ്യഫീച്ചർ ഫിലിം 'ന്യൂലിവീഡ്സ്' (Newlyweeds. 2013) ആയിരുന്നു. 2016 മുതൽ ആരംഭിച്ച 'ജൂദാസി' ന്റെ തയ്യാറെടുപ്പുകൾക്കിടയിൽ കോവിഡ് കടന്നുവന്നെങ്കിലും ചിത്രത്തേക്കുറിച്ചുള്ള തന്റെ പഠനങ്ങളും അന്വേഷണങ്ങളും കിങ്ങ് തുടരുകതന്നെ ചെയ്തു. ചരിത്രം ഇഷ്ടവിഷയമായ കിങ്ങ് ഫ്രെഡ്ഡിന്റെ ജീവിതം സൂക്ഷ്മതയോടെ പഠനവിധേയമാക്കി. അദ്ദേഹത്തിന്റെ കുടുംബാംഗങ്ങളെ കണ്ടു, ബി.പി.പി.യുടെ ഒരു വിഭാഗമായ Black Panther Party Cubs ന്റെ ചെയർമാനും ഫ്രെഡ്ഡ് ഹാംപ്റ്റണിന്റെ മകനുമായ

ഫ്രെഡ് ഹാംപ്റ്റൺ ജൂനിയറു (Fred Hampton Jr.) മായി ചർച്ചകൾ നടത്തി. ജൂദാസ് സിനിമയുടെ സെറ്റിൽ വരാറുണ്ടായിരുന്ന അദ്ദേഹം ചിത്രം കണ്ടശേഷം ഇങ്ങനെ അഭിപ്രായപ്പെട്ടു: "ചിത്രം എനിക്ക് വളരെ ഇഷ്ടപ്പെട്ടു, കുറച്ചുകൂടി രാഷ്ട്രീയം ചേർന്ന അന്തരീക്ഷമായിരുന്നെങ്കിൽ കൂടുതൽ മെച്ചമാവുമായിരുന്നു. ഒരു വിപ്ലവകാരി ഒരിക്കലും സംതൃപ്തനാവില്ലല്ലോ." ചിരിച്ചുകൊണ്ട് അദ്ദേഹം പറഞ്ഞു.

ഫ്രെഡ് ഹാംപറ്റണെക്കുറിച്ചും അദ്ദേഹത്തിന്റെ ജീവിതത്തേക്കുറിച്ചും അനവധി ഡോക്യുമെന്ററികളും ഫീച്ചറുകളും പുറത്തിറങ്ങിക്കഴിഞ്ഞെന്ന് സൂചിപ്പിച്ചിരുന്നല്ലോ. 'ജൂദാസ് ഏൻഡ് ബ്ലേക്ക് മിശിഹാ' സംവിധാനം ചെയ്യുമ്പോൾ ശാകാ കിങ്ങിന്റെ മനസ്സിലെന്തായിരുന്നെന്ന് അറിയുന്നത് ചിത്രത്തിന്റെ പ്രസക്തി വർദ്ധിപ്പിക്കും: "സ്വാതന്ത്ര്യം, അധികാരം എന്നീ രണ്ട് വിഭിന്ന ആശയങ്ങളെ മുമ്പോട്ട് വെക്കാനുള്ള ഒരു അവസരമായിരുന്നു അത്. ഫ്രെഡ് ഹാംപ്റ്റൺ ആരായിരുന്നെന്നും അദ്ദേഹത്തിന്റെ വിശ്വാസം എന്തായിരുന്നെന്നും കാണിക്കാനുള്ള എളുപ്പവഴി അദ്ദേഹം എന്തൊക്കെ അല്ലായിരുന്നു എന്ന് പരിശോധിക്കുകയായിരുന്നു. മാനവികതയുടെ രണ്ട് എതിർധ്രുവങ്ങളിലിരിക്കുന്നവരേയാണ് ചിത്രം അവതരിപ്പിക്കുന്നത്. ഒരാൾ എക്കാലത്തേയും ധീരനും മറ്റേയാൾ ഒരു ഭീരുവും. ഒരാൾ സോഷ്യലിസ്റ്റും മറ്റേയാൾ ഒരു മുതലാളിയും. അത് വെറുമൊരു ബയോപിക് എന്നതിൽ നിന്ന് ചിത്രത്തെ മാറ്റി നിർത്തുന്നുണ്ട്. 'ബ്ലേക്ക് പാന്തേഴ്സ്' ക്രിമിനലുകളുടെ ഒരു ഭീകരസംഘടനയാണെന്ന പ്രചരണത്തേയും വിശ്വാസത്തേയും മാറ്റാൻ ഇനിയും ധാരാളം ചെയ്യാനുണ്ട്. തോൽജാക്കറ്റിനിടയിൽ കത്തിയും തോക്കുമൊളിപ്പിക്കുന്ന ക്രിമിനിലകളായി അവരെ കാരിക്കേച്ചർ ചെയ്ത് സൃഷ്ടിക്കപ്പെട്ട നറേറ്റീവുകളെ പൊളിച്ചെഴുതുകയായിരുന്നു എന്റെ ലക്ഷ്യം. അവർ സാമൂഹികസംഘാടകരും തത്വചിന്തകരും മറ്റുള്ളവരെ സ്നേഹിക്കുന്നവരുമാണ്. ഇത് പ്രേക്ഷകരിലെത്തിക്കുക എന്നതായിരുന്നു ചിത്രം കൊണ്ട് ഞാൻ ലക്ഷ്യമിട്ടത്". ചിത്രം ഈ ലക്ഷ്യം സാക്ഷാൽക്കരിക്കുന്നുണ്ടെന്നത് അതിന്റെ കാഴ്ച വ്യക്തമാക്കുന്നു.

1968 ൽ മാർടിൻ ലൂഥർ കിങ്ങ് (ജൂനിയർ) വധിക്കപ്പെട്ടശേഷമുള്ള കാലത്തെ ചിക്കാഗോ നഗരം പശ്ചാത്തലമാക്കുന്ന ചിത്രത്തിലെ 'ജൂദാസ്' വില്യം ഒനീൽ (ബിൽ) (William ONiel) തനിക്കെതിരായ കേസിൽ നിന്ന് രക്ഷപ്പെടാനും പണത്തിനുമായാണ് എഫ്.ബി.ഐ. ഏജന്റായി ബി.പി.പി.യിൽ പ്രവർത്തിക്കുന്നത്. പാന്തേഴ്സിനേക്കുറിച്ചുള്ള വിവരങ്ങൾ കൈമാറുകയും ഒടുവിൽ ഫ്രെഡ്ഡിന്റെ മരണത്തിനു കാരണമായ വെടിവെപ്പുവരെയെത്തിക്കുകയും ചെയ്ത വില്യം ഒനീലിന്റെ

യഥാർത്ഥ ജീവിതത്തിലെ അഭിമുഖത്തിൽ ആരംഭിക്കയും അവസാനിക്കയും ചെയ്യുന്ന ചിത്രം. Eyes on Prize 2 എന്ന ഡോക്യുമെന്ററിക്കായി ഒനീലുമായി നടത്തിയ അഭിമുഖത്തിന്റെ ഭാഗമാണ് ഇതിനായി സംവിധായകൻ ഉപയോഗിച്ചിരിക്കുന്നത്. 1960 കളിലും എഴുപതുകളിലും താൻ നടത്തിയ പ്രവർത്തനങ്ങൾ ഈ അഭിമുഖത്തിൽ ഒനീൽ ന്യായികരിക്കുകയാണ്. തുടർന്ന് മാർട്ടിൻ ലൂഥർകിങ്ങിന്റെ വധം, മാൽകം എക്സിന്റെ ജീവിതം എന്നീ സംഭവങ്ങളിലൂടെ കടന്നുപോകുന്ന ചിത്രം, ഫ്രെഡ്ഡിന്റെ ജീവിതത്തിലും പ്രവർത്തനങ്ങളിലുമെത്തുന്നു. കോളേജ് വിദ്യാർത്ഥികളോട് സംസാരിക്കുന്ന ഫ്രെഡ് അവരെ രാഷ്ട്രീയത്തിന്റെ കൃത്യമായ പാഠങ്ങളിലാണെത്തിക്കുന്നത്. അധികാരമെന്നാൽ തോക്കോ ഗ്രനേഡോ അല്ലെന്നും അത് ജനങ്ങളാണെന്നുമുള്ള മാർക്സിയൻ പാഠം തന്റെ പ്രവർത്തനങ്ങളിൽ ആദ്യന്തം അദ്ദേഹം സ്വീകരിക്കുന്നുണ്ട്. മുതലാളിത്തത്തെ സോഷ്യലിസം കൊണ്ട് മറികടക്കാനും ജാതീയവും വംശീയവുമായ വേർതിരിവുകളേയും അവയുണ്ടാക്കുന്ന ഭരണകൂടഭീകരതകളേയും പ്രതിരോധിക്കാനും ഫ്രെഡ് ആഹ്വാനം ചെയ്യുന്നു. അതേ സമയം ചൈനക്കും റഷ്യക്കുമപ്പുറത്തുള്ള ശത്രുക്കളായാണ് ബ്ലേക്ക് പാന്തറിനേയും അവരുടെ നേതാവ് ഫ്രെഡ് ഹാംപ്റ്റണേയും അമേരിക്കൻ ഭരണകൂടം വിലയിരുത്തുന്നത്. അമേരിക്കയിലെ ന്യൂ ലെഫ്റ്റ് വിഭാഗം പിന്താങ്ങുന്ന അവരെ എന്ത് വിലകൊടുത്തും നശിപ്പിക്കുക എന്ന ലക്ഷ്യം മുൻനിർത്തിയാണ് എഫ്.ബി.ഐ. അക്കാലത്ത് പ്രവർത്തിക്കുന്നത്. ഇതിനായി അന്നത്തെ എഫ്.ബി.ഐ ഡയറക്ടറായിരുന്ന എഡ്ഗാർ ഹൂവറി (Edgar Hoover) ന്റെ നേതൃത്വത്തിൽ COINTELPRO (Counter Intelligence Program) എന്ന പേരിൽ ഒരു പ്രത്യേക പരിപാടിക്ക് അവർ രൂപം നൽകി. 1956 മുതൽ 1971 വരെ അമേരിക്കൻ ഭരണകൂടവുമായി ചേർന്ന് എഫ്.ബി.ഐ. നടപ്പിലാക്കിയ നിയമവിരുദ്ധമായ ഈ പരിപാടി വഴി അമേരിക്കയിലെ രാഷ്ട്രീയസംഘടനകളിൽ നുഴഞ്ഞു കയറി രഹസ്യങ്ങൾ ചോർത്താനും അതുവഴി സംഘടനാപ്രവർത്തനങ്ങൾക്ക് തുരങ്കം വെക്കാനും അവർക്ക് കഴിഞ്ഞു. നിയമവിരുദ്ധമായ ആക്രമണങ്ങളിലൂടെ സംഘടനാനേതാക്കളെ വധിക്കുകയും അതുവഴി സംഘടനയെതന്നെ തകർക്കുകയുമായിരുന്നു അവരുടെ പരിപാടി. അതനുസരിച്ചാണ് ഒനീലിനെ ചാരനായി നിയോഗിച്ച് ബി.പി.പി യുടെ രഹസ്യങ്ങൾ അവർ മനസ്സിലാക്കുന്നത്. ഇതൊക്കെ ചിത്രത്തിന്റെ ആദ്യഭാഗത്ത് ശാകാകിങ്ങ് കൃത്യമായി ആവിഷ്കരിക്കുന്നുണ്ട്. എഫ്.ബി.ഐ.യുടെ വ്യാജ ഐഡന്റിറ്റി കാർഡുപയോഗിക്കുന്ന ഒനീൽ പോലീസ് പിടിയിലാവുന്നു. ഒരു കത്തിയോ തോക്കോ ഉപയോഗിച്ച് കാർ മോഷ്ടിക്കുന്നതിനു

ജൂദാസ് ഏൻഡ് ബ്ലേക്ക് മിശിഹാ

പകരം എന്തിനായിരുന്നു ഐഡന്റിറ്റി കാർഡുപയോഗിച്ചതെന്ന എഫ്.ബിഐ ഏജന്റ് റോയ് ഫ്ലെച്ചറുടെ ചോദ്യത്തിന് ഒനീലിന്റെ മറുപടി വളരെ പ്രസക്തമാകുന്നുണ്ട്.” തെരുവിലെ ഒരു കറുത്തവർഗ്ഗക്കാരന് കത്തിയോ തോക്കോ എളുപ്പത്തിൽ കിട്ടും. എന്നാൽ എഫ്.ബി.ഐ.യുടെ ഐഡന്റിറ്റി കാർഡ് അവയേക്കാളൊക്കെ ആളുകളെ പേടിപ്പെടുത്തുന്നുണ്ട്. അതിനു പിന്നിൽ രാജ്യത്തിലെ മുഴുവൻ ആർമിയുമുള്ളതിനാൽ വലിയ കരുത്താണ് അതൊരാൾക്ക് നൽകുന്നത് “ഈ കരുത്തിന്റെ ബലത്തിലാണ് എഫ്.ബി. ഐ കറുത്തവർക്കെതിരെ അതിക്രമങ്ങൾ നടത്തുന്നതും ഫ്രെഡ്ഡിനെ നേരിടുന്നതും. ഇരുപതിലേറെ വർഷങ്ങൾ ജയിൽശിക്ഷ ലഭിക്കാവുന്ന കുറ്റങ്ങൾക്ക് ഒനീലിനെ എഫ്.ബി.ഐ വെറുതെ വിടുന്നത്. അയാൾ അവർക്കായി ചാരപ്പണിയെടുക്കാമെന്ന കരാറിലാണ്.

ആദ്യസാന്നിദ്ധ്യത്തിൽത്തന്നെ തന്റെ നിലപാടുകൾ വ്യക്തമാക്കുന്ന ഫ്രെഡ്ഡിനെയാണ് നാം ചിത്രത്തിൽ കാണുന്നത്. പരിഷ്ക്കാരങ്ങളും വിപ്ലവവും തമ്മിലുള്ള വ്യത്യാസങ്ങൾ, ജനജീവിതത്തിനു മേൽ മുതലാളിത്തത്തിന്റെ കടന്നുകയറ്റം എന്നിവ വിശദീകരിച്ചുകൊണ്ട് കോളേജ് വിദ്യാർത്ഥികളോട് അദ്ദേഹം സംസാരിക്കുന്നു. പ്രസംഗത്തിനൊടുവിലാണ് പിന്നീട് ഫ്രെഡ്ഡിന്റെ കാമുകിയായി മാറുന്ന ഡെബോറാ ജോൺസണെ (Deborah Johnson) അദ്ദേഹം പരിചയപ്പെടുന്നത്. മാവോയുടെയും ചെഗുവേരയുടേയും മാർക്സിന്റേയുമൊക്കെ ചിന്തകളിലൂടെ മുമ്പോട്ട് പോകുന്ന ഫ്രെഡ്ഡിന്റെ പ്രസംഗങ്ങൾ. “വാക്കുകൾ മനോഹരങ്ങളാണ്, പ്രവർത്തികൾ അതിലേറെ ഭംഗിയുള്ളതും” എന്ന ചെയുടെ പ്രസിദ്ധ വാചകം, രാഷ്ട്രീയത്തെക്കുറിച്ച് മാവോയുടെ

നിർവ്വചനം, 'യുദ്ധം രക്തച്ചൊരിച്ചലോട്ടുകൂടിയ രാഷ്ട്രീയമാണെന്നും രാഷ്ട്രീയം രക്തരൂക്ഷിതമല്ലാത്ത യുദ്ധമാണെന്നും' ഫ്രെഡ് അനുയായികളെ ഓർമ്മിപ്പിക്കുന്നു. പ്രസംഗങ്ങൾക്കൊപ്പം, ഫ്രെഡ് നേതൃത്വം കൊടുക്കുന്ന ബി.പി.പി.യുടെ മറ്റ് പ്രവർത്തനങ്ങളും ചിത്രം രേഖപ്പെടുത്തുന്നുണ്ട്. കുട്ടികൾക്കുള്ള സൗജന്യഭക്ഷണവിതരണ പദ്ധതി, സൗജന്യ വിദ്യാഭ്യാസം, വൈദ്യസഹായം എന്നിവയുടെ മുൻനിരയിൽ ഫ്രെഡ് സജീവമാണ്. ഈ പരിപാടികളുടെ നോട്ടീസ് വിതരണം ചെയ്തുകൊണ്ട് ചിക്കാഗോ തെരുവുകളിലൂടെ നടക്കുന്ന അദ്ദേഹം നമുക്ക് മുമ്പിലെത്തുന്നു. എല്ലാ പരിപാടികളിലും കൃത്യമായ അച്ചടക്കം ആവശ്യപ്പെടുന്ന ഫ്രെഡ്ഡിനെ നാം ചിത്രത്തിലൂടെ തിരിച്ചറിയുന്നു.

ചിത്രം മുമ്പോട്ട് പോകുമ്പോൾ, ഒനീലിന്റെ ആവശ്യമനുസരിച്ച് എഫ്.ബി.ഐ. ഏജന്റ് റോയ് മിച്ചെൽ അയാൾക്ക് കാർ നൽകുന്നതായി നാം കാണുന്നു. അതിനുപകരമായി മിച്ചെൽ പുതിയ കാര്യങ്ങൾ അയാളിൽ നിന്ന് ആവശ്യപ്പെടുന്നുണ്ട്. അതനുസരിച്ച് ഫ്രെഡ്ഡിന്റെ സമീപത്ത് എപ്പോഴും സെക്യൂരിറ്റി ഓഫീസറായി ഒനീൽ സ്ഥാനം പിടിക്കുന്നു. അതുവഴി ബി.പി.പി.യുടെ എല്ലാ പ്രവർത്തനങ്ങളുടേയും വിശദാംശങ്ങൾ അയാൾ എഫ്.ബി.ഐ.ക്ക് കൈമാറുന്നു. ഇതിനിടയിൽ ചിക്കാഗോയിലെ മറ്റ് സമാന ഗ്രൂപ്പുകളായ ക്രൗൺസ്, സ്റ്റോൺസ്, ഡിസിപ്പിൾസ് എന്നിവരുമായി യോജിച്ചുകൊണ്ട് മുമ്പോട്ട് പോകാൻ ഫ്രെഡ് മുൻകൈയ്യെടുക്കുന്നു. അയാൾക്കൊന്നിച്ച് ഒനീൽ, ജെയ്ക്ക്, വിന്റേഴ്സ്, ജൂഡി ഡെബോറ എന്നിവരും മറ്റ് അനവധി പ്രവർത്തകരുമുണ്ട്. ചർച്ചകൾക്കും വിശദീകരണങ്ങൾക്കും ശേഷം ഫ്രെഡ് ചിക്കാഗോ നഗരത്തിലെ മർദ്ദിതരുടെ സഖ്യമായ 'റെയിൻബോ' രൂപീകരിക്കുന്നു. കേവലം കറുത്തവരെ മാത്രമല്ല നാം ഈ സഖ്യത്തിൽ കാണുന്നത്. തൊലിനിറത്തിനപ്പുറം സമൂഹത്തിൽ പാർശ്വവൽക്കരിക്കപ്പെട്ടവരുടെ ഒരു സംഘമായാണ് ഫ്രെഡ്ഡ് 'റെയിൻബോ' രൂപീകരിക്കുന്നത്.

1970 വരെ എഫ്.ബി.ഐ.യ്ക്ക് വേണ്ടി ചാരനായി പ്രവർത്തിച്ച് വൻതുക നേടിയ ഒനീൽ അഭിമുഖത്തിൽ, തന്നെപ്പറ്റി മകനോട് എന്തു പറയുമെന്ന ചോദ്യത്തിന് അത് ചരിത്രം തീരുമാനിക്കുമെന്ന് പറഞ്ഞ് ഒഴിഞ്ഞുമാറുകയാണ്. മാർട്ടിൻ ലൂഥർ കിങ്ങ് ദിവസമായ 1990 ജനുവരി 15 ന് ആദ്യമായി Eyes on the Prize 2 എന്ന ഡോക്യുമെന്ററി ടെലിവിഷൻ ചാനലിൽ പ്രദർശിപ്പിച്ചപ്പോൾ അന്നേ ദിവസം വൈകുന്നേരം ഒനീൽ ആത്മഹത്യ ചെയ്യുന്നു. ഫ്രെഡ്ഡിന്റെ വധത്തിൽ പൊലീസ് 99 തവണയും ബി.പി.പി. പ്രവർത്തകർ ഒരു തവണയും നിറയൊഴിച്ചിരുന്നു. എന്നിട്ടും ഏഴ് പാന്തർ പ്രവർത്തകർക്കെതിരെയാണ്

ശാഖാ കിങ്

വധശ്രമത്തിനു കേസെടുക്കുന്നത്. മരിക്കു മ്പോൾ ഫ്രെഡ്ഡിന് ഇരുപത്തിയൊന്ന് വയസ്സുമാത്രമേ പ്രായമുണ്ടായിരുന്നുള്ളൂ എന്നത് ആ രക്തസാക്ഷിത്വത്തിന്റെ പ്രസക്തി വർദ്ധിപ്പിക്കുന്നു. ഇത്തരം വിശദാം ശങ്ങളോടേയും, ഫ്രെഡ്ഡിന്റെ മരണത്തിലുള്ള അനുശോചന പരിപാടി യോടേയുമാണ് ചിത്രമവസാനിക്കുന്നത്.

ഫ്രെഡ് ഹാംപ്റ്റണെക്കുറിച്ച് ഒരു ബയോപിക് നിർമ്മിച്ച് ചരിത്രം പുനരാവിഷ്കരിക്കുക എന്നതിനുമപ്പുറം. അദ്ദേഹത്തിന്റേയും ബി.പി.പി.യുടേയും പ്രവർത്തനങ്ങൾ സത്യസന്ധമായി ആവിഷ്കരിക്കുക, ഒനീലിന്റെ ഭീരുത്വത്തെ വെളിപ്പെടുത്തുക എന്നി വയായിരുന്നു സംവിധായകൻ ലക്ഷ്യംവെച്ചിരുന്നത്. ആ ദിശയിൽ നോക്കുമ്പോൾ താൻ വർഷങ്ങളോളം ഗവേഷണം നടത്തി നിർമ്മിച്ച ചിത്രം 'ജൂദാസ് ഏൻഡ് ദ ബ്ലേക്ക് മിശിഹ 'യിൽ ശാഖാ കിങ്ങിനു സംതൃപ്തി അവകാശപ്പെടാവുന്നതാണ്. തന്നെ ജീവിതത്തിൽ പ്രകാശം കാണാൻ പഠിപ്പിച്ച, മറ്റുള്ളവരെ സ്നേഹിക്കാൻ പഠിപ്പിച്ച കറുത്ത മിശിഹ, ഫ്രെഡ് ഹാംപ്റ്റണെ മികച്ച രീതിയിൽത്തന്നെ തിരശ്ശീലയി ലെത്തിക്കാൻ അദ്ദേഹത്തിനു കഴിഞ്ഞിട്ടുണ്ട്. മിശിഹയുടെ വ്യക്തിത്വവും ജൂദാസിന്റെ ജീവിതവും പരസ്പരബന്ധിതമാണല്ലോ. വില്യം ഒനീലെന്ന ജൂദാസിനെ ആവിഷ്കരിക്കുമ്പോൾ അത് ഫ്രെഡിന്റെ ജീവിതത്തോട് ചേർന്ന് നിൽക്കുന്നുണ്ട്. അമേരിക്കൻ സമൂഹത്തിൽ കറുത്തവർക്കും മറ്റ് പാർശ്വവൽക്കരിക്കപ്പെട്ടവർക്കും നേരെ കാലങ്ങളായി നടന്നു കൊണ്ടിരിക്കുന്ന അതിക്രമങ്ങളും അനീതിയും പ്രതിരോധിക്കുന്ന ആരും നേരിടുന്ന (നേരിട്ടതും ഭാവിയിൽ നേരിടാൻ പോകുന്നതുമായ), ഭരണകൂടത്തിന്റേയും എഫ്.ബി.ഐ. പോലുള്ള ഏജൻസികളുടെയും മനുഷ്യാവകാശലംഘനങ്ങൾ ചിത്രം കേന്ദ്രീകരിക്കുന്നു. അതിനുള്ള ശക്തമായ ആയുധങ്ങൾ അവർ അതേ പീഡിതരിൽ നിന്ന് തന്നെ കണ്ടെടുക്കുന്നു. അതിനായി അതിസങ്കീർണ്ണങ്ങളായ വഴികളിലൂടെ സഞ്ചരിക്കുന്നു. പലപ്പോഴും പരസ്പരമറിയാതെ ചാരന്മാർ പ്രവർത്തി ക്കുന്നു. ജൂദാസിൽ ഏജന്റ് റോയ് ഫ്ലെച്ചററിയാതെ പല കാര്യങ്ങളും നടക്കുന്നുണ്ട്. ലോകം മുഴുവൻ നടന്നുകൊണ്ടിരിക്കുന്ന മനുഷ്യാവകാ ശലംഘനങ്ങളേക്കുറിച്ച് വാചാലമായി സംസാരിക്കുയും, തങ്ങളുടെ പട്ടാളബലം ഉപയോഗിച്ച് അവിടങ്ങളിൽ അധികാരം സ്ഥാപിക്കുയും

ചെയ്യുന്ന ഒരു സ്റ്റേറ്റ്, തങ്ങളുടെ തെരുവുകളിൽ നടത്തിക്കൊണ്ടിരിക്കുന്ന മനുഷ്യക്കുരുതികളെക്കുറിച്ചുള്ള ഏറ്റവും പുതിയ ചലച്ചിത്രാഖ്യാനമായി 'ജൂദാസ്...' മാറുന്നു. മിശിഹകൾ ജന്മമെടുക്കുമ്പോൾത്തന്നെ ജൂദാസുകളും സൃഷ്ടിക്കപ്പെടുമെന്നത് ചരിത്രസത്യമാണ്. ആധുനിക സമൂഹത്തിൽ അത്തരം ജൂദാസുകളെ സൃഷ്ടിക്കുന്നതിൽ എഫ്.ബി.ഐ കാണിക്കുന്ന ബുദ്ധിപരമായ സമീപനങ്ങൾ ചിത്രം പ്രേക്ഷകരിലെത്തിക്കുന്നു.

മാർക്സിസ്റ്റ് ലെനിനിസ്റ്റ് ആശയങ്ങളിലും ചെഗുവേരയുടേയും മാവോയുടേയും സിദ്ധാന്തങ്ങളിലും അടിയുറച്ച് വിശ്വസിക്കുന്ന ഫ്രെഡ്, തന്നെപ്പോലുള്ള കറുത്തവരുടേയും മറ്റ് അശരണരുടേയും ക്ഷേമത്തിനു വ്യത്യസ്തമായ വഴികളാണ് സ്വീകരിക്കുന്നത്. ഒരു യഥാർത്ഥവിപ്ലവകാരി മനുഷ്യസ്നേഹിയാണെന്ന പാഠം നമ്മെ ആവർത്തിച്ച് ഫ്രെഡ് ഓർമ്മിപ്പിക്കുന്നുണ്ട്. ചിക്കാഗോ നഗരത്തിലെ പട്ടിണിക്കാരായ അയ്യായിരം കുട്ടികൾക്ക് പ്രഭാതഭക്ഷണവും വിദ്യാഭ്യാസവും വൈദ്യസഹായവും സൗജന്യമായി നൽകുകയെന്ന പരിപാടി രൂപപ്പെടുത്തിയ അദ്ദേഹം, അത് കൃത്യമായി നടപ്പാക്കുന്നു. തനിക്കൊന്നിച്ചുള്ള ഓരോ അംഗത്തിന്റേയും ജീവിതവും സുരക്ഷയും ഫ്രെഡ് തന്റെ കൈകളിൽ ഭദ്രമാക്കി നിർത്തുന്നു. തന്റെ നെഞ്ചിനുനേരെ നീട്ടിപ്പിടിച്ച തോക്കിനു മുമ്പിൽ നടന്നടുക്കുന്ന ഫ്രെഡ്ഡിനെ പലപ്രാവശ്യം നാം ചിത്രത്തിൽ അഭിമുഖീകരിക്കുന്നുണ്ട്. ഇവിടങ്ങളിലെല്ലാം അനീതിക്കെതിരായുള്ള പോരാട്ടമെന്ന തന്റെ ലക്ഷ്യമാണ് അദ്ദേഹത്തെ മുമ്പോട്ട് നയിക്കുന്നത്. ചിത്രത്തിൽ പല ഘട്ടങ്ങളിലും. അനാവശ്യവും അല്ലെങ്കിൽ മരണത്തിലേക്കെത്തിക്കുന്നതുമായ ഏറ്റുമുട്ടലുകൾ അദ്ദേഹം ഒഴിവാക്കുകയും അവയെക്കുറിച്ച് തന്റെ അനുയായികൾക്ക് മുന്നറിയിപ്പ് നൽകുകയും ചെയ്യുന്നുണ്ട്. അപ്പീൽ പരാജയപ്പെട്ട് രണ്ടാമത്തെ തവണ ജയിലിലേക്ക് പോകുമെന്ന അവസ്ഥ വന്നപ്പോൾ, ക്യൂബയിലേക്കോ അൾജീരിയയിലേക്കോ പോകാൻ ആവശ്യപ്പെടുന്ന അനുയായികളോട്, ആ പണമുപയോഗിച്ച് ജനങ്ങൾക്കുള്ള വൈദ്യസഹായ പദ്ധതി മെച്ചപ്പെടുത്താനാണ് മനുഷ്യസ്നേഹിയായ ഫ്രെഡ് ആവശ്യപ്പെടുന്നത്. കറുത്തവനെന്നോ വെളുത്തവനെന്നോ ഉള്ള വ്യത്യാസങ്ങൾ മറന്നുകൊണ്ട് സമൂഹത്തിലെ അവഗണിക്കപ്പെട്ടവരെ ഒന്നിപ്പിക്കുന്ന ഫ്രെഡ്, നിറമല്ല, മുതലാളിത്തവും ഫാസിസവുമാണ് മുഖ്യശത്രുവെന്ന് ആവർത്തിച്ചു പറയുന്നു. ഈ സവിശേഷവ്യക്തിത്വമാണ് ഫ്രെഡ്ഡിനെ ഒരേ സമയം കോളേജ് വിദ്യാർത്ഥികളുടേയും വീട്ടമ്മമാരുടേയും കൊച്ചുകുട്ടികളുടേയും ബുദ്ധിജീവികളുടേയും നേതാവാക്കി മാറ്റുന്നത്, അവരുടെ പ്രിയപ്പെട്ട പ്രാസംഗികനാക്കിത്തീർക്കുന്നത്.

ഫ്രെഡ് ഹാംപ്റ്റൺ

ഫ്രെഡ്ഡിന്ന കറുത്തവരുടെ രക്ഷകന്റെ ജനസ്വാധീനമാണ് ഒനീലിലെ (ബിൽ)ന്ന നവജൂദാസിനെ സൃഷ്ടിക്കുന്നത്. ഫ്രെഡ് ഹാംപ്റ്റണിന്റെ ജീവിതത്തിലെ ജൂദാസ് ബിൽ ചിത്രത്തിലെ ഒരു പ്രധാനകഥാപാത്രമാണ്. സംഘടനയുടെ സെക്യൂരിറ്റി കമാൻഡറായ അയാൾ ഫ്ലെച്ചറുടെ എല്ലാ നിർദ്ദേശങ്ങളും കൃത്യമായി നടപ്പിലാക്കുന്നു. ബി.പി.പി. ആസ്ഥാനത്തുള്ള ആയുധങ്ങളുടെ കൃത്യമായ വിവരം ബിൽ അറിയിച്ചതുകൊണ്ട് അവിടം ആക്രമിക്കാൻ പൊലീസിന് വളരെ എളുപ്പത്തിൽ കഴിയുന്നു. ആക്രമണസമയത്ത് തന്ത്രപൂർവ്വം അയാൾ അവിടം വിടുന്നു. അവസാനം. ഫ്രെഡ്ഡിയെ വധിക്കാനാണ് എഫ്.ബി.ഐ.യുടെ പരിപാടിയെന്ന് അറിഞ്ഞ ബിൽ, അയാളും കൂട്ടരും താമസിക്കുന്ന സ്ഥലത്തിന്റെ വിശദാംശങ്ങൾ കൊടുക്കാൻ ഫ്ലെച്ചർ ആവശ്യപ്പെട്ടപ്പോൾ അതിനു തയ്യാറാകാതെ മടിച്ച് നിൽക്കുന്നു. അതിനു മുമ്പ് അത്തരം സന്ദർഭങ്ങളിൽ ചെയ്തിരുന്നതുപോലെ ഭീഷണിയുടെ സ്വരത്തിൽ ഫ്ലെച്ചർ ആവശ്യപ്പെട്ടപ്പോൾ. ബിൽ അത് കൊടുക്കുന്നു. അതോടൊപ്പം ഫ്ലെച്ചറുടെ നിർദ്ദേശമനുസരിച്ച് ആക്രമണത്തിനു പരിപാടിയിട്ട രാത്രി ഫ്രെഡ്ഡിന്റെ മദ്യത്തിൽ ഉറക്കമരുന്ന് കലർത്തുന്നു ബിൽ. അങ്ങനെയാണ് ഒരു പ്രതിരോധവുമില്ലാതെ ഫ്രെഡ്ഡിനെ വെടിവെച്ചുകൊല്ലാൻ പൊലീസ് സംഘത്തിനു കഴിയുന്നത്. ആക്രമണസമയത്ത് മദ്യപിക്കാനെന്ന വ്യാജേനെ ബിൽ പുറത്തുപോകുന്നു. എല്ലാം കഴിഞ്ഞ്, പ്രത്യുപകാരമായി

ഒരു ഗ്യാസ് സ്റ്റേഷൻ സ്വന്തമാക്കുന്ന ബിൽ അതോടെ തന്റെ ജോലി അവസാനിപ്പിക്കുന്നില്ല. യാതൊരു കുറ്റബോധവുമില്ലാതെ അത് തുടർന്ന ബിൽ, ഇതു വഴി വൻസമ്പത്താണ് ഉണ്ടാക്കുന്നത്. ബിൽ ചിത്രത്തിന്റെ കേന്ദ്രസ്ഥാനത്തുള്ള ഫ്രെഡ്ഡിനു വളരെയേറെ കരുത്ത് നൽകുന്നുണ്ട്. സംവിധായകൻ സൂചിപ്പിക്കുന്നതു പോലെ, ബില്ലും ഫ്രെഡ്ഡും ജീവിതത്തിന്റെ വിരുദ്ധധ്രുവങ്ങളിൽ കഴിയുന്നവരാണ്. തന്റെ ചതിയുടെ ഓരോ ഘട്ടത്തിലും അൽപ്പം സങ്കോചത്തോടെയുള്ള ബില്ലിന്റെ മുഖം നമുക്കുള്ളിലെ ഫ്രെഡ്ഡിന്റെ വ്യക്തിത്വത്തിനാണ് ശക്തി പകരുന്നത്. ലാക്കിയെത് സ്റ്റാൻഫീൽഡി (Lakeith Stanfield) ന്റെ മികച്ച അഭിനയമാണ് ബില്ലിനെ ഇത്തരമൊരു കഥാപാത്രമായി മാറ്റുന്നത്. അമേരിക്കൻ രഹസ്യാന്വേഷണ സംഘമായ ഫെഡറൽ ബ്യൂറോ ഓഫ് ഇൻവെസ്റ്റിഗേഷനെന്ന എഫ്.ബി.ഐയുടെ കൃത്യവും ശക്തവുമായ അന്വേഷണം ലോകപ്രസിദ്ധമാണല്ലോ. ആളുകളുടെ മനശ്ശാസ്ത്രം പഠിച്ച്, പരസ്പരമറിയാതെ ചാരന്മാരുടെ കണ്ണികൾ സൃഷ്ടി ച്ചുകൊണ്ട് അവർ വെക്കുന്ന കെണികളിൽ വീഴുന്ന സാമൂഹ്യ-രാഷ്ട്രീയ പ്രവർത്തകരുടെ പട്ടികയിൽ ഫ്രെഡ് ഹാംപ്റ്റണെന്ന കറുത്ത മിശിഹയും ഉൾപ്പെടുന്നു. കൊള്ളയും കൊലപാതവും ബലാൽസംഗവും നടത്തുന്നവരും. വിദ്വേഷം വിതക്കുന്നവരുമായി ചിത്രീകരിക്കപ്പെടുന്ന ബി.പി.പി. അംഗങ്ങൾ സമൂഹത്തിലെ ഭീകരരായാണ് ചിത്രീകരിക്കപ്പെ ടുന്നത്. പരമ്പരാഗത ശത്രുക്കളായ റഷ്യക്കാർക്കും ചൈനക്കാർക്കുമ പ്പുറമുള്ള അപകടകാരികളായാണ് അമേരിക്ക അവരെ കാണുന്നത്. ഫ്രെഡ്ഡിനെതിരെ നീങ്ങുമ്പോൾ കൊച്ചുമകൾ സാമന്തയുടെ മുഖം ഓർമ്മിക്കാൻ ഹ്ലെച്ചറോട് പറയുന്ന എഫ്.ബി.ഐ തലവൻ അയാളെ

ഫ്രെഡ് ഹാംപ്റ്റൺ ജൂനിയർ

മാൽക്കം എക്സ്

ഒരു കൊട്ടുംക്രിമിനലായിട്ടാണ് വിശേഷിപ്പിക്കുന്നത്. ഇത്തരത്തിലുള്ള അസത്യങ്ങളുടേയും വ്യാജമായി നിർമ്മിക്കപ്പെട്ട വാർത്തകളുടേയും പിൻബലത്തിലാണ് ഈ സംഘടന കാലങ്ങളായി അമേരിക്കൻ ഭരണവർഗ്ഗത്തിന് സഹായകമായി പ്രവർത്തിച്ചുകൊണ്ടിരുന്നതും ഇപ്പോഴുമത് തുടർന്ന് പോരുന്നതും. അതിന്റെ കൃത്യമായ ഒരു ചിത്രം 'ജൂദാസ്...' നമുക്ക് നൽകുന്നുണ്ട്.

ചിത്രം നമുക്ക് മുമ്പിലെത്തിക്കുന്ന മറ്റൊരു പ്രധാന കഥാപാത്രമാണ് ഫ്രെഡ്ഡിന്റെ കാമുകി ഡെബോറ. പ്രസംഗം നടത്താനായി കോളേജിലെത്തിയ അയാളുടെ വ്യക്തിത്വത്തിലും പ്രസംഗത്തിലും ആകൃഷ്ടയായി. ഒടുവിൽ അയാളുടെ കാമുകിയായ ഡെബ് വളരെ കരുത്തുള്ള ഒരു ബി.പി.പി പ്രവർത്തകയായാണ് ചിത്രത്തിൽ ആവിഷ്കരിക്കപ്പെടുന്നത്. ഫ്രെഡ്ഡ് വധിക്കപ്പെടുമ്പോൾ ഗർഭിണിയായിരുന്ന അവർ, തന്റെ മകനെ പാർട്ടി വളർത്തുമെന്ന ദൃഢവിശ്വാസത്തോടെ കഴിയുന്നു. പിറക്കാൻ പോകുന്ന തന്റെ കുട്ടിയെക്കുറിച്ച് ആശങ്കപ്പെടാറുള്ള ഫ്രെഡ്ഡിനോട് അത് അവർ തുറന്നു പറയാറുമുണ്ടായിരുന്നു. ഫ്രെഡ്ഡിന്റെ എല്ലാ പ്രവർത്തനങ്ങൾക്കും ശക്തി പകരുന്നു ഡെബോറ.

കത്തിയും തോക്കുകളുമായി തെരുവുകൾ കീഴടക്കിയ ഭീകരരായിരുന്ന ബ്ലേക്ക് പാന്തറുകളെന്ന ധാരണയെ തിരുത്തുകയായിരുന്നു സംവിധായകന്റെ ലക്ഷ്യം. ചിത്രത്തിൽ കാണുന്നതുപോലെ, യാതൊരു പ്രകോപനവുമില്ലാതെ ആയുധമെടുക്കുന്ന പോലീസിൽ നിന്ന്

സ്വയം രക്ഷക്കായി മാത്രം ആയുധമെടുത്തവരായിരുന്ന അവർ. അമേരിക്കയിൽ ഇപ്പോൾ നടന്നുകൊണ്ടിരിക്കുന്ന ഇത്തരം സംഭവങ്ങൾ അവയുടെ തുടർച്ച മാത്രമാണ്. അടുത്ത കാലത്ത് അവിടെ നടന്ന കറുത്ത വർഗ്ഗക്കാരായ ബ്രിയോണ ടെയ് ലറുടേയും ജോർജ് ഫ്ലോയിഡിന്റേയും കൊലപാതകങ്ങൾ ലോകമെമ്പാടും പ്രതിഷേധങ്ങളുണ്ടാക്കിയതാണല്ലോ. ഫ്രെഡ്ഡിന്റെ വധത്തിലവസാനിച്ച ആക്രമണവും എഫ്. ബി.ഐ.യുടേയും അമേരിക്കൻ പോലീസിന്റേയും ഏകപക്ഷീയമായ നടപടിയായാണ് സൂചിപ്പിക്കപ്പെടുന്നത്. ഉറങ്ങിക്കിടക്കുന്ന ഫ്രെഡ്ഡിനും പത്നിക്കും നേർക്ക് യാതൊരു പ്രകോപനവുമില്ലാതെ നിറയൊഴിച്ച അവർ, ആരാണ് യഥാർത്ഥത്തിൽ ക്രിമിനലുകളെന്ന് വ്യക്തമാക്കിക്കഴിഞ്ഞു.

സംവിധായകൻ ശാക കിങ്ങ് സൂചിപ്പിക്കുന്ന ലക്ഷ്യങ്ങൾ മികച്ച രീതിയിൽത്തന്നെ ചിത്രം സാക്ഷാൽക്കരിക്കുന്നുണ്ട് എന്ന് അതിന്റെ കാഴ്ചയ്ക്ക് ശേഷം നാം തിരിച്ചറിയുന്നുണ്ട്. ഫ്രെഡ് ഹാംപ്റ്റണേക്കുറിച്ചും ബ്ലേക്ക് പാന്തർ പാർടിയേക്കുറിച്ചും നിർമ്മിക്കപ്പെട്ടിട്ടുള്ള മികച്ച ചിത്രങ്ങളിലൊന്നായി നിരവധി അന്താരാഷ്ട്രപുരസ്കാരങ്ങൾ നേടിയ 'ജൂദാസ് എൻഡ് ദ ബ്ലേക്ക് മിശിഹാ' ചലച്ചിത്ര ചരിത്രത്തിൽ പരിഗണിക്കപ്പെട്ടുമെന്നത് തീർച്ചയാണ്.

അമേരിക്കയിലെ നവനാടോടി ജീവിതങ്ങൾ

"I'd rather have one person who disagrees with my politics watch my film, and then somehow see themselves in it without putting up a shield, than a whole room of people who already agree with me give me a standing ovation".
- Chleo Zhao

'അറുപത് വയസ്സ് കഴിഞ്ഞ വിധവയായ ഫേൺ തന്റെ മുറി പൂട്ടി പുറത്തിറങ്ങി. അവർക്ക് മുമ്പിൽ നെവാഡാ നഗരം ഇപ്പോൾ ശൂന്യമാണ്. എൺപത്തെട്ടു വർഷങ്ങളായി അവിടെ പ്രവർത്തിച്ചിരുന്ന വ്യവസായശാല യു.എസ് ജിപ്സം പ്ലാന്റ് പൂട്ടിക്കഴിഞ്ഞു. തനിക്ക് കൊണ്ടുപോകാനുള്ളവയൊക്കെയെടുത്ത് അവർ വാനിനകത്ത് വെച്ചു. കൈയ്യിൽ ആകെയുണ്ടായിരുന്ന പണം കൊണ്ട് വാങ്ങിയ ആ വാനാണ് ഇനി അവരുടെ വീട്. ഫാക്ടറി അടച്ചതോടെ ജോലി നഷ്ടപ്പെട്ട ഫേൺ മറ്റൊരു ജോലി അന്വേഷിച്ച് റോഡിലിറങ്ങുകയാണ്. ഈ വർഷത്തെ (2021) ഓസ്കാർ പുരസ്കാരങ്ങളിൽ ഏറ്റവും മികച്ച ചിത്രം, മികച്ച സംവിധായിക, മികച്ച നടി എന്നീ മൂന്ന് പ്രധാന അവാർഡുകൾ നേടിയ, ക്ലിയോ ജാവോ (Chleo Zhao) സംവിധാനം ചെയ്ത 'നോമാഡ് ലാൻഡ്' (Nomad Land) ഇങ്ങനെയാണ് ആരംഭിക്കുന്നത്. 2008 ൽ അമേരിക്ക നേരിട്ട സാമ്പത്തിക മാന്ദ്യമുണ്ടാക്കിയ ജീവിതദുരന്തങ്ങൾ ആവിഷ്കരിക്കുന്ന റോഡ് മൂവി 'നൊമേഡ് ലാൻഡ്' ചലച്ചിത്രലോകം ഏറ്റെടുത്ത ചിത്രമാണ്.

താൽക്കാലിക-കോൺട്രാക്ട് ജോലി ചെയ്യുന്ന അമേരിക്കയിലെ നൂറുകണക്കിന് തൊഴിലാളികളിലൊരാളായി ഇനി ഫേൺ മാറും. കക്കൂസുകൾ വൃത്തിയാക്കുകയോ, വഴിയോര റസ്റ്റാറന്റിൽ

ക്ലോയേ ജാവോ ഒസ്കാറുമായി

ഭക്ഷണമുണ്ടാക്കുകയോ, ആമസോൺ പോലുള്ള വൻ കമ്പനികളുടെ വെയർഹൗസുകളിൽ കുറഞ്ഞ വേതനത്തിൽ ദിവസക്കൂലിക്ക് ജോലി ചെയ്യുകയോ മാത്രമായിരിക്കും അവർക്ക് മുമ്പിലെ വഴി. സ്ഥിരമായ ജോലിയോ ജീവിക്കാൻ മറ്റു മാർഗ്ഗങ്ങളോ ഇല്ലാതെ അനിശ്ചിതമായ ഭാവി മുമ്പിൽ കണ്ട് ഫേണും അവരെപ്പോലുള്ള അനനവധി പേരും അമേരിക്കയിൽ ജീവിക്കുന്നു. സ്വന്തമായി താമസസ്ഥലമില്ലാതെ, റോഡുകൾ വാസസ്ഥലമാക്കിയും വാഹനങ്ങളിൽ അന്തിയുറങ്ങിയും ഇവർ ജീവിതം തള്ളിനീക്കുന്നു. അറുപതുകളിലും എഴുപതുകളിലും ജനിച്ച്, 2008 ലെ സാമ്പത്തികതകർച്ച കാരണം ജീവിതം വഴിമുട്ടി നിൽക്കുന്ന അമേരിക്കയിലെ ഈ നവനാടോടി (nomad)കളുടെ ജീവിതത്തിനു ചലച്ചിത്രരൂപം നൽകിയ ചൈനീസ വംശജയായ അമേരിക്കൻ സംവിധായിക ക്ലോയി ജാവോയ്ക്ക് മികച്ച സംവിധാന ത്തിനുള്ള ഓസ്കാർ, ബാഫ്റ്റ അവാർഡുകൾ ലഭിച്ചപ്പോൾ അവ നേടുന്ന ഏഷ്യയിൽ നിന്നുള്ള ആദ്യവനിതയും ലോകത്തിലെ രണ്ടാമത്തെ സംവിധായികയുമായി അവർ മാറി.

പുതിയ ഈ അമേരിക്കൻ നാടോടികൾ ജോൺ സ്റ്റെയിൻബക്കി ന്റെ ഗ്രേപ്പ്സ് ഓഫ് റാത്ത് (Grapes of Wrath)ലെ തൊഴിൽ തേടി അലഞ്ഞിരുന്നവരേയാണ് നമ്മെ ഓർമ്മിപ്പിക്കുന്നത്. അമേരിക്ക യിലെ കൊളംബിയ സർവ്വകലാശാലയിലെ ജർണലിസം വിഭാഗ ത്തിൽ അദ്ധ്യാപികയായ ജെസ്സീക്കാ ബർഡറി (Jessica Bruder) ന്റെ Nomadland: Surviving America in the Twenty-First

ബോബ് വെൽസ്

Century എന്ന പുസ്തകമടിസ്ഥാനമാക്കിയാണ് ജാവോ ഈ ഡോക്യു-ഫിക്ഷൻ നിർമ്മിച്ചിരിക്കുന്നത്. മാസങ്ങളോളം വാനിൽ താമസിച്ച്, അമേരിക്കയിൽ 15000-ലേറെ കിലോമീറ്റർ യാത്രചെയ്ത്, നൊമാഡ് അനുഭവങ്ങളിലൂടെ സ്വയം കടന്നുപോയശേഷമാണ് ജെസീക്ക ഈ അനുഭവകഥയെഴുതുന്നത്. റാഡിക്കൽ നൊമാഡിസ്റ്റും (radical nomadist) അമേരിക്കൻ മുതലാളിത്തവിരുദ്ധ പ്രവർത്തകനുമായ ബോബ് വെൽസ് (Bob Wells) ചിത്രത്തിന്റെ നിർമ്മാണത്തിൽ ജാവോയെ സഹായിച്ചിരുന്നു. ചിത്രത്തിലഭിനയിക്കുന്ന അദ്ദേഹം, അതിന്റെ അവസാനഭാഗത്ത് നൊമാഡ് ജീവിതത്തേക്കുറിച്ച് വിശദമായി സംസാരിക്കുന്നുണ്ട്.

എൺപത്തെട്ട് വർഷം നല്ല രീതിയിൽ പ്രവർത്തിക്കയും നിരവധിപേർ ജോലിചെയ്യുകയും ചെയ്തിരുന്ന നെവാഡയിലെ 'യു.എസ് ജിപ്സം പ്ലാൻട്' 2011 ൽ ഓർഡറുകളില്ലാത്തതിന്റെ പേരിലാണ് അടച്ചുപൂട്ടുന്നത്. അന്ന് തൊഴിൽ നഷ്ടപ്പെട്ട അനവധി ആളുകളിൽ ഫേണും അവരുടെ ഭർത്താവുമുൾപ്പെട്ടിരുന്നു. നിരവധി അന്വേഷണങ്ങൾക്കൊടുവിൽ ആഗോളകമ്പനിയായ ആമസോണിന്റെ വെയർഹൗസിൽ താൽക്കാലികജോലി ലഭിച്ച ഫേൺ, കുറച്ചുകാലം ആ ജോലിയും വാനിലെ താമസവുമായി കഴിയുകയാണ്. താൽക്കാലികാദ്ധ്യാപികയായിരുന്നപ്പോൾ പഠിപ്പിച്ചിരുന്ന കുട്ടികളെ അവർ ആകസ്മികമായി കണ്ടുമുട്ടുന്നു. ഒരു കുട്ടി, മാഡത്തിനു താമസസ്ഥലമില്ലേ എന്ന് ചോദിക്കുമ്പോൾ അവർ ഇങ്ങനെ മറുപടി പറയുന്നു : 'I am houseless but not homeless'. തനിക്ക് വീടില്ലെങ്കിലും താമസിക്കാനിടമുണ്ടെന്ന് അവർ

പറയുന്നു. തന്റെ അതേ അവസ്ഥയിലുള്ള പലരേയും ഫേൺ വെയർഹൗസിൽ കണ്ടുമുട്ടുന്നു, അവരുടെ കഥകൾ കേൾക്കുന്നു, അവ ആധുനിക അമേരിക്കൻ സമൂഹത്തിലെ ദുരിതജീവിതങ്ങളുടെ കഥകളായി തിരിച്ചറിയുന്നു. രാജ്യത്തെ ആഡംബരത്തിന്റേയും പ്രൗഢജീവിതത്തിന്റേയും ഇടയിൽ നിലനിൽക്കുന്ന ഇത്തരമൊരു സമൂഹത്തിന്റെ കാഴ്ച നമ്മെ അത്ഭുതപ്പെടുത്തുന്നുണ്ട്. ചിത്രത്തിൽ ഫേണിന്റെ അടുത്ത സുഹൃത്തും ജീവിതത്തിൽ നൊമാഡുമായ ലിൻഡാമേയുടെ അനുഭവങ്ങൾ അവർ ഫേണുമായി പങ്കുവെക്കുന്നുണ്ട്. ഭർത്താവ് മരിച്ചശേഷം ജീവിതം മുമ്പോട്ട് പോകാൻ കഴിയാതെയായ അവർ ആത്മഹത്യക്കൊരുങ്ങുന്നു. ദീർഘകാലം ചെയ്ത ജോലിയുടെ ഭാഗമായി തനിക്ക് ലഭിക്കാൻ പോകുന്നത് തുച്ഛമായ തുകമാത്രമാണെന്ന് അവർ അറിഞ്ഞിരുന്നു. മദ്യപിച്ച ശേഷം തീ കൊളുത്തി മരിക്കാൻ തയ്യാറായപ്പോഴാണ് തനിക്കൊപ്പമുള്ള രണ്ട് നായ്ക്കുട്ടികളേക്കുറിച്ച് അവർ ഓർക്കുന്നത്. അവയും തന്നെപ്പോലെ തീയിൽ വെന്ത് മരിക്കുമെന്ന് ചിന്തിച്ച അവർ തന്റെ തീരുമാനം മാറ്റി ജീവിതത്തിലേക്ക് തിരിച്ചു വരികയായിരുന്നു. ഇത്തരം പ്രതിസന്ധികളിൽപ്പെടുന്ന നോമാഡുകൾക്ക് സഹായങ്ങൾ ചെയ്യുന്ന സാമൂഹ്യപ്രവർത്തകനും നാടോടിയുമായ ബോബ് വെൽസിന്റെ സംഘമായ ആർ.ടി. വി. (R T V, Rubber Tramp Rendezvous)യിൽ ലിൻഡ മേയ് ചേരുന്നു. നൊമാഡുകളുടെ ഇതുപോലുള്ള ജീവിതങ്ങൾ കേൾക്കുന്ന നാം സമകാലീന അമേരിക്കൻ ജീവിതത്തിലെ ഇരുണ്ട ഏടുകളായി ഇവ തിരിച്ചറിയുന്നു.

ക്ളിയോ ജാവൊ

കെൻ ലോച്

ആമസോണിലെ ജോലി അവസാനിച്ചപ്പോൾ ഫേൺ ഒരു നാൾ ബോബ് വെൽസിന്റെ നൊമാഡ് ക്യാമ്പിലെത്തുന്നുണ്ട്. അവിടെ ജീവിതത്തിന്റെ മുഖ്യധാരയിൽനിന്ന് അകന്നുപോകാൻ നിർബ്ബന്ധിതരായ തന്നെപ്പോലുള്ള അനവധി പേരെ അവർ കാണുകയും പരിചയപ്പെടുകയും ചെയ്യുന്നു. വിയറ്റ്നാം യുദ്ധത്തിൽ പങ്കെടുത്ത് മാനസികപ്രശ്നങ്ങൾ ബാധിച്ച പട്ടാളക്കാരന് ഉറക്കെയുള്ള ശബ്ദങ്ങൾ അലർജിയാണ്. അത് അയാളെ യുദ്ധരംഗം ഓർമ്മിപ്പിക്കുന്നു. സ്വന്തമായി വീടില്ലാതെ, സഹായത്തിന് ബന്ധുക്കളോ ഭരണകൂടമോ ഇല്ലാതെ, ജീവിതത്തിന്റെ സായാഹ്നങ്ങളിലെത്തിയവർ പരസ്പരം താങ്ങുകളാവുന്ന അവസ്ഥയാണ് നാമിവിടെ കാണുന്നത്. റോഡുകളിൽ പെട്ടെന്ന് അനുഭവപ്പെടുന്ന കാലാവസ്ഥമാറ്റങ്ങൾ നേരിടാനാകാതെ പള്ളികളിലും മറ്റ് സ്ഥാപനങ്ങളിൽ അന്തിയുറങ്ങുന്നവർ. വഴികളിൽ കണ്ടുമുട്ടുന്നവർ നൽകുന്ന ജീവിതപാഠങ്ങളും അവർ അവശേഷിപ്പിക്കുന്ന ഓർമ്മകളും മനസ്സിൽ സൂക്ഷിച്ചു കൊണ്ട് ജീവിതം മുമ്പോട്ട് കൊണ്ടുപോകുന്നവർ. ഫേൺ മറ്റൊരു നൊമാഡായ സ്വാങ്കിയെ കണ്ടുമുട്ടുന്നത് അത്തരമൊരു വഴിയിൽ വെച്ചാണ്. വാനിന്റെ ടയർ കേടായപ്പോൾ സഹായിച്ച സ്വാങ്കിയുടെ ജീവിതം ഫേണിനെ തന്റെ ഭൂതകാലത്തിലേക്ക് കൊണ്ടുപോകുന്നു. മരിക്കാൻ ആറോ ഏഴോ മാസങ്ങൾ മാത്രം അവശേഷിക്കുന്നുവെന്ന് ഡോക്ടർമാർ വിധിയെഴുതിയ ക്യാൻസർ രോഗിയായ സ്വാങ്കി ജീവിതത്തിൽ താൻ നടത്തിയ യാത്രകളുടെ ഓർമ്മകളിലാണ് തുടർന്ന് ജീവിക്കുന്നത്. ആ യാത്രകൾക്കിടയിൽ പക്ഷിക്കൂട്ടങ്ങളെ കണ്ടതും കയോക്കിയുമൊക്കെ ആഹ്ലാദകരമായ ഓർമ്മകളായി, അവർ ജീവിതത്തിലെ ഇരുണ്ട യാഥാർത്ഥ്യങ്ങളിൽ നിന്ന് താൽക്കാലികമായെങ്കിലും മോചിതയാകുന്നു. ഇവ ഫേണിനെ ക്യാൻസർ ബാധിച്ച് മരിച്ച

തന്റെ ഭർത്താവ് ബോയുടെ ഓർമ്മകളിലേക്ക് കൊണ്ടുപോകുന്നുണ്ട്. അയാൾക്കൊപ്പമുള്ള പഴയകാല ഫോട്ടോകൾ അവർ ഒരിക്കൽക്കൂടെ നോക്കുന്നു. ബോയുടെ അവസാനനാളുകളേക്കുറിച്ച് വേദനയോടെ സ്വാങ്കിയോട് പറയുന്ന അവരെ സ്വാങ്കി ആശ്വസിപ്പി ക്കുന്നു. സ്നേഹപൂർവ്വം അവരുടെ മുടി മുറിച്ചുകൊടുത്ത ശേഷം, ഇനി തമ്മിൽ കാണുമോയെന്ന ആശങ്കയോടെ ഫേൺ അവരെ യാത്രയാക്കുന്നു.

ജോലി തേടിയുള്ള യാത്രകൾക്കിടയിലെ ഇടവേളകൾ ഫേൺ ആസ്വദിക്കുന്നുണ്ട്. തുറന്ന പ്രദേശങ്ങളിലെ ശുദ്ധവായുവും തെളിനീരൊഴുകുന്ന പുഴയിലെ കുളിയും അവരെ ഉൽസാഹവതിയാക്കുന്നു. ഇതിനിടയിൽ അവർ ഡേവുമായി പരിചയപ്പെടുന്നു. തന്റെ പ്രിയപ്പെട്ട പിതാവ് സ്നേഹത്തോടെ സമ്മാനിച്ച പ്ലേറ്റുകൾ അറിയാതെ ഡേവിന്റെ കൈകളിൽ നിന്ന് താഴെവീണ് ഉടയുന്നത് കാണുന്ന ഫേണിനു നിരാശ തോന്നുന്നുണ്ട്. എന്നാൽ അന്ന് അവർക്കിടയിൽ രൂപപ്പെട്ട സൗഹൃദം ദീർഘകാലം ഉടയാതെ തന്നെ നിലനിൽക്കുന്നുണ്ട്. അസുഖബാധിതനായി ആശുപത്രിയിലായ ഡേവിനെ ഫേൺ പരിചരിക്കുന്നു. ഇങ്ങനെ സ്നേഹത്തിന്റേയും സഹാനുഭൂതിയുടേയും സന്ദർഭങ്ങൾ നൊമാഡ് ജീവിതത്തിന്റെ ഭാഗമാണെന്ന് നാം തിരിച്ചറിയുന്നു.

വീണ്ടും ആമസോണിൽ ജോലിക്കെത്തുന്ന ഫേൺ ബോബ് വെൽസിന്റെ നൊമാഡ് കൂട്ടായ്മയിൽ ഒരിക്കൽക്കൂടി ഒത്തുചേരുന്നുണ്ട്. ഇത്തവണ ക്യാൻസർ ബാധിച്ച് മരിച്ച സ്വാങ്കിയുടെ മരണത്തിൽ അനുശോചിക്കാനായിരുന്നു അത്. ബോബിനോട് ക്യാൻസർ രോഗിയായിരുന്ന തന്റെ ഭർത്താവിന്റെ അന്ത്യനാളുകളേക്കുറിച്ച് പറയുമ്പോൾ ഫേൺ വികാരാധീനയാകുന്നു. മകന്റെ ആത്മഹത്യക്ക് ശേഷമാണ് നൊമാഡ് കൂട്ടായ്മയെക്കുറിച്ച് താൻ ചിന്തിച്ചതെന്ന് ബോബ് പറയുന്നു. "ഇവിടെ ആരും ഗുഡ്ബൈ പറഞ്ഞ് പിരിയുന്നില്ല, വീണ്ടും റോഡിൽ കണ്ടുമുട്ടാമെന്ന് പറഞ്ഞുകൊണ്ട് വേർപിരിയുന്നു. തന്റെ മകനെ വീണ്ടുമൊരിക്കൽ റോഡിൽ കണ്ടുമുട്ടുമെന്ന വിശ്വാസത്തിൽ കഴിയുകയാണ് ബോബ് വെൽസ് എന്ന സാമൂഹ്യപ്രവർത്തകൻ.

ഫേൺ, നൊമാഡയിൽ പണ്ട് താനും ഭർത്താവും ജോലി ചെയ്തിരുന്ന സ്ഥലം സന്ദർശിക്കുന്നുണ്ട്. അടച്ചുപൂട്ടിയ ഫാക്ടറി സന്ദർശിക്കുന്ന അവർ പഴയകാല ഓർമ്മകളിലേക്ക് പോകുന്നു. തങ്ങൾ ദീർഘകാലം താമസിച്ചിരുന്ന വീടും അവർ സന്ദർശിക്കുന്നു. അവിടെയെത്തിയ ഫേൺ ഭർത്താവിന്റെ ഓർമ്മകളിൽ വിതുമ്പുന്നു. ഒടുവിൽ, തന്റെ വാനിൽ റോഡിലെ വിദൂരതയിൽ മറയുന്ന ഫേണിന്റെ കാഴ്ചയിൽ സംവിധായിക ക്ലിയോ ജാവൊ ചിത്രമവസാനിപ്പിക്കുന്നു.

നോമേഡ് ലാൻഡ്

നേരത്തെ സൂചിപ്പിച്ചിരുന്നത് പോലെ നൊമാഡ് ലാൻഡ് ഡോക്യുമെന്ററിയും ഫിക്ഷനും ഒന്നിച്ച് ചേരുന്ന ഒരു ചിത്രമാണ്. ഈ ചിത്രത്തിലെ അഭിനയത്തിന് ഓസ്കാർ അടക്കം നിരവധി പുരസ്കാരങ്ങൾ നേടിയ ലോക പ്രസിദ്ധ നടി ഫ്രാൻസസ് മക്ഡോർമന്റ (Frances McDormand)ടക്കം ചുരുക്കം ചില നടീനടന്മാരൊഴിച്ചാൽ ബാക്കി അഭിനേതാക്കളെല്ലാം ജീവിതത്തിൽ നൊമാഡുകളാണ്. ബോബ് വെൽസ്, ലിൻഡാ മേയ്, സ്വാങ്കി, ഡേവ് എന്നിവരുടെ പതിവു റോഡ് ജീവിതം തന്നെയാണ് ചിത്രത്തിൽ പ്രേക്ഷകർ കാണുന്നത്. മക്ഡോർമന്റ് എന്ന നടി തന്റെ അഭിനയമികവോടെ മറ്റൊരു നൊമാഡായി മാറുകയും ചെയ്യുന്നു. നൊമാഡ് ജീവിതത്തിന്റെ ഭാഗമായുള്ള ആശങ്കകളും ആകുലതകളും സന്നിഗ്ദതകളുമെല്ലാം അവരുടെ മുഖത്ത് നാം വായിച്ചെടുക്കുന്നുണ്ട്. ഒരേ സമയം ഏകാന്തവും എന്നാൽ അനന്തമായ സ്വാതന്ത്ര്യം നൽകുന്നതുമായ വിശാലമായ നീലാകാശവും ശൂന്യമായ ലാൻഡ്സ്കേപ്പുകളും നൊമാഡ് ജീവിതത്തിന്റെ മുഖ്യസവിശേഷതകളായി ചിത്രം ദൃശ്യവൽക്കരിക്കുന്നു. ഉപേക്ഷിക്കപ്പെട്ട കെട്ടിടങ്ങളുടെ അവശിഷടങ്ങളും ശാന്തമായൊഴുകുന്ന നദിയും വൻ പാറക്കൂട്ടങ്ങളും നൊമാഡ് യാത്രയുടെ ഭാഗമാണ്. റോഡുകളിൽ പരസ്പരം കണ്ടുമുട്ടുന്നവരൊക്കെ ഈ നൊമാഡ് കൂട്ടായ്മയിൽ അംഗങ്ങളാണ്. വീണ്ടും കണ്ടുമുട്ടാമെന്ന ആശംസകളോടെ പിരിയുന്നവർ പലപ്പോഴും കണ്ടുമുട്ടുന്നുണ്ട്. ചിത്രത്തിൽ, യാത്രക്കിടെ താൻ സമ്മാനാമായി ലൈറ്റർ കൊടുത്തയാളെ ഫേൺ വീണ്ടും കണ്ടുമുട്ടുന്നുണ്ട്. തന്റെ വിവാഹസമയത്ത് ചൊല്ലിയ കവിത മറക്കാതെ അവർ അയാളെ ചൊല്ലിക്കേൾപ്പിക്കുന്നു. ഫേണിന്റെ കൈയ്യിലുള്ള സോസേജിനു പകരം അയാൾ അവർക്ക് ബീർ നൽകുന്നു. ഇത്തരത്തിലുള്ള ചെറിയ സന്തോഷങ്ങൾ

റോഡുകളിലെ ഏകാന്തമായ ജീവിതത്തിനു പുതിയൊരർത്ഥം നൽകുന്നുണ്ട്. ഇതുപോലുള്ള നിരവധി സന്ദർഭങ്ങളിലൂടെ മുമ്പോട്ട് പോകുന്ന ചിത്രം നൊമാഡ് ജീവിതത്തിന്റെ ക്രൂരയാഥാർത്ഥ്യങ്ങളിലേക്കാണ് നമ്മെ കൊണ്ടുപോകുന്നത്. ജീവിതത്തിൽ നേരത്തെ പരസ്പരം കണ്ടിട്ടില്ലാത്തവരും ഇനി കാണുമോയെന്ന് ഉറപ്പില്ലാത്തവരും തമ്മിലുണ്ടാവുന്ന ബന്ധങ്ങളിലെ തീവ്രത ചിത്രം സാക്ഷാൽക്കരിക്കുന്നു. തികച്ചും അനിശ്ചിതമായ ജീവിതത്തിന്റെ സൂക്ഷിപ്പുകാരായ നൊമാഡുകളുടെ ജീവിതം സ്വയം അനുഭവിച്ചറിഞ്ഞ തിനുശേഷമാണ് ജെസ്സീക്കാ ബ്രേർഡർ ചിത്രത്തിന്നടിസ്ഥാനമായ പുസ്തകം 'നൊമാഡ് ലാൻഡ്: സർവൈവിങ്ങ് അമേരിക്ക ഇൻ ട്വൻറ്റിഫസ്റ്റ് സെൻച്വറി' എഴുതുന്നത്. അത് കൃത്യമായി സംവിധായിക ചിത്രത്തിൽ ആവിഷ്ക്കരിക്കുന്നുണ്ട്.

വേർപാടിന്റേയും കൂടിച്ചേരലിന്റേയും ഏകാന്തതയുടേയും ആഹ്ലാദത്തിന്റേയും സൂക്ഷ്മമായ കാഴ്ചകൾ സംവിധായിക ചിത്രത്തിൽ സൃഷ്ടിക്കുന്നുണ്ട്. മിനുട്ടുകൾ മാത്രം നീണ്ടുനിൽക്കുന്ന ഈ കാഴ്ചകൾ വളരെയേറെ വികാരസാന്ദ്രത ചിത്രത്തിനു നൽകുന്നുണ്ട്. ചിത്രം തുടങ്ങുമ്പോൾ, വാനിലേക്ക് സാധനങ്ങൾ മാറ്റുന്ന ഫേൺ, ഒരു പുള്ളോവർ അടുക്കിപ്പിടിച്ച് അൽപ്പനേരത്തേക്ക് ചിന്തയിലാവുന്നു. ജീവിതത്തിൽ തനിക്കൊപ്പമുണ്ടായിരുന്ന ഭർത്താവ് ബോയുടെ പുള്ളോവർ അവർ സ്വന്തം ഹൃദയത്തോട് ചേർത്തുപിടിക്കുകയാണ്. തനിക്ക് വളരെയേറെ പ്രിയപ്പെട്ട സ്വാങ്കിയെന്ന ക്യാൻസർ രോഗിയോട് ഫേൺ അവസാനയാത്രപറയുന്നത് ഇത്തരം മറ്റൊരു സന്ദർഭമാണ്. പഴയ ഫോട്ടോകളിൽ മാതാപിതാക്കൾക്കൊപ്പമുള്ള കൊച്ചുകുട്ടിയായ തന്നെ ഫേൺ തിരിച്ചറിയുമ്പോൾ, ബാല്യകാലഓർമ്മകളിലേക്കാണ് അവർ കടന്നുചെല്ലുന്നത്. ഇങ്ങനെ നിരവധി വൈകാരികമായ സന്ദർഭങ്ങളിലൂടെ ചിത്രം കടന്നുപോകുന്നു.

നോമേഡ് ലാൻഡ്

നൊമാഡുകളും സാധാരണ കുടുംബജീവിതം നയിക്കുന്നവരും തമ്മിലുള്ള വൈരുദ്ധ്യങ്ങളും ചിത്രം രേഖപ്പെടുത്തുന്നുണ്ട്. ഫേണിനെ തങ്ങളുടെ വീടുകളിലേക്ക് താമസത്തിനായി ക്ഷണിക്കയും അവർക്ക് സഹായങ്ങൾ വാഗ്ദാനം ചെയ്യുന്നവരെ നമുക്ക് ചിത്രത്തിൽ കാണാം. ആമസോണിൽ ജോലി ചെയ്യുമ്പോൾ ആകസ്മികമായി സൂപ്പർമാർക്കെറ്റിൽ കണ്ട തന്റെ മുൻവിദ്യാർത്ഥിനികളെ സ്നേഹപൂർവ്വം തിരിച്ചറിഞ്ഞ ഫേണിനെ അവരുടെ അമ്മ വീട്ടിലേക്ക് ക്ഷണിച്ച്, സഹായങ്ങൾ വാഗ്ദാനം ചെയ്യുന്നു. തന്റെ യാത്രയ്ക്കിടയിൽ ഫേൺ രണ്ട് വീടുകളിലാണ് പ്രധാനമായും പോകുന്നത്. ഡോവിന്റെ ക്ഷണമനുസരിച്ച് അയാളുടെ മകന്റെ കുട്ടിയെക്കാണാൻ വീട്ടിലെത്തുമ്പോൾ അവിടെ ഒരു പാർട്ടി നടക്കുകയാണ്. ആ വീട്ടിലെ വളരെ സൗകര്യപ്രദമായ മുറിയിൽ ഉറങ്ങാനാകാതെ രാത്രി ആരുമറിയാതെ പുറത്തിറങ്ങി തന്റെ വാനിലെ പതിവ് ഉറക്കത്തിലേക്ക് അവർ മടങ്ങുന്നത് നമുക്ക് ചിത്രത്തിൽ കാണാം. വാൻ കേടായപ്പോൾ പണത്തിനായി തന്റെ സഹോദരി ഡോളിയുടെ വീട്ടിൽ ചെല്ലുന്ന ഫേണിനോട് പഴയകാല ജീവിതം ഓർമ്മിച്ചുകൊണ്ട്, ഡോളി അവിടെ സ്ഥിരമായി താമസിക്കാനാവശ്യപ്പെടുന്നു. അപ്പോൾ ഫേൺ പറയുന്നത് ശ്രദ്ധേയമാണ്: "ഇപ്പോൾ എനിക്ക് കിടക്കയിലും മുറികളുടെ സുരക്ഷിതത്വത്തിലും ഉറങ്ങാൻ പറ്റാതായിരിക്കുന്നു". അവരുടെ പതിവു ജീവിതം റോഡരുകിലെ വാനിലോ അല്ലെങ്കിൽ തുറന്ന സ്ഥലത്തെ ഏതെങ്കിലും ടെന്റിലോ ആയിക്കഴിഞ്ഞിരുന്നു. തന്റെ വാൻ കേടായപ്പോൾ റിപ്പയർ ചെയ്യുന്ന മെക്കാനിക്കിനോട് ഫേൺ ഇത് പറയുന്നുണ്ട്: "ഇത് വെറും വാനല്ല, എന്റെ വീട് കൂടിയാണ്." അധികകാലം തങ്ങാനാവാതെ വീടുകളിൽനിന്നെല്ലാം അവർ പെട്ടെന്ന് തന്നെ മടങ്ങുന്നുണ്ട്.

നോമേഡ് ലാൻഡ്

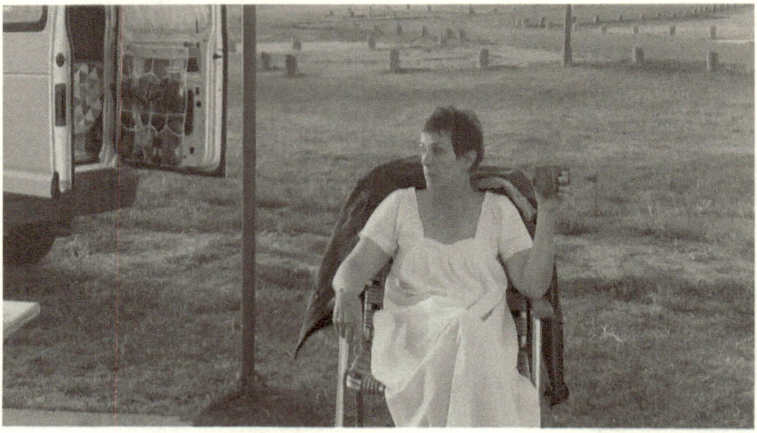

വാനും റോഡും ചേർന്നുണ്ടാക്കുന്ന താളക്രമത്തിൽ നിന്ന് ജീവിതത്തെ വേർപെടുത്താനാവാതെ കഴിയുകയാണ് ഫേണും അവരെപ്പോലുള്ള മറ്റ് നൊമാഡുകളും.

ചിത്രത്തിന്റെ സംഗീതസംവിധാനം നിർവ്വഹിച്ച ഇറ്റാലിയൻ പിയാനിസ്റ്റും സംഗീതസംവിധായകനുമായ ലഡോവിക്ക ഐനൗദി (Ludovico Einaudi) തുടക്കത്തിൽ ശാന്തമായ പിയാനോ സ്വരങ്ങളിലൂടെയാണ് ചിത്രത്തെ മുമ്പോട്ട് കൊണ്ടുപോകുന്നത്. തുടർന്ന് കൂടുതൽ സാന്ദ്രതയാർന്ന വൈകാരിക രേഖപ്പെടുത്തലുകളിലേക്ക് അദ്ദേഹത്തിന്റെ സംഗീതം പുരോഗമിക്കുന്നു. ഫേണിന്റെ ആന്തരികസഞ്ചാരങ്ങളുടെ നിമ്നോന്നതങ്ങൾ സംഗീതം പ്രേക്ഷകരിലെത്തി ക്കുന്നു. നിരവധി അന്താരാഷ്ട്രപുരസ്കാരങ്ങൾ നേടിയ ബ്രിട്ടീഷ് ഫോട്ടോഗ്രാഫർ ജോഷ്വാ ജയിംസ് റിച്ചാഡ്സ് (Joshua James Richards) ന്റെ ഛായാഗ്രഹണം നൊമാഡ് ലാൻഡിന്റെ കാഴ്ചയെ ഏറെ സ്വാധീനിക്കുന്നുണ്ട്. തുറസ്സായ ലാൻഡ്സ്കേപ്പുകളും പാറക്കൂട്ടങ്ങളും തെളിമയാർന്ന ജലാശയവും നീലാകാശവുമൊക്കെച്ചേർന്ന നൊമാഡ് ജീവിത പശ്ചാത്തലം അമേരിക്കൻ ജീവിതത്തിലെ അപൂർവ്വമായ ഒരു അദ്ധ്യായമാക്കിത്തീർക്കുകയാണ് ജോഷ്വാ ജെയിംസ്.

നൊമാഡ് ലാൻഡ്സ് അമേരിക്കൻ നടിയും നിർമ്മാതാവുമായ ഫ്രാൻസിസ് മക്ഡൊർമാന്റിന്റെ (Frances Louise McDormand) കൂടി ചിത്രമാണ്. 1957 ൽ അമേരിക്കയിലെ ഇല്യാനോസിൽ ജനിച്ച അവരെ ദത്തെടുത്ത് വളർത്തുന്നത് ഒരു നഴ്സും അവരുടെ ഭർത്താവായ പാതിരിയുമാണ്. തിയേറ്ററിൽ ബിരുദാനന്തബിരുദം നേടിയ മക്ഡൊർമാന്റ് തുടക്കത്തിൽ നാടക അഭിനയരംഗത്താണ് സജീവമായിരുന്നത്. പ്രസിദ്ധ അമേരിക്കൻ സംവിധായകൻ ജോയെൽ കോയെനെ (Joel Coen) നെ വിവാഹം കഴിച്ചതോടെ അവർ സിനിമയിലേക്ക് ചുവട് മാറ്റി. ഓസ്കാർ, ഗോൾഡൻ ഗ്ലോബ് അക്കാദമി, ബ്രിട്ടീഷ് അക്കാദമി തുടങ്ങി നിരവധി അവാർഡുകൾ നേടിയ മക്ഡൊർമാന്റ് മികച്ച അഭിനയമാണ് നൊമാഡ് ലാൻഡിൽ കാഴ്ചവെച്ചിരിക്കുന്നത്. അവരുടെ സൂക്ഷ്മതയോടെയുള്ള അഭിനയസന്ദർഭങ്ങൾ ചിത്രത്തെ ശ്രദ്ധേയമാക്കിയ ഒരു പ്രധാന ഘടകമാണ്. ചിത്രത്തിലെ അഭിനയത്തിന് മികച്ച നടിക്കുള്ള നിരവധി പുരസ്കാരങ്ങൾ അവർക്ക് ലഭിച്ചിട്ടുണ്ട്. നൊമേഡ് ലാൻഡിനേക്കുറിച്ച് അവർ ഇങ്ങനെ പറയുന്നു: "എന്റെ നാൽപ്പതുകളിൽ ഞാൻ ഭർത്താവിനോട് പറഞ്ഞു എനിക്ക് അറുപത്തഞ്ച് വയസ്സാകുമ്പോൾ ഞാനെന്റെ പേര് ഫേണെന്നാക്കി മാറ്റും. പുകവലിച്ചും ഇടയ്ക്ക് മദ്യപിച്ചും ഞാൻ ഒരു ആർവി (RV- recreational vehicle) യിൽ ഏകാന്തമായ

റോഡുകളിലൂടെ സഞ്ചരിക്കും. റോഡിലെ സ്വാതന്ത്ര്യമൊന്നു വേറെത ന്നെയാണ്. എന്നാൽ എന്നെ പുസ്തകത്തിൽ (ചിത്രമടിസ്ഥാനമാക്കിയ ജെസ്സീക്കാ ബോർഡറിന്റെ 'നൊമേഡ് ലാൻഡെ'ന്ന പുസ്തകം) ഏറ്റവും ആകർഷിച്ചത്, ഇത് (ബോബ് വെൽസിന്റെ നേതൃത്വത്തിലു ള്ള നൊമാഡ് കൂട്ടായ്മ) അമേരിക്കയിലെ സാമ്പത്തിക ബുദ്ധിമുട്ടുകൾ കാരണം നിലവിൽവന്ന ഒരു പ്രസ്ഥാനമാണെന്നതാണ്. എന്റെ പ്രാ യത്തിലുള്ളവരേയാണ് ഇത് ഏറ്റവുമധികം സ്വാധീനിക്കുന്നത്."

ചൈനയിൽ ജനിച്ച അമേരിക്കൻ സ്വതന്ത്രസംവിധായിക ക്ലോയി ജാവോയുടെ മൂന്നാമത്തെ ചിത്രമാണ് നൊമേഡ് ലാൻഡ്. ചൈനയുടെ വ്യാവസായിക മുന്നേറ്റത്തിൽ മുഖ്യപങ്ക് വഹിച്ച ജാവോ യുജി (Zhao Yuj) യുടേയും ചൈനയിലെ പീപ്പിൾസ് ലിബറേഷൻ ആർമിയുടെ കലാസംഘത്തിൽ സജീവമായിരുന്ന ആശുപത്രി ജോലിക്കാരിയുടേയും മകളായി 1982 ൽ ബീജിങ്ങിൽ ജനിച്ച ജാവോ, ബ്രിട്ടനിലെ സ്കൂൾ വിദ്യാ ഭ്യാസത്തിനുശേഷം അമേരിക്കയിൽ സാമൂഹ്യശാസ്ത്രത്തിൽ ബിരുദവും ന്യൂയോർക്ക് സർവ്വകലാശാലയിൽ ചലച്ചിത്രനിർമ്മാണപഠനവും പൂർത്തിയാക്കി. ആദ്യചിത്രം 2105 ലെ 'സോങ്ങ്സ് മൈ ബ്രദേഴ്സ് ടോട്ട് മി' (Songs My Brothers Taught Me) കാൻ ഫിലിം ഫെസ്റ്റിവലിൽ ഡയറക്ടേഴ്സ് ഫോർട്ട്നൈറ്റ് (Director'sfortnight) വിഭാഗത്തിൽ പ്രദർശിപ്പിക്കയും മുപ്പത്തൊന്നാമത് ഇൻഡിപെൻഡന്റ് സ്പിരിറ്റ് അവാർഡിൽ (Independent Spirits Award) മികച്ച ചിത്രമായി തിരഞ്ഞെടുക്കപ്പെടുകയും ചെയ്തു. 2017 ൽ നിർമ്മിച്ച അടുത്ത ചിത്രം 'ദ റൈഡർ' (The Rider) കാനിൽ ഡയറേക്ടേഴ്സ് ഫോർട്ട് നൈറ്റിൽ പ്രദർശിപ്പിക്കയും അവിടെ ആർട് സിനിമ അവാർഡ് (Art Cinema Award) നേടുകയും ചെയ്തു. കൂടാതെ 2017 ലെ ഇൻഡിപെൻഡന്റ് സ്പിരിറ്റ് അവാർഡിൽ മികച്ച ചിത്രം, മികച്ച സംവിധായിക എന്നീ പുര സ്കാരങ്ങളും ചിത്രം നേടി. അതിനു ശേഷമാണ് അന്താരാഷ്ട്രതലത്തിൽ ഓസ്കാറടക്കം അനവധി പുരസ്കാരങ്ങൾ നേടിയ നൊമാഡ് ലാൻഡി ലേക്ക് ജാവോ കടക്കുന്നത്. ചെറുപ്രായത്തിൽ പ്രശസ്തചലച്ചിത്രകാരൻ വാങ്ങ്കാർവായ് (Wong Kar-wai) യുടെ 'ഹാപ്പി ടുഗദർ' (Happy Together.1997) കണ്ടതിനു ശേഷമാണ് ഒരു സംവിധായികയാക ണമെന്ന ആഗ്രഹം ജാവോയ്ക്കുണ്ടാകുന്നത്. ജർമ്മൻ സംവിധായകൻ വെർനെർ ഹെർസോഗ് (Werner Herzog), അമേരിക്കൻ ചലച്ചിത്ര കാരൻ ടെറൻസ്സ് മാലിക്ക് (Terrence Mallick) ന്യൂയോർക്ക് സർവ്വ കലാശാലയിലെ സിനിമാവിഭാഗം പ്രൊഫസ്സറായിരുന്ന സ്പൈക്ക് ലീ (Spike Lee) എന്നിവരുടെ സ്വാധീനം തനിക്കുണ്ടായിരുന്നെന്ന് ജാവോ പറയുന്നു.

ക്ളോയെ ജാവോ

നൊമേഡ് ലാൻഡ് നിരവധി അന്താരാഷ്ട്രപുരസ്കാരങ്ങൾ നേടിയിട്ടുണ്ട്. 2021 ലെ അക്കാദമി അവാർഡുകളിൽ മികച്ച ചിത്രം, മികച്ച നടി. 2021 ലെ ഗോൾഡൻ ഗ്ലോബ് പുരസ്കാരങ്ങളിൽ മികച്ച ചിത്രം, മികച്ച സംവിധാനം എന്നീ പുരസ്കാരങ്ങൾക്ക് പുറമെ 2020 ലെ വെനീസ് ഫിലിം ഫെസ്റ്റിവലിൽ ഗോൾഡൻ ലയൺ പുരസ്കാരം, ബാഫ്റ്റ അവാർഡിൽ മികച്ച ചിത്രം, സംവിധാനം, നടി, ഛായാഗ്രഹണം, തിരക്കഥ എന്നിവയ്ക്കുള്ള അവാർഡുകളും ചിത്രം നേടിക്കഴിഞ്ഞു. ഇതേവരെ ആകെ 223 അന്താരാഷ്ട്രപുരസ്കാരങ്ങൾ നേടിയ 'നൊമാഡ് ലാൻഡ്' അവാർഡുകളിൽ ഒരു ചരിത്രം തന്നെയാണ് സൃഷ്ടിച്ചിരിക്കുന്നത്. നൊമേഡ് ലാൻഡ് കണ്ട പ്രസിദ്ധ മെക്സിക്കൻ ചലച്ചിത്രകാരനും 2018 ലെ ശ്രദ്ധേയചിത്രം 'റോമ' (Roma) യുടെ സംവിധായകനുമായ അൽഫോൻസ ക്യറോൺ (Alfonso Cuaron) ഇങ്ങനെ അഭിപ്രായപ്പെടുന്നു: "ഞാനൊരിക്കലും കണ്ടിട്ടില്ലാത്ത ഒരു ലോകത്തിലൂടെയുള്ള അത്ഭുതകരമായ ഒരു യാത്രയാണ് ചിത്രം എനിക്ക് സമ്മാനിച്ചത്".

പുരസ്കാരങ്ങൾക്കൊപ്പം 'നൊമേഡ് ലാൻഡ്' വിവാദങ്ങൾക്കും വഴിയൊരുക്കിയിരുന്നു. 2013-ൽ അമേരിക്കൻ മാസികയായ ഫിലിം മേക്കർ (Filmmaker), സംവിധായിക ക്ലോയെ ജാവോയുമായി നടത്തിയ അഭിമുഖത്തിൽ അവർ, "താൻ അമേരിക്കൻ പ്രമേയങ്ങളുള്ള ചിത്രങ്ങൾ നിർമ്മിക്കാൻ കാരണം എല്ലായിടങ്ങളിലും കളവുകൾ മാത്രമുള്ള രാജ്യത്ത് ജനിക്കയും ജീവിക്കയും ചെയ്തതിനാലാണെന്ന്" പറഞ്ഞിരുന്നു. ഇതോടൊപ്പം അവരുടെ ചൈനീസ് പൗരത്വവും ഇപ്പോൾ വിവാദവിഷയമായിരിക്കിയാണ്. ഗോൾഡൻ ഗ്ലോബ് പുരസ്കാരം നേടിയ ആദ്യഏഷ്യൻ വനിതയായ ജാവോവിനെ ഏറെ പുകഴ്ത്തിയ ചൈനീസ് മാദ്ധ്യമങ്ങൾ ഇപ്പോൾ ചിത്രത്തെക്കുറിച്ച് മൗനം പാലിക്കുകയാണ്. സാമൂഹ്യമാദ്ധ്യമങ്ങളിൽ നിന്ന് സിനിമയുടെ പോസ്റ്റർ വരെ നീക്കം ചെയ്യപ്പെട്ടിരിക്കുന്നു. അതിനു കാരണമായി സൂചിപ്പിക്കപ്പെടുന്നത് 'ചിത്രം നിയമലംഘനം നടത്തി'യെന്നതാണ്.

ക്ളിയോ ജാവോ

നേരത്തെ ചൈനയിൽ റിലീസ് ചെയ്യുമെന്ന് പ്രഖ്യാപിച്ച നൊമേഡ് ലാൻഡിനെക്കുറിച്ച് ഇപ്പോൾ അധികൃതർ മൗനം പാലിക്കുകയാണ്. ചൈനയിലെ സാമൂഹ്യമാദ്ധ്യമമായ വീബോ (Weibo)യിൽ അടുത്ത് വന്ന ഒരു പോസ്റ്റ് ഇങ്ങനെയായിരുന്നു: "ചൈനയിൽ ജാവോയെ ചൈനക്കാരിയായി കണക്കാക്കുന്നില്ല, അമേരിക്കയിൽ അമേരിക്കക്കാരിയായും. അവർ തീർച്ചയായും നൊമേഡ് ലാൻഡിലാണ്." അതിനൊന്നിച്ചുള്ള ജാവോയുടെ ബ്ലേക്ക് ഏൻഡ് വൈറ്റ് ഫോട്ടോയിലെ മുഖം സെൻസർഷിപ്പ് ചിഹ്നത്താൽ മറച്ചിരുന്നു. ജാവോയുടെ അടുത്ത ചിത്രത്തിന്റെ നിർമ്മാതാക്കൾ അമേരിക്കയ്ക്ക് പുറത്തുള്ള പ്രധാന മാർക്കെറ്റായി ചൈനയാണ് കണ്ടിരുന്നത്. ഈ വിവാദങ്ങളോടെ അവരിപ്പോൾ ആശങ്കയിലാണ്.

തങ്ങളുടെ വെയർഹൗസുകളിൽ പൂർണ്ണസ്വാതന്ത്ര്യം അനുവദിച്ച ആമസോൺ നല്ല രീതിയിലാണ് നൊമേഡ് ലാൻഡിന്റെ ചിത്രീകരണത്തിൽ സഹകരിച്ചത്. എന്നാൽ ആമസോണിലെ തൊഴിലാളികൾ ഇപ്പോൾ ചിത്രത്തിനെതിരായി മുമ്പോട്ട് വന്നിരിക്കയാണ്. ആമസോണിലെ കോൺട്രാക്ക് തൊഴിലാളികളുടെ യഥാർത്ഥത്തിലുള്ള

ജീവിതമല്ല ചിത്രം ആവിഷ്ക്കരിക്കുന്നതെന്ന് പറയുന്ന തൊഴിലാളികൾ ചിത്രത്തിനെതിരെ പ്രചരണം നടത്തുന്നുണ്ട്. ചിത്രത്തിൽ രണ്ട് ഘട്ടങ്ങളിൽ ഫേൺ ആമസോണിന്റെ വെയർഹൗസിൽ ജോലി ചെയ്യുന്നുണ്ട്. അവരുടെ ജോലി ഭാരിച്ചതാണെങ്കിലും അവിടെ തൊഴിൽ നിയമങ്ങൾ ലംഘിക്കപ്പെടുന്നതായി നാം അറിയുന്നില്ല. എന്നാൽ ആമസോണിന്റെ വെയർഹൗസുകളിൽ ജീവനക്കാർ, പ്രത്യേകിച്ച് ഫേണിനെപ്പോലുള്ള താൽക്കാലികജീവനക്കാർ യഥാർത്ഥത്തിൽ വൻദുരിതങ്ങളാണ് നേരിടുന്നത്. ഡെലിവറി ട്രക്കുകളിൽ ക്യാമറ വെക്കുക, തൊഴിലാളികളുടെ ശരീരങ്ങളിൽ മോണിറ്റർ ഘടിപ്പിക്കുക, എല്ലായിടങ്ങളിലും സെക്യൂരിറ്റി ക്യാമറകൾ സ്ഥാപിക്കുക തുടങ്ങിയ നടപടികളുമായി ആമസോൺ തൊഴിലാളികളെ പീഡിപ്പിച്ചുകൊണ്ടിരിക്കയാണ്. തൊഴിലാളികൾ ഒന്നിച്ചുകൂടി സംഘടനകൾ രൂപീകരിക്കുന്നുണ്ടോ എന്നറിയാൻ ഹീറ്റ് മാപ്പുകളുണ്ടാക്കുന്ന സംവിധാനം പോലും കമ്പനിക്കുണ്ട്. ജോലിക്കിടയിൽ ബാത്ത്റൂമിൽ പോകാൻ സൗകര്യമില്ലാത്തതിനാൽ പലരും മൂത്രമൊഴിക്കാനുള്ള കുപ്പിയുമായാണ് ജോലിക്ക് പോകുന്നത്. ഗിഗ് (gig economy, സ്ഥിരജോലികളില്ലാത്ത, താൽക്കാലിക-കോൺട്രാക്റ്റ് ജോലികൾ മാത്രം നൽകുന്ന പുത്തൻ സാമ്പത്തികക്രമം) സാമ്പത്തികാവസ്ഥയും കോൺട്രാക്റ്റ് തൊഴിലാളികളുടെ ജീവിതവും ആവിഷ്ക്കരിക്കുന്ന പ്രസിദ്ധബ്രിട്ടീഷ് സംവിധായകൻ കെൻലോച്ചിന്റെ (Ken Loach) 'സോറി വി മിസ്സ്ഡ് യൂ' (Sorry we missed you)എന്ന ചിത്രത്തിൽ ഇത്തരം കുപ്പികളുമായി ഡെലിവറി വാനുകളിൽ ജോലിചെയ്യുന്നവരെ നാം കണ്ടിട്ടുണ്ട്. അതിപ്പോൾ യാഥാർത്ഥ്യമായിത്തീർന്നിരിക്കയാണ്. താപനില നിയന്ത്രിക്കാനുള്ള സംവിധാനങ്ങളില്ലാതെ, കൊടുംചൂടിലും തണുപ്പിലും ആമസോൺ വെയർഹൗസുകളിലെ തൊഴിലാളികൾ വളരെയധികം പ്രയാസപ്പെടുന്നു. സദാസമയവും ക്യാമറകളുടെ നിരീക്ഷണങ്ങളിൽപ്പെടുന്ന തൊഴിലാളികളുടെ ആത്മവീര്യം നഷ്ടപ്പെടുന്നു. ഇവയൊന്നും സൂചിപ്പിക്കപോലും ചെയ്യാതെ, ഫേൺ സന്തോഷത്തോടെ ജോലി ചെയ്യുന്നത് പ്രദർശിപ്പിക്കുന്ന നൊമേഡ് ലാൻഡിനെതിരെ ആമസോണിലെ തൊഴിലാളികൾ ശക്തമായി പ്രതിഷേധിക്കുന്നുണ്ട്.

ലോകത്തിലെ മികച്ച സിനിമയായി തിരഞ്ഞെടുക്കപ്പെടുകയും നിരവധി പുരസ്കാരങ്ങൾ നേടുകയും ചെയ്ത നൊമേഡ് ലാൻഡ് വിവാദങ്ങൾക്ക് വിഷയമാകുന്നതാണ് ലോകമിപ്പോൾ കാണുന്നത്.

റാഡു ജൂഡ് സമൂഹത്തിലെ അശ്ലീലതകൾ ദൃശ്യവൽക്കരിക്കുന്നു

I see cinema as a tool for better seeing the world
and reality, a tool for exploring and reflecting on the world.
- Radu Jude

പരസ്പരസമ്മതത്തോടെ പുരുഷനും സ്ത്രീയും തമ്മിലുള്ള ലൈംഗികബന്ധം അശ്ലീലമാണോ? അല്ലെന്ന് പറഞ്ഞു കൊണ്ട് സമകാലീന സമൂഹത്തിലെ അശ്ലീലതകൾ കണ്ടെടുക്കുകയാണ് പ്രസിദ്ധ റൂമാനിയൻ ചലച്ചിത്രകാരൻ റാഡു ജൂഡ് (Radu Jude) തന്റെ പുതിയ ചിത്രമായ 'ബേഡ് ലക്ക് ബാങ്ങിങ് ഓർ ലൂണി പോണി' (Bad Luck Banging or Loony Porn) ൽ. 2020 ൽ കോവിഡിനിടയിൽ നടന്ന ബർലിൻ അന്താരാഷ്ട്ര ചലച്ചിത്രമേളയിലെ മികച്ച ചിത്രമായി അത് തിരഞ്ഞെടുക്കപ്പെട്ടു. 2020 മാർച്ച് ഒന്നു മുതൽ അഞ്ച് വരെ ബർലിനിൽ നടന്ന അന്താരാഷ്ട്ര ചലച്ചിത്രമേള ബെർലിനാലെയ്ക്ക് വളരെയേറെ പ്രത്യേകതകളുണ്ടായിരുന്നു. ജർമ്മനിയിലെ കോവിഡിന്റെ രണ്ടാം വ്യാപനം കാരണം ചുവന്ന പരവതാനികളില്ലാതേയും പ്രശസ്തരായ നടീനടന്മാരുടെ സാന്നിദ്ധ്യങ്ങളില്ലാതേയും ബർലിൻ ചലച്ചിത്രമേള ആദ്യമായി ഓൺലൈനിലായി നടന്നു. 2015 ൽ ഇതേ മേളയിൽ മികച്ച സംവിധായകനായി തിരഞ്ഞെടുക്കപ്പെട്ട റാഡു ജൂഡിന്റെ മുൻചിത്രങ്ങളിൽ നിന്നും തികച്ചും വിഭിന്നമായ കാഴ്ചാനുഭവമാണ് ബേഡ് ലക്ക്. ലൈംഗികതയോടുള്ള നമ്മുടെ സമീപനങ്ങളും ധാർമ്മികത, സാമൂഹിക ഇടപെടലുകൾ എന്നിവകളിൽ നാം കാണിക്കുന്ന ഇരട്ടമുഖവും അവസരവാദവും രാഷ്ട്രീയവിശ്വാസത്തിലും പ്രത്യയശാസ്ത്രസമീപനങ്ങളിലും നാം സ്വീകരിക്കുന്ന പൊള്ളത്തരങ്ങളും ചിത്രം തുറന്ന് കാട്ടുന്നു. ഇത്തരത്തിൽ ആധുനികജീവിതത്തിലെ

റാഡു ജൂഡ്

അശ്ലീലം തുറന്നുകാണിച്ചുകൊണ്ട് പ്രേക്ഷകരെചിത്രം പ്രകോപിതരാക്കുന്നു. തങ്ങളുടെ വ്യക്തിത്വത്തങ്ങളിലെ ഇരുണ്ട നിഴലുകൾ കാണുന്ന പ്രേക്ഷകർ അത്ഭുതപ്പെടുകയും ചിലപ്പോൾ പശ്ചാത്തപിക്കുകയും ചെയ്യുന്നു. ഇത്തരത്തിൽ സ്ഫോടനാത്മകമായ ചിന്തകൾക്ക് തിരി കൊളുത്തുകയാണ് 'ബേഡ് ലക്ക് ബാങ്ങിങ് ഓർ ലൂണി പോൺ'.

കോവിഡ് കാലത്തെ മാസ്ക്, സുരക്ഷിത അകലം തുടങ്ങിയ മുൻകരുതലുകളോടെ നിർമ്മിച്ച ചിത്രം ആരംഭിക്കുന്നത് മൂന്ന് മിനുട്ട് ദൈർഘ്യമുള്ള ഒരു ലൈംഗികവേഴ്ചയുടെ കാഴ്ചയിലാണ്. ജനപ്രിയചിത്രത്തിനായുള്ള ഒരു കരടുരൂപം (a sketch for a popular film) എന്ന് സംവിധായകൻ വിശേഷിപ്പിക്കുന്ന, മൂന്ന് ഭാഗങ്ങളിലായുള്ള ചിത്രം കേന്ദ്രീകരിക്കുന്നത് എമി എന്ന സ്കൂൾ ടീച്ചറുടെ ജീവിതവും അവർ നേരിടുന്ന പ്രതിസന്ധികളുമാണ്. ഒരു പതിവു കഥാരൂപത്തിനുമപ്പുറം അവരുടെ ജീവിതവുമായി നേരിട്ടും അല്ലാതേയും ബന്ധപ്പെടുന്ന സാമൂഹികഘടകങ്ങളിൽ ജൂഡിന്റെ ക്യാമറ കടന്നുചെല്ലുന്നു. അതുവഴി സമകാലീന ജീവിതത്തെ സൂക്ഷ്മമായി അദ്ദേഹം വിശകലനം ചെയ്യുന്നു. അതിനായി റാഡു ജൂഡ് തിരഞ്ഞെടുത്ത വഴികളാണ് ചിത്രത്തിന്റെ സവിശേഷതകളിൽ പ്രധാനമാകുന്നത്. പലപ്പോഴും ബുനുവലിന്റേയോ ഗോദാർദിന്റേയൊ ചിത്രത്തിലൂടെ കടന്നുപോകുന്നതായി നമുക്ക് തോന്നിപ്പോകുന്നു. കഥാപാത്രങ്ങളുടെ ചിന്തകളും അവർ തമ്മിലുള്ള സംഭാഷണങ്ങളും ചിത്രത്തെ സജീവമാക്കി നിർത്തുന്നുണ്ട്. ഭർത്താവുമായി ലൈംഗികബന്ധത്തിലേർപ്പെടുന്ന എമി മാസ്ക് ധരിച്ചിരിക്കുന്നത്

റാഡു ജൂഡ്

ശ്രദ്ധേയമാണ്. തുടർന്ന്, റുമാനിയയിലെ തിരക്കുള്ള ബുക്കാറസ്റ്റ് (Bucharest) നഗരത്തിലെ തെരുവുകളിലൂടെ നടക്കുന്ന എമിയേയാണ് നാം കാണുന്നത്. കടയിൽ നിന്ന് പൂക്കൾ വാങ്ങി നഗരത്തിലെ തിരക്കുകൾക്കിടയിലൂടെ നടക്കുന്ന എമി ബുക്ക്സ്റ്റാളിലെ ജനാലകളിൽ വെച്ചിരിക്കുന്ന പുസ്തകങ്ങൾ ശ്രദ്ധിക്കുന്നുണ്ട്. ഉപേക്ഷിക്കപ്പെട്ട കൃത്രിമക്കാൽ, കോൺക്രീറ്റിനിടയിലൂടെ വളർന്ന് പുഷ്പ്പിച്ച് നിൽക്കുന്ന ഒറ്റപ്പെട്ട ചെടി, ഇവ കടന്ന്, ഒടുവിൽ അവർ സ്കൂൾ ഹെഡ്മിസ്ട്രസ്സിന്റെ വീട്ടിലെത്തുന്നു. അവിടെ രോഗിയായ മുത്തശ്ശിയുടെ ദുർഗ്ഗന്ധം കാരണം ഓടിപ്പോകുന്ന ചെറുമകൾ, തന്നേക്കാൾ ഉയർന്ന റാങ്കിലുള്ള പട്ടിയെ സങ്കോചത്തോടെയും ഭയത്തോടെയും സംരക്ഷിക്കുന്ന പോലീസുദ്യോഗസ്ഥൻ എന്നിവരുടെ കാഴ്ചകളിലേക്ക് നാമെത്തുന്നു. ചിത്രാരംഭത്തിൽ നാം കാണുന്ന, എമിയും ഭർത്താവും ചേർന്നുള്ള ലൈംഗികദൃശ്യം ഇന്റെർനെറ്റിൽ അപ്ലോഡ് ചെയ്യപ്പെട്ടതും, സ്കൂൾകുട്ടികളിലും രക്ഷിതാക്കളിലും അതുണ്ടാക്കുന്ന ആശങ്കകളും അവരും ഹെഡ്മിട്രസ്സും തമ്മിൽ ചർച്ച ചെയ്യുന്നു. എമി ജോലി ചെയ്യുന്ന ബുക്കാറസ്റ്റിലെ ഉന്നതനിലവാരത്തിലുള്ള സ്കൂളിലെ രക്ഷിതാക്കൾ ഇതിന്റെ പേരിൽ അവരെ പിരിച്ചുവിടണമെന്ന് ആവശ്യപ്പെടുന്നുണ്ട്. തന്റെ ഭർത്താവ് യൂജീൻ ആണ് ലൈംഗികദൃശ്യം നെറ്റിൽ അപ്ലോഡ് ചെയ്തതെന്ന് എമി ഹെഡ്മിസ്ട്രസ്സിനോട് വെളിപ്പെടുത്തുന്നുണ്ടെങ്കിലും അതുകൊണ്ട് പ്രശ്നങ്ങൾ പരിഹരിക്കപ്പെടുന്നില്ല. അന്ന് വൈകുന്നേരം വിളിച്ചു ചേർത്ത

രക്ഷാകർതൃയോഗത്തെപ്പറ്റി ഹെഡ്മിസ്ട്രസ്സ് ആശങ്കപ്പെടുന്നുണ്ടെങ്കിലും എമി എന്തും നേരിടാൻ തയ്യാറാവുന്നു. സൂപ്പർമാർക്കെറ്റിൽ സ്വന്തം ദാരിദ്ര്യത്തേക്കുറിച്ച് പറയുന്ന സ്ത്രീയെ മറ്റുള്ളവർ പരിഹസിക്കുന്നത് അവർ കാണുന്നുണ്ട്. പാർക്കിങ്ങ് സ്ഥലത്തല്ലാതെ ട്രക്ക് നിർത്തി വഴിമുടക്കിയ ഡ്രൈവറുമായി എമിയുടെ തർക്കം അയാളുടെ തെറിവിളിയിലാണ് അവസാനിക്കുന്നത്.

അപ്‌ലോഡ് ചെയ്ത വീഡിയോ ഇന്റർനെറ്റിൽ നിന്ന് മാറ്റിയെങ്കിലും അത് വീണ്ടുമിവിടെ പ്രത്യക്ഷപ്പെടുന്നു. മറ്റുള്ളവരുടെ സ്വകാര്യതയിൽ കടന്നുകയറുകയും അഭിരമിക്കുകയും ചെയ്യുന്ന ലോകത്തിന്റെ സാന്നിദ്ധ്യമാണ് ഇതുവഴി രേഖപ്പെടുത്തപ്പെടുന്നത്. വിദ്യാഭ്യാസം, ആരോഗ്യം, സംസ്കാരം എന്നിവകൾക്കുള്ള ബഡ്ജറ്റ് കുറച്ചുകൊണ്ട്, ഇന്റലിജെൻസിന് തുക വർദ്ധിപ്പിക്കുന്ന റുമാനിയൻ ഭരണകൂടം, കുട്ടികളുടെ അവയവങ്ങൾ കച്ചവടം ചെയ്യുന്ന സംഘം, മാനസികപിരിമുറുക്കത്തിനുള്ള ഗുളിക, അലഞ്ഞുതിരിയുന്ന നാവികന്റെ കൈയ്യിലെ പൂവ്, പത്തൊമ്പതാം നൂറ്റാണ്ടിലെ ദുരന്തങ്ങളുടെ സമാഹാരം എന്ന് പറഞ്ഞുകൊണ്ട് ആർത്തുചിരിക്കുന്ന പുസ്തക വിൽപ്പനക്കാരൻ, റോഡിൽ വഴി നടക്കുന്നവർക്കായുള്ള സ്ഥലത്തു കൂടെ പോകുന്ന കാറിനുമുകളിലുള്ള ആൾ, 1987-ൽ 87 ആന്റികമ്യൂണിസ്റ്റ് മാനിഫെസ്റ്റോ തയ്യാറാക്കിയ ആളെ ഓരോ കോപ്പിക്കും ശിക്ഷിക്കുന്ന ഭരണകൂടം, ആത്മഹത്യാസ്ക്വാഡിൽ ചേരാൻ വിധിക്കപ്പെടുന്ന മാനവികവിഷയങ്ങൾ പഠിക്കുന്ന സർവ്വകലാശാല വിദ്യാർത്ഥികൾ, ചന്ദനത്തിരികൾ കാൻസറിനോട്

ബേഡ് ലക്ക്

ബേഡ് ലക്ക്

പൊരുതുമെന്നു അവകാശപ്പെടുന്ന ഫാർമസിയിലെ ക്യൂവിൽ നിൽക്കുന്ന ആൾ, നിമിഷനേരം മാത്രം പ്രേക്ഷകരിലൂടെ കടന്നുപോകുന്ന ഈ കാഴ്ചകൾ ചിത്രത്തിന്റെ രാഷ്ട്രീയവും സാമൂഹികവുമായ പശ്ചാത്തലത്തിനു കരുത്തും സജീവതയും നൽകുന്നു. എമിയുടെ അവസ്ഥയുമായി ചേർന്ന് നിന്നുകൊണ്ട്, ചിത്രം മുമ്പോട്ട് വെക്കുന്ന പ്രമേയത്തെ ഇവ ശക്തിപ്പെടുത്തുന്നു. റുമാനിയൻ ജീവിതത്തിൽ മാത്രമല്ല, സമകാലീന ലോകത്തിലെ സാധാരണകാഴ്ചകളായി ഇവ സ്വീകരിക്കപ്പെടുന്നു. ഈ കാഴ്ചകൾ ലോകത്തേക്കുറിച്ച് ധാരാളം നമ്മോട് പറയുന്നുണ്ട്. ഹൈക്കുകൾ പോലെ വ്യത്യസ്തങ്ങളായ അർത്ഥതലങ്ങളിലൂടെ സഞ്ചരിക്കുന്ന ഇവ, സമൂഹത്തിൽ നിലനിൽക്കുന്ന അശ്ലീലതയുടെ കാഴ്ചകളാവുന്നുണ്ട്.

ബുക്കാറസ്റ്റ് നഗരത്തിലെ തെരുവുകളിൽ കാണുന്ന പരസ്യബോർഡുകൾ, കോവിഡ് ഭീഷണി എല്ലാവരിലും ഉണ്ടാക്കുന്ന അസ്വസ്ഥതകൾ, പഴയ ചുമരുകളിലെ ഗ്രാഫിറ്റി, വാഹനങ്ങളുടെ നിരന്തരമായ ശബ്ദങ്ങൾ, ഇടയ്ക്കിടെ കേൾക്കുന്ന ആംബുലൻസിന്റെ സൈറൺ.... ശബ്ദങ്ങളും ദൃശ്യങ്ങളും ചേർന്നുണ്ടാക്കുന്ന സജീവമായ നഗരജീവിതകാഴ്ചകൾ. ബുക്കാറസ്റ്റിലെ തിയേറ്ററിനുമുമ്പിൽ ക്യാമറ ദീർഘനേരം വന്നു നിൽക്കുന്നു. കോവിഡ് ശൂന്യമാക്കിയ തിയേറ്റർ, ഇങ്ങനെ, മുപ്പത്തിരണ്ട് മിനുട്ടിൽ അവസാനിക്കുന്ന ഒന്നാം ഭാഗം എമിയുടെ ജീവിതത്തിലെ അസ്വസ്ഥതകളും ആശങ്കകൾക്കുമൊപ്പം പൊതുജീവിതത്തിലേക്കും അതിന്റെ സങ്കീർണ്ണതകളിലേക്കും ചെന്നെത്തുന്നു.

'സംഭവങ്ങളുടേയും ചിഹ്നങ്ങളുടേയും അത്ഭുതങ്ങളുടേയും ചെറുഡിക്ഷ്ണറി' (short dictionary of ancedotes, signs and wonders) എന്ന ഇരുപത്തഞ്ച് മിനുട്ടുള്ള രണ്ടാം ഭാഗത്തിൽ, തിരഞ്ഞെടുത്ത വാക്കുകൾക്ക് സംവിധായകൻ അർത്ഥങ്ങളും നിർവ്വചനങ്ങളും നൽകുകയാണ്. എമിയോ മറ്റ് കഥാപാത്രങ്ങളോ ഇല്ലാതെ ചരിത്രത്തിലും ജീവിതത്തിലും നിരന്തരമായി ഉപയോഗിക്കപ്പെടുന്ന ഈ വാക്കുകൾക്ക് ഫോട്ടോകളുടെ സഹായത്തോടെ സംവിധായകൻ തന്റേതായ വിശദീകരണങ്ങൾ നൽകുന്നു. ചിത്രത്തിന്റെ അടുത്ത ഭാഗത്ത് നാം കാണാൻ പോകുന്ന ദൃശ്യങ്ങൾക്ക് വിശദീകരണങ്ങൾ നൽകുക എന്നൊരു ഉദ്ദേശവും ഇതിനുണ്ട്. രണ്ടാം ലോകമഹായുദ്ധകാലത്ത്, 1944 ആഗസ്ത് 23 ന് രാജ്യം നാസി ചേരിയിൽ നിന്ന് മാറിയപ്പോൾ റുമാനിയയിലെ ഒരു പത്രം രണ്ട് പതിപ്പുകൾ ഇറക്കിയിരുന്നു: ഒന്നാമത്തേതിന് "സ്റ്റാലിൻ നീണാൾ വാഴട്ടെ"യെന്നും മറ്റേതിന് "ഹിറ്റ് ലർ നീണാൾ വാഴട്ടെ" എന്നും അവർ തലക്കെട്ടുകൾ കൊടുത്തു. ഈ സംഭവം പത്രങ്ങളുടെ ഇരട്ടമുഖങ്ങളാണ് ശക്തമായി വെളിവാക്കുന്നത്. 'മിലിറ്ററി' എന്ന വാക്കിന് നാം പ്രതീക്ഷിക്കുന്നതുപോലെ രാജ്യത്തെ സംരക്ഷിക്കുന്ന ശക്തി എന്നതിനു പകരം, റുമാനിയയുടെ ചരിത്രത്തിൽ പട്ടാളം നടത്തിയ അതിക്രമങ്ങളാണ് ദൃശ്യങ്ങൾ വഴി വെളിപ്പെടുത്തപ്പെടുന്നത്. ഒന്നാം ലോകമഹായുദ്ധത്തിനു ശേഷം വംശീയവും രാഷ്ട്രീയവുമായ കൊലപാതകങ്ങൾ ചെയ്തവർ, രണ്ടാം ലോകമഹായുദ്ധകാലത്ത് റോമാക്കാരേയും ജൂതന്മാരേയും കൊന്നൊടുക്കിയവർ, 1989 ൽ രാജ്യത്തിലെ ആദ്യവിപ്ലവകാരികളെ വെടിവെച്ച് കൊന്നവർ, ഇതാണ്

🎬 ബേഡ് ലക്ക്

കോസ്റ്റാ ഗാവ്റസ്

സംവിധായകന്റെ മിലിറ്ററി നിർവ്വചനം. എല്ലാ സ്വേച്ഛാധിപത്യങ്ങളോടും വളരെ അടുത്ത് നിൽക്കുന്നതും 1989 ലെ പട്ടാളവെടിവെപ്പിൽ നിന്ന് രക്ഷപ്പെടാനായി വിപ്ലവകാരികൾ ചെന്നപ്പോൾ അവർക്ക് മുമ്പിൽ വാതിലുകൾ അടച്ചതുമായ 'വളരെ വിശ്വസ്തമായ സ്ഥാപനം' എന്നാണ് റോമൻ ഓർത്തഡോക്സ് പള്ളിയെ സംവിധായകൻ നിർവ്വചിക്കുന്നത്.

ചിത്രത്തിന്റെ അവസാനഭാഗം തുടങ്ങുന്നത്, 'പ്രയോഗങ്ങളും സൂചനകളും: ഹാസ്യപരമ്പര' എന്ന തലക്കെട്ടോടെയാണ്. ഇന്റർനെറ്റിൽ അപ്‌ലോഡ് ചെയ്യപ്പെട്ട എമിയുടേയും ഭർത്താവിന്റേയും ലൈംഗികവീഡിയോ വിവാദങ്ങളുണ്ടാക്കിയ സാഹചര്യത്തിൽ എമി ജോലി ചെയ്യുന്ന സ്കൂളിൽ രക്ഷിതാക്കളുടെ യോഗം വിളിക്കുന്നു. അദ്ധ്യാപികയായ എമി അവിടെ തുടരേണമോ വേണ്ടയോ എന്ന കാര്യത്തിൽ തീരുമാനമെടുക്കുകയാണ് യോഗത്തിന്റെ ലക്ഷ്യം. ഒന്നാം ഭാഗത്തിന്റെ തുടർച്ചയായും രണ്ടാം ഭാഗത്തിലെ ഡിഷ്ണറി ഉപയോഗിച്ചുകൊണ്ടും അവസാനഭാഗം രക്ഷിതാക്കളുടെ (പ്രേക്ഷകരുടെ, ജനങ്ങളുടെ) നിലപാടുകളിലേയും സമീപനങ്ങളിലേയും ഇരട്ടമുഖങ്ങളിലും പൊള്ളത്തരങ്ങളിലുമെത്തുന്നു. ജൂതർക്കെതിരേയുള്ള അവരുടെ നിലപാടുകളും അസംബന്ധങ്ങളായ വാദങ്ങളിലെ അസഹിഷ്ണുത, ജീർണ്ണത തുടങ്ങിയവയും ഈ ഭാഗത്ത് വ്യക്തമാക്കപ്പെടുന്നു. അദ്ധ്യാപികയുടെ ധാർമ്മികതയേക്കുറിച്ച് പറയുമ്പോൾ, സ്വന്തം ധാർമ്മികത അവർക്ക് അപ്രസക്തമാവുന്നു. മകളെ ജയിപ്പിക്കാൻ കൈക്കൂലി കൊടുത്ത സ്ത്രീയാണ്

എമി സ്കൂളിനുണ്ടാക്കിയ അപമാനത്തെപ്പറ്റി വാചാലയാവുന്നത്. വ്യക്തികളുടെ സ്വകാര്യതയിൽ അനാവശ്യമായി കടന്നുകയറുന്ന, ഇരട്ട മുഖമുള്ള ഒരു സമൂഹത്തേയാണ് നാമിവിടെ തിരിച്ചറിയുന്നത്. വ്യക്തി സ്വാതന്ത്ര്യം ബഹുമാനിക്കപ്പെടേണ്ടതാണെന്ന അടിസ്ഥാനതത്വം അംഗീകരിക്കാത്ത സമൂഹമായി ലോകം അധപ്പതിച്ചുകഴിഞ്ഞിരിക്കുന്നു വെന്ന വസ്തുതയിലേക്കാണ് ചിത്രമെത്തുന്നത്. അങ്ങനെ ചരിത്രത്തിൽ നടന്ന ഏറ്റവും ക്രൂരമായ നിഷ്ഠുരതകളിലൊന്നായ ജൂതകൂട്ടക്കൊല ന്യായീകരിക്കപ്പെടുന്നു. ധീരരക്തസാക്ഷി ആൻ ഫ്രാങ്ക് അവഗണിക്കപ്പെടുന്നു. ഹിറ്റ്ലർക്കൊപ്പം നിന്ന് റുമേനിയൻ സൈന്യം ജൂതരെ വേട്ടയാടിയിരുന്നത് അവരുടെ മനസ്സുകളെ പശ്ചാത്താപത്തിന്റെ വഴികളിലല്ല എത്തിക്കുന്നത്, മറിച്ച് വിജയത്തിന്റെ ചരിത്രത്തിലാണ്.

മൂന്ന് വ്യത്യസ്തരീതികളിലുള്ള അന്ത്യങ്ങൾ ആവിഷ്കരിച്ചുകൊണ്ട് ചിത്രം ഒരു തുറന്ന അവസാനത്തിലാണെത്തുന്നത്. എമി സ്കൂളിൽ അദ്ധ്യാപകയായി തുടരണമോ എന്ന് തീരുമാനിക്കാൻ രക്ഷിതാക്കളുടെ ഭൂരിപക്ഷ നിലപാട് പരിശോധിക്കാൻ ഹെഡ്മിസ്ട്രസ്സ് തീരുമാനിക്കുന്നു. ഇതിൽ രണ്ട് ഘട്ടങ്ങളിൽ വ്യത്യസ്തങ്ങളായ തീരുമാനങ്ങളിലാണ് രക്ഷിതാക്കളെത്തുന്നത്. ഇതിനിടയിൽ രക്ഷിതാവായ ഒരു സ്ത്രീ എമിയെ കൈയ്യേറ്റം ചെയ്യാനും മുതിരുന്നുണ്ട്. ചിത്രത്തിന്റെ മൂന്നാമത്തെ അന്ത്യം എമി ഉൾപ്പെട്ട ഒരു ഫാന്റസിയാണ്. ഇത്തരത്തിൽ അപൂർണ്ണവും അനിശ്ചിതവുമായ അവസാനത്തോടെയാണ് സംവിധായകൻ റാഡു ജൂഡ് ചിത്രം പൂർത്തിയാക്കുന്നത്.

'ബേഡ് ലക്ക് ബാങ്ങിങ് ഓർ ലൂണി പോണിലെ' കേന്ദ്രപ്രമേയം 'അശ്ലീല'മെന്ന് വിശേഷിപ്പിക്കപ്പെടുന്ന വിവാദമായ അതിലെ ലൈംഗികവീഡിയോ ആണ്. വീഡിയോയിലുള്ളതിനേക്കാൾ യഥാർത്ഥവും വിഷലിപ്തവുമായ അശ്ലീലം നാം ജീവിക്കുന്ന സമൂഹത്തിലുണ്ട് എന്ന് സംവിധായകൻ റാഡു ജൂഡ് അഭിപ്രായപ്പെടുന്നു. "എന്റെ ചിത്രമൊരു മൊണ്ടാഷ് ആണ്. അത് എമിയുടേയും ഭർത്താവിന്റേയും ലൈംഗിക വീഡിയോയിലുണ്ടെന്ന് പറയപ്പെടുന്ന 'അശ്ലീല'വും സമൂഹത്തിലെ അശ്ലീലവും തമ്മിലുള്ള ബന്ധങ്ങളും ചേർന്ന് നിൽപ്പുകളും (juxtapositions) കണ്ടെത്താൻ സഹായിക്കുന്ന സംഭവങ്ങളുടെ ഒരു സമാഹാരമാണ്." വോയെറിസവും (മറ്റുള്ളവരുടെ ലൈംഗികചേഷ്ടകൾ കണ്ട് രസിക്കുന്ന ശീലം) സിനിമയും തമ്മിലുള്ള ബന്ധത്തെപ്പറ്റി ഇപ്പോൾ ധാരാളം പഠനങ്ങൾ നടക്കുന്നുണ്ട് എന്ന് ഓർമ്മിപ്പിക്കുന്ന സംവിധായകൻ തന്റെ ചിത്രത്തെ വോയറിസവുമായി ബന്ധപ്പെടുത്തുന്നുണ്ട്.

അപ്പർകെയ്സ് പ്രിന്റ്

സ്കൂളിലെ രക്ഷിതാക്കൾ പ്രതികരിക്കുന്നതും എമിയുടെ സ്വകാര്യജീവിതത്തിൽ കടന്നുകയറുന്നതും അതിലിടപെടുന്നതും പൊതുസമൂഹത്തേപ്പോലെയാണ്. ധാർമ്മികമൂല്യങ്ങളേക്കുറിച്ച് പറഞ്ഞ്കൊണ്ട് തങ്ങളെ സ്വയം വെളിപ്പെടുത്തുകയാണവർ. അവരുടെ ജാതീയത, വംശീയത, ഹിപ്പോക്രസി (ഇരട്ടമുഖം). തങ്ങൾക്ക് 'ഉപയോഗ'മില്ലാത്തവയോടുള്ള വെറുപ്പ് എന്നിവ ഇവിടെ വ്യക്തമാവുന്നുണ്ട്. "നമ്മുടെ സമൂഹത്തിൽ വല്ല മൂല്യങ്ങളും അവശേഷിക്കുന്നുണ്ടെങ്കിൽ അവ കൂടി നശിപ്പിക്കുകയാണിവർ" എന്ന് അഭിമുഖത്തിൽ റാഡു ജൂഡ് വെളിപ്പെടുത്തുന്നു. ഇത്തരക്കാർ തീരുമാനിക്കുന്ന വിദ്യാഭ്യാസം മാത്രമല്ല. മറ്റേതൊരു വ്യവസ്ഥയും അപകടകരമാം വിധം ജീർണ്ണിക്കുന്നു.

ചിത്രത്തിന്റെ ആദ്യഭാഗത്ത് റുമാനിയയിലെ ബുക്കാറസ്റ്റ് തെരുവിലെ തിരക്കുകളിലൂടെ എമിയുടെ ദീർഘനേരത്തേക്കുള്ള യാത്ര, കോവിഡ് കാലത്തെ നഗരക്കാഴ്ചകളിലൂടേയും അതിന്റെ അസ്വസ്ഥതകളിലൂടേയും നമ്മെക്കൊണ്ടുപോകുന്നു. എമിയെന്ന അദ്ധ്യാപികയുടേയും വായനക്കാരിയുടേയും വ്യക്തിത്വത്തെക്കുറിച്ചും നിലപാടുകളേക്കുറിച്ചും തുടക്കത്തിലേ നാമറിയുന്നുണ്ട്. അവർക്ക് ചുറ്റുമുള്ളവരുടെ ജീവിതവും അവരുടെ സമീപനങ്ങളും നമുക്ക് മുമ്പിൽ വെളിവാക്കപ്പെടുന്നു. ഇവയ്ക്കൊപ്പം പൊതുജീവിതത്തിൽ കോവിഡ് ഉണ്ടാക്കിയ ആശങ്കകളും അസ്വസ്ഥതകളും നാം കാണുന്നു. ചിത്രത്തിന്റെ രണ്ടാം ഭാഗമായ ഡിക്ഷ്ണറി. ഒന്നും മൂന്നും ഭാഗങ്ങളെ യോജിപ്പിച്ചുനിർത്തുകയാണ്. ചരിത്രത്തിലെ

പല സംഭവങ്ങൾക്കും പുതിയ നിർവ്വചനങ്ങളും വാക്കുകൾക്ക് പുതിയ അർത്ഥങ്ങളും നൽകുന്ന സംവിധായകൻ, മൂന്നാം ഭാഗത്തിലെ വാദങ്ങൾക്കും ചർച്ചകൾക്കും പുതിയ (ശരിയായ) അർത്ഥം സ്വീകരിക്കാൻ പ്രേക്ഷകരോട് ആവശ്യപ്പെടുകയാണ്. റാഡു ജൂഡ് നിർവ്വചനങ്ങൾക്ക് പുറമെ ദൃശ്യങ്ങളും ചിത്രങ്ങളുപയോഗിച്ചും വാക്കുകളെ വിശദീകരിക്കുന്നുണ്ട്. രാജ്യത്തിലെ ആദിവാസികളെ ലൈംഗികചൂഷണങ്ങൾക്ക് വിധേയമാക്കുന്ന വിദേശികളുടെ കാഴ്ച തുടങ്ങിയ നിർവ്വചനങ്ങളിലും മറ്റും സംവിധായകന്റെ കൃത്യമായ രാഷ്ട്രീയനിലപാടുകൾ തന്നെയാണ് വെളിപ്പെടുന്നത്.

ഈ വിശദീകരണങ്ങളാണ് അടുത്ത ഭാഗത്തിന് പൂർണ്ണതയുണ്ടാക്കുന്നത്. റുമാനിയൻ പട്ടാളത്തിന്റെ ജൂത കൂട്ടക്കൊല ചരിത്രപാഠമായി കുട്ടികളെ പഠിപ്പിച്ച എമിയെന്ന ചരിത്രാദ്ധ്യാപികയിൽ രക്ഷിതാക്കൾ കുറ്റം കണ്ടെത്തുകയാണ്. ജൂതകൂട്ടക്കൊലക്കാലത്തെ ധീരയായ പെൺകുട്ടി ആൻ ഫ്രാങ്ക് അവർക്ക് ആരുമല്ലാതാവുന്നു. അറിവാണ് ഗ്രേഡിനേക്കാൾ പ്രധാനമെന്ന് ഉപദേശിച്ച എമിയെ അവർ അധിക്ഷേപിക്കുന്നു. എമിയെന്ന അദ്ധ്യാപികയുടെ സ്വകാര്യജീവിതത്തിലെ ലൈംഗികദൃശ്യം അശ്ലീലമെന്ന് പറയുകയും അതിന്റെ പേരിൽ അവരെ വിചാരണ നടത്തുകയും ചെയ്യുന്ന അവർക്ക്, അതിലും വലിയ അശ്ലീലതയാണ് തങ്ങൾ മക്കളോടും സമൂഹത്തോടും കാണിക്കുന്നതെന്ന് തിരിച്ചറിയാനാകുന്നില്ല എന്ന യാഥാർത്ഥ്യത്തിലേക്കാണ് ചിത്രം ചെന്നെത്തുന്നത്. രോഗാതുരമായ സമകാലീനസമൂഹത്തിന്റെ കാഴ്ചയാണ് റാഡു ജൂഡ് ഈ ചിത്രത്തിലൂടെ പ്രേക്ഷകർക്ക് മുമ്പിലെത്തിക്കുന്നത്.

തന്റെ എല്ലാ ചിത്രങ്ങളും ഹാസ്യമില്ലാത്ത സത്യസന്ധമായ കോമഡികളാ(humorless comedies)ണെന്നാണ് സംവിധായകൻ റാഡു ജൂഡ് പറയാറുള്ളത്. പ്രശസ്ത സാഹിത്യകാരൻ ബൽസാക്കിന്റെ 'ദ ഹ്യൂമൺ കോമഡി' (The Human Comedy)യും അങ്ങനെയായിരുന്നില്ലേ എന്നദ്ദേഹം ചോദിക്കുന്നു. "എന്നെ സംബന്ധിച്ചിടത്തോളം ലോകവും അതിലെ യാഥാർത്ഥ്യങ്ങളും നല്ല രീതിയിൽ കാണാനുള്ള ഒരു ഉപകരണമാണ് സിനിമ. സിനിമയുടെ ഭാഗങ്ങളായ ക്യാമറയും എഡിറ്റിങ്ങുമുപയോഗിച്ച് ഞാൻ ലോകം ആഴത്തിൽ പരിശോധിക്കുകയും അതേപ്പറ്റി ചിന്തിക്കയും ചെയ്യുന്നു". ജൂഡ് കൂട്ടിച്ചേർക്കുന്നു.

1977ൽ റുമാനിയയിൽ ജനിച്ച പ്രസിദ്ധ റുമാനിയൻ സംവിധായകനും തിരക്കഥാകൃത്തുമായ റാഡുജൂഡ്, പ്രാഥമികവിദ്യാഭ്യാസത്തിനു ശേഷം 2003ലാണ് ബുക്കാറസ്റ്റിലെ മീഡിയസർവ്വകലാശാലയിൽ നിന്ന് ചലച്ചിത്രസംവിധാനത്തിൽ ബിരുദം നേടുന്നത്. പ്രസിദ്ധ ഫ്രഞ്ച്

അപ്പർകെയ്സ് പ്രിന്റ്

സംവിധായകൻ കോസ്റ്റാ ഗാവ്രസി (Costa Gavras) ന്റെ സഹസംവിധായകനായി ചലച്ചിത്രരംഗത്തെത്തിയ ജൂഡ്, റുമാനിയയിലെ ക്രിസ്റ്റി പുയി (Cristi Puiu) യ്ക്കൊന്നിച്ചും പ്രവർത്തിച്ചിരുന്നു. ലോകത്തിലെ വിവിധചലച്ചിത്രമേളകളിൽ പുരസ്കാരങ്ങൾ നേടിയ Corp la corp (2003), Marea Neagră (2004), The Tube with a Hat (2006) എന്നീ ഷോർട്ട് ഫിലിമുകൾക്ക് ശേഷം റുഡിന്റെ ആദ്യഫീച്ചർ ഫിലിം 'ദ ഹേപ്പിയസ്റ്റ് ഗേൾ ഇൻ ദ വേൾഡ് (The Happiest Girl in the World, 2009) ബർലിൻ ഫിലിം ഫെസ്റ്റിവലിൽ പുരസ്കാരം നേടി. തുടർന്ന് 2012 ലെ ത്രില്ലർ 'എവരിബഡി ഇൻ ഔർ ഫാമിലി' (Everybody in our family) ബർലിൻ ഫിലിം ഫെസ്റ്റിവലും ലോകത്തിന്റെ വിവിധഭാഗങ്ങളിലും പ്രദർശിപ്പിക്കപ്പെട്ടു.

2015 ൽ ബർലിൻ ഫിലിം ഫെസ്റ്റിവലിൽ മികച്ച സംവിധായകനുള്ള സിൽവർ ബെയർ നേടിയ റാഡു ജൂഡിന്റെ അഫേറിം (Aferim) മറ്റ് നിരവധി ലോക അംഗീകാരങ്ങളും നേടിയിരുന്നു. ആ വർഷത്തെ അക്കാദമി അവാർഡിനായുള്ള റുമാനിയൻ നോമിനേഷനായിരുന്നു അത്. 2020 ലെ അപ്പർകെയ്സ് പ്രിന്റ് (Uppercase Print) റുമാനിയൻ കമ്യൂണിസ്റ്റ് ഭരണാധികാരി നിക്കോളായ് ചൗഷെസ്ക്യുവിനെതിരെ ചുവരെഴുതിയതിന്റെ പേരിൽ പോലീസ് പിടിയിലായ കുട്ടിയുടെ കഥ പറയുന്നു. ബർലിനാലെയിൽ ആ വർഷം പ്രദർശിപ്പിച്ച ചിത്രം, ലോകസിനിമാരംഗത്ത് വലിയതോതിലുള്ള രാഷ്ട്രീയ ചർച്ചകൾക്ക്

വഴിവെച്ചിരുന്നു. അതിനുശേഷമാണ് ഈ വർഷം ബർലിൻമേളയിൽ മികച്ച ചിത്രമായി തിരഞ്ഞെടുക്കപ്പെട്ട 'ബാഡ് ലക്ക് ബാങ്ങിങ്ങ്'മായി ലോകചലച്ചിത്രരംഗത്തേക്ക് റാഡു ജൂഡ് വരുന്നത്.

അന്താരാഷ്ട്ര ചലച്ചിത്രമേളകളിലെ സിനിമകൾക്ക് പുറത്തുള്ള ആഘോഷങ്ങളെ പരിഹസിക്കാറുള്ള ജൂഡ്, ഈ വർഷം ഓൺലൈൻ മേളയായിരുന്നതിനാൽ 'ചുവന്ന പരവതാനി' യിലൂടെ നടക്കേണ്ടതായി വന്നില്ലെന്ന് ആശ്വസിക്കുന്നു. മറ്റൊരു മൽസരങ്ങൾക്കുമില്ലാത്ത വർണ്ണക്കാഴ്ചകൾ സിനിമാമൽസരങ്ങൾക്കെന്തിനാണെന്ന് റാഡു ജൂഡ് ചോദിക്കുന്നു. റാഡു ജൂഡ് ചലച്ചിത്രജീവിതം തുടങ്ങുന്നത് തന്റെ രാജ്യമായ റുമാനിയ കേന്ദ്രീകരിച്ചുള്ള ആക്ഷേപഹാസ്യങ്ങളോടേയാണ്. റുമാനിയൻ ന്യൂ വേവ് സിനിമയിലെ മറ്റ് സംവിധായകർക്കൊപ്പം നിന്നുകൊണ്ട് സിനിമകൾ നിർമ്മിച്ച ജൂഡ്, പിൽക്കാലത്ത് തന്റേതായ വഴികളിലൂടെ സഞ്ചരിച്ച് ശേഷം രാഷ്ട്രീയവിവാദങ്ങൾക്ക് വഴിയൊരുക്കുന്ന ചിത്രങ്ങളിലാണിപ്പോളെത്തിയിരിക്കുന്നത്. വലതുപക്ഷരാഷ്ട്രീയം ഏറെ വിവാദമായി മാറിയ സമകാലീന റുമാനിയയിൽ അപകടരമായ രീതിയിൽ ചിത്രങ്ങൾ സംവിധാനം ചെയ്തുകൊണ്ടിരിക്കുന്ന അദ്ദേഹം വളരെ പ്രസക്തമായ രാഷ്ട്രീയ വിഷയങ്ങളാണ് തന്റെ ചിത്രങ്ങൾക്ക് പ്രമേയങ്ങളാക്കുന്നത്. 2018 ൽ സംവിധാനം ചെയ്ത I Do Not Care If We Go Down in History as Barbarians. 2020ലെ Uppercase Print പോലുള്ള ചിത്രങ്ങളോടെ വിവാദങ്ങളുയർത്തിയ റാഡു, ഏറ്റവുമൊടുവിൽ ഇരട്ടമുഖങ്ങളുടെ അശ്ലീലകാഴ്ചകൾ ദൃശ്യവൽക്കരിക്കുന്ന 'ബേഡ് ലക്ക് ബാങ്ങിങ്ങും' മായി പുതിയ ചർച്ചകൾക്ക് തുടക്കം കുറിച്ചിരിക്കയാണ്.

റാഡു ജൂഡ്

'ബേഡ് ലക്ക് ബാങ്ങിങ് ഓർ ലൂണി പോണി' നെക്കുറിച്ച് ബെർലിൻ മേള ജൂറിയുടെ പരാമർശങ്ങൾ ശ്രദ്ധേയമാണ്: "ദീർഘകാലം നിലനിൽക്കുന്ന അപൂർവ്വവും അത്യാവശ്യവുമായ ഗുണങ്ങളുള്ള, കലാമേന്മയുള്ള ചിത്രം. അത് ഇക്കാലത്തെ ശരീരങ്ങളുടേയും മനസ്സുകളുടേയും ജീവിത മൂല്യങ്ങളുടേയും അന്തസത്ത തിരശ്ശീലയിലെത്തിക്കുന്നു. സമകാലീന ജനതയുടെ അസ്ഥിത്വം ആവിഷ്കരിക്കുന്നു. ഇക്കാലത്തെ ജീവിതത്തെ മുഖത്തടിച്ചും പ്രകോപ്പിച്ചും വെല്ലുവിളിച്ചുമൊക്കെയാണ് അത് ആ കൃത്യം നിർവ്വഹിക്കുന്നത്. സമകാലീന സിനിമയെ അത് വെല്ലുവിളിക്കുന്നു, അതിനെ ഇളക്കി മറിക്കുന്നു. അങ്ങനെ പതിവു ചലച്ചിത്രരീതികളേയും സാമൂഹികപതിവുകളേയും അത് പ്രകോപിക്കുന്നു, വെല്ലുവിളിക്കുന്നു, ഒടുവിൽ തകർക്കുന്നു. അത് വിശാലവും വന്യവുമാണ്. സമർത്ഥവും ബാലിശവുമാണ്. ജ്യാമിതീയവും ഊർജ്ജസ്വലവും കൃത്യതയില്ലാത്തതുമാണ്. അത് പ്രേക്ഷകരെ ആക്രമിക്കുന്നു, അവരിൽ അഭിപ്രായവ്യത്യാസങ്ങളുണ്ടാക്കുന്നു. എല്ലാവരേയും അതിനോട് ചേർത്ത് നിർത്തുന്നു. (ഈ കോവിഡ് കാലത്ത്) അത് ആരേയും കൃത്യമായ അകലത്തിൽ മാറ്റിനിർത്തുന്നില്ല."

പുതിയ പരീക്ഷണങ്ങളും വെല്ലുവിളികളും വിമർശനങ്ങളും നിറഞ്ഞ ചിത്രങ്ങളുമായി റാഡു ജൂഡ് ഇനിയും പുരസ്കാരങ്ങൾ നേടുകയും വിവാദങ്ങളുണ്ടാക്കുകയും ചെയ്യുമെന്നും ലോകചലച്ചിത്രരംഗത്ത് സജീവമായി തുടരുമെന്നും നമുക്ക് പ്രതീക്ഷിക്കാം.

ക്യാൻവാസായി മാറുന്ന അഭയാർത്ഥിശരീരം

Storytelling is a vehicle for empathy -Kaouther Ben Hania

സഞ്ചാരസ്വാതന്ത്ര്യം നഷ്ടപ്പെട്ട അഭയാർത്ഥിയുടെ ശരീരം ഒരു ചിത്രകാരൻ തന്റെ ക്യാൻവാസാക്കിമാറ്റിക്കൊണ്ട്, ഒരു കലാസൃഷ്ടിയായി 'അത്' ലോകം മുഴുവൻ പ്രദർശിപ്പിക്കുകയും അതുവഴി അയാൾക്ക് സഞ്ചരിക്കാനുള്ള അനുമതി നേടിക്കൊടുക്കുകയും ചെയ്യുക. സിറിയയിൽ നിന്നുള്ള ഏറ്റവും പുതിയ അഭയാർത്ഥികഥ 'ദ മേൻ വ്യ സോൾഡ് ഹിസ് സ്കിന്ന' (The Man Who Sold His Skin) മായി ലോകചലച്ചിത്ര രംഗത്തെത്തിയിരിക്കയാണ് പ്രശസ്ത ടുണീഷ്യൻ ചലച്ചിത്രകാരി കൗതർ ബെൻ ഹാനിയ (Kaouther Ben Hania) വർഷങ്ങളായി ആഫ്രിക്കയിലെ മുസ്ലിം രാഷ്ട്രമായ ലിബിയയിൽ നടന്നു കൊണ്ടിരുന്ന ആഭ്യന്തരയുദ്ധങ്ങൾ വൻ അഭയാർത്ഥിസഞ്ചാരങ്ങൾക്കാണ് കാരണമായിക്കൊണ്ടിരിക്കുന്നത്. ഉത്തരആഫ്രിക്കൻ രാജ്യത്ത് നിന്നു ജീവനും കൊണ്ട് ലോകത്തിന്റെ വിവിധ ഭാഗങ്ങളിലേക്ക് ഓടിപ്പോയവർ അനവധിയായാണ്. തന്റെ അമ്മയ്ക്കും സഹോദരനുമൊപ്പം സംഘർഷം നിറഞ്ഞ സിറിയയിൽ നിന്ന് യൂറോപ്പിലെത്താനായി ശ്രമിച്ചപ്പോൾ മെഡിറ്ററേനിയനിൽ മുങ്ങിമരിച്ച മൂന്നു വയസ്സുകാരനായ സിറിയൻ അഭയാർത്ഥി ബാലൻ അലൻ കർദിയുടെ ചിത്രം ലോകമനസ്സിൽ ഇപ്പോഴും മായാതെകിടക്കുന്നു. സിറിയൻ അഭയാർത്ഥികളുടെ ദുരന്തജീവിതങ്ങൾ ആവിഷ്കരിക്കുന്ന നിരവധി ചിത്രങ്ങൾ നിർമ്മിക്കപ്പെട്ടിട്ടുണ്ട്. ഫിലിപ് വാൻ ലീവ്യ (Philip Van Leevue) വിന്റെ 'In Syria (2017)', വാദ് -അൽ-കത്തേബി (Waad al-Kateab) ന്റെ പ്രസിദ്ധ ഡോക്യുമെന്ററി 'For Sama (2019)', ഹെർമൻ സിനിന്റെ (Hernán

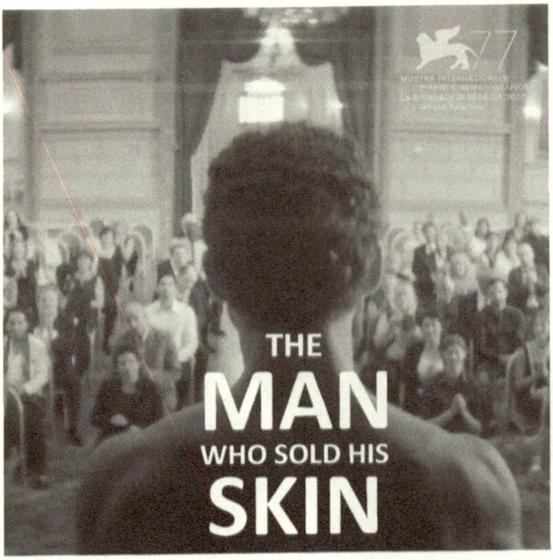

Zin) 'Born in Syria (2016)' എന്നിവ അവയിൽ ശ്രദ്ധേയങ്ങളാണ്. തുടർച്ചയായുള്ള ബോംബ്വർഷങ്ങൾക്കിടയിൽ ജീവൻ രക്ഷിക്കാനായി രാജ്യത്തുനിന്ന് പലായനം ചെയ്യുന്നവരുടെ ദുരന്തങ്ങൾ ഇവ പറയുമ്പോൾ, 2020ൽ ലോകചലച്ചിത്രരംഗത്ത് വളരെയധികം ചർച്ച ചെയ്യപ്പെട്ടുകയും പുരസ്കാരങ്ങൾ നേടുകയും ചെയ്ത ചിത്രം 'ദ മേൻ ഹു സോൾഡ് ദ സ്കിൻ' ഇവയിൽ നിന്ന് വളരെ വ്യത്യസ്തമായ ഒരു സിറിയൻ അഭയാർത്ഥി ജീവിതമാണ് പ്രേക്ഷകർക്ക് മുമ്പിൽ വെക്കുന്നത്. ടുണീഷ്യൻ സിനിമയിലെ ശക്തമായ സാന്നിദ്ധ്യവും കാൻ അടക്കമുള്ള അന്താരാഷ്ട്രചലച്ചിത്ര മേളകളിൽ പുരസ്കാരങ്ങൾ നേടുകയും ചെയ്ത കൗതർ ബെൻ ഹാനിയ സംവിധാനം ചെയ്ത ചിത്രം തൊണ്ണൂറ്റി മൂന്നാമത് അക്കാദമി അവാർഡിനായുള്ള ടുണീഷ്യൻ നോമിനേഷനായിരുന്നു. ഓസ്കാർ പുരസ്കാരങ്ങളിൽ മികച്ച അന്താരാഷ്ട്ര ചിത്രത്തിനായി മൽസരിക്കുന്ന ആദ്യമുസ്ലീം വനിതയെന്ന ബഹുമതി ഈ ചിത്രം വഴി സംവിധായിക ബെൻ ഹാനിയ നേടിയെന്നത് അവരുടെ ചലച്ചിത്ര ജീവിതത്തിൽ നാഴികക്കല്ലായി മാറിക്കഴിഞ്ഞു. വെനീസ് അന്താരാഷ്ട്ര മേളയിൽ ആദ്യപ്രദർശനം നടത്തിയ 'ദ മേൻ ഹു സോൾഡ് ദ സ്കിൻ' ഓസ്കാറിനായി മൽസരിക്കുന്ന ആദ്യ ടുണീഷ്യൻ ചിത്രവുമാണ്

വ്യത്യസ്തങ്ങളായ പ്രതിസന്ധികളാണ് ലോകത്തിന്റെ വിവിധ ഭാഗങ്ങളിൽക്കഴിയുന്ന അഭയാർത്ഥികൾ നേരിടുന്നത്. അവ മറികടക്കാൻ പലവിധ മാർഗ്ഗങ്ങളും സ്വീകരിക്കുന്ന അവരിൽ പലരും എത്തിച്ചേരുന്നത് ജീവിതത്തിന്റെ പ്രതിസന്ധികളിലാണ്. 'ദ മേൻ ഹു സോൾഡ്

ദ സ്കിനി' ലെ കേന്ദ്രകഥാപാത്രമായ സാം അലി സഞ്ചരിക്കാനുള്ള സ്വാതന്ത്ര്യത്തിനായി തന്റെ ശരീരം ഒരു കാലാകാരന് വാടകയ്ക്ക് നൽകുകയാണ്. സാമിന്റെ ശരീരത്തിൽ തന്റെ ചിത്രം ടാറ്റു ചെയ്ത കലാകാരൻ, സാമെന്ന തന്റെ ക്യാൻവാസുമായി പ്രദർശനങ്ങൾ നടത്തിക്കൊണ്ട് ലോകം ചുറ്റുന്നു. യാത്രാരേഖകളില്ലാതെ ലോകം മുഴുവൻ സഞ്ചരിക്കാനും അതുവഴി തന്റെ കാമുകിയെ കാണാനും സാമിന് ഇതുവഴി കഴിയുന്നുണ്ടെങ്കിലും അതുണ്ടാക്കുന്ന ശൂന്യതയിൽ നിന്നും അപമാനത്തിൽ നിന്നും അയാൾക്ക് മോചനം കിട്ടുന്നില്ല. അങ്ങനെ അഭയാർത്ഥികളുടെ അതിജീവനത്തിന്റെ തികച്ചും വ്യത്യസ്തമായ ആഖ്യാനമായി 'ദ മേൻ വു സോൾഡ് ദ സ്കിൻ' മാറുകയാണ്.

സംവിധായിക ബെൻ ഹാനിയ ചിത്രത്തിന്റെ ആശയം കണ്ടെത്തുന്നത് 2012 ൽ ബൽജിയം കലാകാരനായ വിം ഡെൽവോയേയുടെ ഒരു എക്സിബിഷൻ സന്ദർശിച്ചപ്പോഴാണ്. അവിടെ 'ടിം' (Tim) എന്ന പേരിട്ടിരുന്ന വിമ്മിന്റെ കലാസൃഷ്ടി ടിം സ്റ്റെയിനറുടെ ശരീരത്തിൽ വിം ഡെൽവോയെ നടത്തിയ ടാറ്റു ചിത്രീകരണം ആയിരുന്നു. നാൽപ്പത് മണിക്കൂർ കൊണ്ട് പൂർത്തിയാക്കിയ അത് വൻ തുകയ്ക്കാണ് ഒരു ജർമ്മൻകാരൻ ലേലത്തിലെടുക്കുന്നത്. കരാറനുസരിച്ച് ടിമ്മിന്റെ മരണം വരെ 'അത്' സൂക്ഷിക്കാനും മരണശേഷം ചിത്രീകരണം നടത്തിയ തൊലി മാറ്റി അതിന്റെ ഉടമസ്ഥനാകാനും ഡെൽവോയേയ്ക്ക് അവകാശമുണ്ട്. തികച്ചും ദയനീയമായ മനുഷ്യാവസ്ഥയായി അന്ന് ഹാനിയയുടെ മനസ്സിലിടം പിടിച്ച സ്റ്റെയിനറുടെ ജീവിതമാണ് 2020 ൽ ചലച്ചിത്രമായി യാഥാർത്ഥ്യമാവുന്നത്. ഇവിടെ നടക്കുന്ന മനുഷ്യന്റെ ചരക്കുവൽക്കരണം (commodification) സമൂഹത്തിനു നഷ്ടപ്പെട്ടുകൊണ്ടിരിക്കുന്ന ധാർമ്മികതയുമായി ബന്ധപ്പെടുത്തി കൈകാര്യം ചെയ്യേണ്ട പ്രമേയമായി അന്നവർക്ക് ബോദ്ധ്യപ്പെട്ടിരുന്നു. അതിന്റെ കൃത്യമായ ആവിഷ്കാരമാണ് 'ദ മേൻ വു സോൾഡ് ഹിസ് സ്കിൻ'.

ദ മേൻ ഹു സോൾഡ് ഹിസ് സ്കിൻ

ദ മേൻ ഹൂ സോൾഡ് ഹിസ് സ്കിൻ

ആർട് ഗാലറിയിൽ ചിത്രകാരൻ ജഫ്രീയുടെ നിർദ്ദേശമനുസരിച്ച് അയാളുടെ പെയിന്റിങ്ങുകൾ ഒരുക്കുന്ന കാഴ്ചയിലാണ്ചിത്രമാരംഭിക്കുന്നത്. തുടർന്ന് ഫ്ലാഷ്ബാക്കിലൂടെ 2011-ൽ ആഭ്യന്തരയുദ്ധം നടന്നുകൊണ്ടിരിക്കുന്ന സിറിയയിലെ റാക്കാ എന്ന സ്ഥലത്ത് ചിത്രമെത്തുന്നു. തുടർന്ന് നാം കാണുന്നത് കേന്ദ്രകഥാപാത്രമായ സാം അലിയുടെ അറസ്റ്റും അയാളുടെ ജയിൽ വാസവുമാണ്. ഫ്ലാഷ്ബാക്കിൽ ട്രെയിനിൽ സഞ്ചരിക്കുന്ന അലിയും കാമുകി അബീറും. കാമുകീ കാമുകന്മാരായ തങ്ങൾക്ക് വിപ്ലവത്തിന്റെ കാലത്ത് സ്വാതന്ത്ര്യം വേണമെന്ന് ഉറക്കെ വിളിച്ചുപറയുന്ന സാം ("It's a revolution, so let's be free!") അവരുടെ വിവാഹം നടന്നതായി അറിയിച്ചുകൊണ്ട് മറ്റുള്ളവർക്കൊപ്പം നൃത്തം ചെയ്യുന്നു. യാത്രക്കാരിലൊരാൾ ഇത് ഫോണിൽ ചിത്രീകരിക്കുന്നത് അയാളുടെ ശ്രദ്ധയിൽപെടുന്നില്ല. ട്രെയിനിൽ വെച്ചു നടത്തിയ ഈ പ്രഖ്യാപനത്തിന്റെ പേരിലാണ് പോലീസ് അയാളെ അറസ്റ്റ് ചെയ്യുന്നത്. ബന്ധുവായ പോലീസുകാരൻ താൽക്കാലികമായി അയാളെ മോചിപ്പിക്കുന്നുണ്ടെങ്കിലും അയാളുടെ പേരിലുള്ള രാജ്യദ്രോഹക്കുറ്റം നിലനിൽക്കുന്നു. അബീറയെക്കാണാൻ അവളുടെ വീട്ടിലെത്തിയ സാം അവളുടെ വിവാഹവുമായി ബന്ധപ്പെട്ട ചടങ്ങാണ് അവിടെ കാണുന്നത്. ബ്രസ്സൽസിലെ സിറിയൻ എംബസ്സിയിൽ ജോലി ചെയ്യുന്ന വരൻ സിയാദിനോട് സാമിന്റെ ശിക്ഷ ഒഴിവാക്കാൻ അബീറ ആവശ്യപ്പെടുന്നെങ്കിലും അയാളതിനു തയ്യാറാകുന്നില്ല. തുടർന്ന് മറ്റു വഴികളൊന്നുമില്ലാതെ, അബീറ തന്റെ കാറിൽ സാമിനെ സിറിയയിൽ നിന്ന് ഒളിച്ച് കടത്തുകയാണ്.

2012 ൽ ബെയ്റൂട്ടിൽ വെച്ചാണ് പിന്നീട് നാം സാം അലിയെക്കാണുന്നത്. അവിടെ ഒരു പൗൾട്രി ഫാമിൽ ജോലി ചെയ്യുന്ന അയാൾ ഒരു ദിവസം സുഹൃത്തിനൊപ്പം നഗരത്തിൽ നടക്കുന്ന ആർട് എക്സിബിഷനിൽ വെച്ച് അനധികൃതമായി ഭക്ഷണം കഴിക്കുന്നു. സംഘാടകർ പിടികൂടുന്ന അയാളെ കലാകാരനായ ജെഫ്രി ഗോഡ്ഫ്രെ മോചിപ്പിച്ച് കൂടെ കൊണ്ടുപോകുന്നു. ബൽജിയത്തിലുള്ള കാമുകിയുടെ അടുത്ത് പോകാൻ കഴിയാത്ത തന്റെ അവസ്ഥയെപ്പറ്റി ജെഫ്രിയോട് പറയുന്ന സാമിനോട്, അവളുടെ അടുത്തെത്താൻ 'ഒരു പറക്കുന്ന പരവതാനി താൻ വാങ്ങിത്തരാ'മെന്ന് അയാൾ വാഗ്ദാനം ചെയ്യുന്നു. അതിനുള്ള മറുപടിയായി 'നിങ്ങൾക്കെന്റെ ആത്മാവാണോ വേണ്ടതെ'ന്ന സാമിന്റെ ചോദ്യത്തിന്, 'എനിക്ക് നിങ്ങളുടെ ശരീരമാണ് വേണ്ടതെന്ന്' ജഫ്രി മറുപടി പറയുന്നു. ലോകപ്രശസ്തചിത്രകാരനായ ജഫ്രി, സാമിന്റെ ശരീരത്തിൽ തന്റെ ചിത്രം ടാറ്റു ചെയ്ത് അയാളെ ഒരു പ്രദർശന വസ്തുവാക്കിമാറ്റുകയാണ്. പണത്തോടൊപ്പം ഷങ്കൻ വിസ (യൂറോപ്പിനു പുറത്തുള്ളവർക്ക് ഷെങ്കൻ പ്രദേശ (Schengen area)ത്ത് പ്രവേശിക്കാനുള്ള അനുവാദമാണ് Schengen visa യിൽ യൂറോപ്പിലെ മിക്ക രാജ്യങ്ങളിലും സഞ്ചരിക്കാനുള്ള അനുവാദം അതോടെ സാമിനു ലഭിക്കുന്നു. മനുഷ്യരേക്കാൾ എളുപ്പത്തിൽ ഇത്തരം 'ചരക്കു'കളെ കൈമാറ്റം ചെയ്യാൻ കഴിയുമെന്ന് പറയുന്ന ജെഫ്രി, അഭയാർത്ഥികളെ ശരീരവും മനസ്സുമുള്ള മനുഷ്യരായി കാണാതെ വെറും 'വസ്തു'ക്കളായി മാത്രം കാണുന്നു. മനുഷ്യജീവിതം നേരിടുന്ന ഏറ്റവും ദുരന്തപൂർണ്ണമായ അവസ്ഥയായാണ് നാമിതിനെ തിരിച്ചറിയുന്നത്. ലോകമെമ്പാടുമുള്ള അഭയാർത്ഥികൾ അതിജീവനത്തിനായി തിരഞ്ഞെടുക്കുന്ന പല വഴികളിൽ ഏറ്റവും നിസ്സഹായവും അപമാനവീകരിക്കപ്പെട്ടതുമായ (dehumanised) അവസ്ഥയായാണ് ലോകം ഇതിനെ കാണുന്നത്. ജെഫ്രി, അയാളുടെ സെക്രട്ടറി സൊരായ എന്നിവർക്കൊപ്പം സാം

ദ മേൻ ഹൂ സോൾഡ് ഹിസ് സ്കിൻ

ആദ്യപ്രദർശനം നടക്കുന്ന ബ്രസ്സൽസിലേക്ക് പോകുന്നു. അവിടെ പ്രസിദ്ധ ഫോട്ടോഗ്രാഫർമാർ അയാളുടെ ശരീരത്തിലെ ചിത്രത്തിന്റെ ഫോട്ടോയെടുക്കുമ്പോൾ മുഖം ഒഴിവാക്കുന്നത് ശ്രദ്ധിച്ച സാം, തന്റെ 'നഷ്ടപ്പെട്ട മുഖത്തേക്കുറിച്ചാണ് ഓർക്കുന്നത്. മുഖമില്ലാത്ത വെറുമൊരു ശരീരക്യാൻവാസ് മാത്രമായി സാമെന്ന വ്യക്തിയുടെ മാറ്റം ചിത്രം സൂക്ഷ്മമായി ആവിഷ്കരിക്കുന്നുണ്ട്.

തുടർന്ന് ലോകത്തിന്റെ പല ഭാഗങ്ങളിൽ നടക്കുന്ന എക്സിബിഷനുകളിൽ നാം സാമിനെ കാണുന്നുണ്ട്. എക്സിബിഷൻ കാണാനെത്തുന്ന കുട്ടികളുമായി ഇടപഴകാൻ തയ്യാറാവുന്ന സാമിനെ അധികൃതർ തടയുന്നു. അവിടെ തനിക്ക് കൈമോശം വന്ന സ്വാതന്ത്ര്യത്തേക്കുറിച്ച് അയാൾക്ക് ബോദ്ധ്യപ്പെടുന്നുണ്ട്. യൂറോപ്പിലേക്ക് വരുന്ന എല്ലാവർക്കും ഇത്തരം വിസ വേണമോയെന്ന കുട്ടികളുടെ ചോദ്യം ചിത്രത്തിൽ വളരെ പ്രസക്തമാകുന്നുണ്ട്. മറ്റ് രാജ്യങ്ങളിൽ നിന്ന് യൂറോപ്പിലേക്ക് വരാനുള്ള നിയന്ത്രണങ്ങളേക്കുറിച്ച് ഇത് സൂചന നൽകുന്നു. മുൻകാമുകി അബീറയുമായി സ്കൈപ്പിലും ഫോണിലും ബന്ധപ്പെടുന്ന സാം അവരോട് തന്റെ യഥാർത്ഥ 'ജോലി'യെക്കുറിച്ച് വെളിപ്പെടുത്തുന്നില്ല. എന്നാൽ ഒരു പ്രദർശനം നടക്കുന്ന സ്ഥലത്തെത്തുന്ന അബീറയും ഭർത്താവ് സിയാദും സാമിനെ കാണുന്നു. അയാളുടെ ജോലി തിരിച്ചറിഞ്ഞ സിയാദിന്റെ പരിഹാസത്തിൽ പ്രകോപിതനായ സാമും അയാളും തമ്മിലുള്ള പിടിവലിക്കിടയിൽ, സിയാദ് ഗാലറിയിലെ ചിത്രം നശിപ്പിക്കുന്നു. അധികൃതർ അയാൾക്കെതിരെ കേസെടുക്കുന്നുണ്ടെങ്കിലും അബീറയുടെ അപേക്ഷയനുസരിച്ച് സാം ഇടപെട്ട് അത് ഒഴിവാക്കുകയാണ്. ഒരു ഘട്ടത്തിൽ എല്ലാമവസാനിപ്പിച്ച് നാട്ടിലേക്ക് പോകാൻ സാം തയ്യാറാവുന്നുണ്ടെങ്കിലും അയാൾക്കതിനു കഴിയുന്നില്ല.

ഇതിനിടെ സിറിയൻ അഭയാർത്ഥികളെ സഹായിക്കുന്ന സംഘടന സാമുമായി ബന്ധപ്പെടുന്നെങ്കിലും അയാൾ അവരുടെ സഹായം സ്വീകരിക്കുന്നില്ല. പ്രദർശനസ്ഥലത്ത് അവർ നടത്തുന്ന പ്രതിഷേധത്തിൽ സാമിനെ അവർ 'സ്വന്തം രാജ്യത്തിനു നാണമുണ്ടാക്കുന്ന' ആളായാണ് വിശേഷിപ്പിക്കുന്നത്. എന്നാൽ ഇതൊന്നും സാമിനെ ബാധിക്കുന്നതേയില്ല. വൻ വില കൊടുത്ത് സ്വിസ്സ് പൗരൻ ക്രിസ്റ്റബോൾ വാൾട്സ് സാമിനെ വാങ്ങുന്നത് അയാളുടെ ശരീരത്തിലുള്ള ചിത്രം 'ചെകുത്താന്റെ കൈയ്യൊപ്പാ'ണെന്ന് വിശേഷിപ്പിച്ചുകൊണ്ടാണ്.

ഒമ്പത് മാസങ്ങൾക്ക് ശേഷം കഥ തുടരുമ്പോൾ, സാമിന്റെ ശരീരത്തിലെ കലാസൃഷ്ടിയുടെ ലേലം നടക്കുകയാണ്. അമ്പത് ലക്ഷം ഡോളറിനായി ലേലം ഉറപ്പിച്ചപ്പോൾ തന്റെ കൈയ്യിലെ

മൈക്രോഫോണിൽ അലറുന്ന സാമിനെയാണ് നാം കാണുന്നത്. അതോടെ ലേലം അലങ്കോലപ്പെടുന്നു, അതിൽ പങ്കെടുക്കാനെത്തിയവർ പേടിച്ച് ഓടിപ്പോകുന്നു. അറസ്റ്റ് ചെയ്ത് ജയിലിൽ കഴിയുന്ന സാമിനെ മോചിപ്പിക്കാനായി ജഫ്രിയും അയാളുടെ മൊഴി പരിഭാഷ ചെയ്യാനായി അബീറുമെത്തുന്നു. ജയിൽ മോചിതനായി സിറിയയിലെ റാക്കായിലേക്ക് പുറപ്പെടുന്ന സാമിനൊന്നിച്ച് അബീറയുമുണ്ട്. എന്നാൽ സിറിയയിൽ മറ്റൊരു ദുരന്തം സാമിനെ കാത്തിരിക്കുന്നുണ്ടായിരുന്നു.

അഭയാർത്ഥികൾ ലോകത്തിൽ നേരിടുന്ന പലവിധത്തിലുള്ള അപമാനവീകരണങ്ങളിൽ അപൂർവ്വമായ ഒരു കാഴ്ചയാണ് 'ദ മേൻ വു സോൾഡ് ഹിസ് സ്കിന്നിൽ' സംവിധായിക ആവിഷ്കരിക്കുന്നത്. സ്വന്തം കലാസൃഷ്ടികൾ വഴി ലോകം മുഴുവൻ പ്രശസ്തനാവാനുള്ള നൂതനസങ്കേതങ്ങൾ തേടുന്ന കാലാകാരന്മാരിരൊളായി നാം തിരിച്ചറിയുന്ന ജഫ്രി, മനുഷ്യനെ വെറുമൊരു 'വസ്തു'വാക്കി മാറ്റുന്നതായാണ് നാമിവിടെ തിരിച്ചറിയുന്നത്. സഞ്ചാരസ്വാതന്ത്ര്യം നിഷേധിക്കപ്പെട്ട അഭയാർത്ഥി സാം അലിയുടെ നിസ്സഹായ അവസ്ഥ ജഫ്രി ചൂഷണം ചെയ്യുകയാണ്. ഒടുവിൽ സാം വധിക്കപ്പെട്ടപ്പോൾ യാതൊരു വികാരവുമില്ലാതെ ഇൻഷ്വറൻസ് ഏജൻസിയുമായി ബന്ധപ്പെടാനാണ് അയാൾ സെക്രട്ടറി സൊരായയോട് പറയുന്നത്. നാം ജീവിക്കുന്ന വ്യവസ്ഥയുമായി ചേർന്ന് നിന്നുകൊണ്ട് പരമാവധി സൗകര്യങ്ങൾ അതിൽനിന്ന് നേടുകയാണ് വേണ്ടതെന്ന് ജഫ്രി സാമിനെ ഉപദേശിക്കുന്നുണ്ട്. എല്ലാ സുഖസൗകര്യങ്ങളോടും സ്വാതന്ത്ര്യത്തോടും കഴിയുന്ന കലാകാരന്മാരുടെ/കാരികളുടെ ലോകവും, നിസ്സാഹയാവസ്ഥയിലുള്ള അഭയാർത്ഥികളുടെ ജീവിതവും തമ്മിലുള്ള വൈരുദ്ധ്യം പ്രമേയമാക്കി ചിത്രമാവിഷ്കരിക്കുമ്പോൾ സ്വാതന്ത്ര്യം അടിസ്ഥാനപ്രശ്നമായി സംവിധായിക തിരിച്ചറിയുന്നുണ്ട്: "ഈ രണ്ട് ലോകങ്ങളും രണ്ട് ധ്രുവങ്ങളിലാണ്. സ്വാതന്ത്ര്യമെന്ന് വെച്ചാലെന്താണ്? ഇതായിരുന്നു എനിക്ക് അന്വേഷിക്കേണ്ടിയിരുന്നത്. ഭൂമിശാസ്ത്രപരവും സാമൂഹികവുമായ രാഷ്ട്രീയപരിസരങ്ങളാണ് നമ്മുടെ സഞ്ചാരസ്വാതന്ത്ര്യവും നാമെന്തായിരിക്കണമെന്നും എന്ത് ചെയ്യേണമെന്നുമൊക്കെ തീരുമാനിക്കുന്നത്." ഹാനിയ പറയുന്നു. "അഭയാർത്ഥികളെ ഇരകളാക്കി മാറ്റുന്ന അവസ്ഥയുമായി ഒരിക്കലും എനിക്ക് യോജിക്കാൻ കഴിയില്ല", അവർ കൂട്ടിച്ചേർക്കുന്നു.

ചിത്രത്തിൽ സംഭാഷണത്തിനിടെ മെഫിസ്റ്റോഫെലീസി (Mephistophiles) നെപ്പറ്റി ജെഫ്രി സാമിനോട് പറയുന്നുണ്ട്. എന്നാൽ സാമിന്റെ ആത്മാവിനു പകരം ജെഫ്രി ആവശ്യപ്പെടുന്നത് അയാളുടെ

🎬 വിം ഡെൽവോയെ

ശരീരമാണ്. ഒരു കച്ചവടവസ്തുവായി മാറിക്കഴിഞ്ഞാൽ കൂടുതൽ സ്വതന്ത്രനായി സഞ്ചരിക്കാമെന്ന് ജെഫ്രി പരിഹാസത്തോടെയാണ് സാമിനോട് പറയുന്നത്. വിസയും മറ്റ് പേപ്പറുകളും കിട്ടിയ തനിക്ക് സഞ്ചരിക്കാനുള്ള സ്വാതന്ത്ര്യം ലഭിച്ചെന്ന് അറിയുന്ന സാം താനൊരു 'വസ്തു'വായി മാറിക്കഴിഞ്ഞെന്ന് തിരിച്ചറിയുന്നുണ്ട്. പ്രദർശിപ്പിക്കയും വിൽക്കപ്പെടുകയും ചെയ്യുന്ന വെറും വസ്തു. ഈ സ്വാതന്ത്ര്യം സാമിനു എന്തൊക്കെ നഷ്ടങ്ങളാണ് വരുത്തുന്നത്? ഇതാണ് ചിത്രം മുമ്പോട്ട് വെക്കുന്ന ചോദ്യമെന്ന് സംവിധായിക സൂചിപ്പിക്കുന്നു.

സമകാലീനമായ അന്താരാഷ്ട്ര കലാലോകത്തിന്റെ പുതിയ കോഡുകളും സമവാക്യങ്ങളും ചിത്രം പ്രേക്ഷകരിലെത്തിക്കുന്നുണ്ട്. അവയുമായി ഒരു ബന്ധവുമില്ലാത്ത സാം അലി എങ്ങിനെയാണ് ഈ കോഡുകളേയും സമവാക്യങ്ങളേയും നോക്കിക്കാണുന്നതെന്ന് ദൃശ്യവൽക്കരിക്കയായിരുന്നു തന്റെ ഉദ്ദേശമെന്ന് സംവിധായിക പറയുന്നു. സാം കലയുടെ വഴികളെ സത്യസന്ധവും പരിശുദ്ധവുമായാണ് കാണുന്നത്. കല മതത്തിന്റെ പിൻഗാമിയായിട്ടാണല്ലോ ജീവിതത്തിൽ കടന്നുവന്നത്. എന്നാൽ സത്യം അതിൽനിന്ന് എത്രയോ അകലെയായിരുന്നു. ജഫ്രി ഒരു ഘട്ടത്തിൽ പറയുന്നുണ്ട്: "ആളുകൾ ജീവിതത്തിന്റെ അർത്ഥം തേടി നടക്കുകയാണ്. ഞാൻ അത് വിൽപ്പന നടത്തുകയുമാണ്."

സിറിയയിൽ കഴിയുന്ന സാം അലിയുടെ അമ്മയടക്കമുള്ള ബന്ധുക്കളുടെ അവസ്ഥ ചിത്രം പ്രേക്ഷകർക്ക് മുമ്പിലെത്തിക്കുന്നുണ്ട്. കലാപത്തിനിടയിൽ രണ്ട് കാലുകളും നഷ്ടപ്പെട്ട അമ്മ, സാമിന്റെ സഹായത്താൽ ജീവിതം മുമ്പോട്ട് കൊണ്ടുപോകുന്ന സഹോദരിയും

കുടുംബവും. നിസ്സാരമായ കുറ്റം പോലും രാജ്യദ്രോഹമായി കണ്ട് ആളുകളെ ജയിലിലടയ്ക്കുന്ന ഭരണകൂടം. സാമിനോട് സ്വന്തം നാട്ടിലേക്ക് തിരിച്ചുവരേണ്ടെന്ന് പറയുന്ന കുടുംബാംഗങ്ങൾ. ലോകമെമ്പാടും ചിതറിക്കിടക്കുന്ന സിറിയൻ അഭയാർത്ഥികളുടെ ജീവിതം ദശാബ്ദങ്ങളായി മാറ്റമില്ലാതെ ഇങ്ങനെ തുടരുകയാണ്. ഒടുവിൽ വളരെയേറെ പ്രയാസപ്പെട്ട്, പുതിയ പ്രതീക്ഷകളുമായി സാം തിരിച്ചെത്തുന്നുണ്ടെങ്കിലും അയാൾ വധിക്കപ്പെടുകയാണ്.

മറ്റുള്ളവരുടെ ദുരന്തങ്ങളെക്കുറിച്ചുള്ള കഥ പറച്ചിലുകൾ അവരോടുള്ള ഐക്യദാർഢ്യത്തിന്റെ അടയാളമായി കരുതുന്ന കൗതർ ബെൻ ഹാനിയ, ടുണീഷ്യൻ ചലച്ചിത്രരംഗത്തു നിന്ന് അന്താരാഷ്ട്ര സിനിമയിലെത്തിക്കഴിഞ്ഞു. 1977 ൽ ടുണീഷ്യയിലെ സിദി ബൗസിദിൽ (Sidi Bouzid) ജനിച്ച അവർ പാരീസിലെ പ്രശസ്തമായ ഫിലിം സ്കൂൾ ലാ ഫെമിസി (La Femis) ൽ നിന്നാണ് ചലച്ചിത്രപഠനം പൂർത്തിയാക്കുന്നത്. 2010 ൽ അറബ് വസന്തത്തിനു കാരണങ്ങളായി മാറിയ സംഭവങ്ങൾ നടന്നിരുന്ന പ്രദേശമാണ് സിദി ബൗസിദ്. ചലച്ചിത്രപഠനത്തിനുശേഷം ഷോർട്ട് ഫിലിമുകൾ സംവിധാനം ചെയ്തുകൊണ്ട് ചലച്ചിത്രരംഗത്തെത്തിയ ഹാനിയയുടെ ആദ്യഫീച്ചർ Challat of Tunis, 2014 ലെ കാൻ ചലച്ചിത്രമേളയിൽ പ്രദർശിപ്പിക്കപ്പെട്ടു. തന്റെ ആദ്യത്തെ ഡോക്യുമെന്ററി Imams go to School 2010-ലാണ് ഹാനിയ നിർമ്മിക്കുന്നത്. രണ്ടാമത്തെ ഡോക്യുമെന്ററി Zaineb hates the Snow (2014) ആ വർഷത്തെ ലൊക്കാർണോ മേളയിൽ പുരസ്കാരങ്ങൾ നേടിയിരുന്നു. ഹാനിയയുടെ Wooden Hand, (2013), Sheikh's watermelons (2018) എന്നീ ഷോർട് ഫിലിമുകൾ ലോകത്തിലെ ഫിലിം സർക്യൂട്ടുകളിൽ ഏറെ ശ്രദ്ധിക്കപ്പെട്ടിരുന്നു. ഹാനിയ ലോകസിനിമയിൽ

കൗതർ ബെൻ ഹാനിയ

അംഗീകരിക്കപ്പെടുന്നത് 2017 ൽ സംവിധാനം ചെയ്ത Beauty and the Dogs എന്ന ചിത്രത്തോടെയാണ്. 2017 ലെ കാൻ ചലച്ചിത്രോൽസവത്തിൽ 'അൺ സേർട്ടെൻ റിഗാഡ്' വിഭാഗത്തിൽ പ്രദർശിപ്പിക്കപ്പെട്ട ചിത്രം അവിടെ പുരസ്കാരങ്ങൾ നേടി. തൊണ്ണൂറ്റൊന്നാമത് അക്കാദമി അവാർഡിനായി ടുണീഷ്യയിൽ നിന്നുള്ള നോമിനേഷനായിരുന്ന ഈ ചിത്രം, പോലീസുകാർ ബലാൽസംഗം ചെയ്ത യുവതി പരാതി കൊടുക്കാനായി ചെല്ലുമ്പോൾ നേരിടുന്ന പ്രതിബന്ധങ്ങൾ രേഖപ്പെടുത്തുന്ന ചിത്രം. രാജ്യത്തെ ബ്യൂറോക്രസിയും നീതിന്യായവകുപ്പിന്റെ കെടുകാര്യസ്ഥതയും ദൃശ്യവൽക്കരിക്കുന്നു. ഒരു പാർട്ടിയിൽവെച്ച് പരിചയപ്പെട്ട യുവാവിനൊപ്പം പോകുന്ന മറിയം നിരവധി പോലീസുകാരാൽ ബലാൽസംഗം ചെയ്യപ്പെടുകയാണ്. പോലീസുകാർക്കെതിരെ പരാതികൊടുക്കേണമോ എന്ന സംശയത്തിൽ നിൽക്കുന്നു മറിയം. ഒടുവിൽ പരാതി നൽകിയപ്പോൾ അതവരുടെ ജീവിതത്തിലുണ്ടാക്കുന്ന സങ്കീർണ്ണതകളിലേക്ക് പ്രേക്ഷകരെ ചിത്രം കൊണ്ടുപോകുന്നു. രാജ്യത്ത് നടന്ന ഒരു സംഭവത്തിന്റെ ചുവടു പിടിച്ചാണ് ഹാനിയ ഈ ചിത്രം നിർമ്മിക്കുന്നത്. അതിനു ശേഷമാണ്. 'ദ മേൻ വ്വ സോൾഡ് ഹിസ് സ്കിന്നു' മായി ബെൻ ഹാനിയ ലോകസിനിമാ പ്രേക്ഷകർക്ക് മുമ്പിലെത്തുന്നത്.

ചിത്രത്തിൽ സാം അലിയുടെ വേഷമിട്ട യാഹ്യാ മഹായ്നി (Yahya Mahayni) അതിലെ അഭിനയത്തിനു 2020 ലെ വെനീസ് അന്താരാഷ്ട്ര ചലച്ചിത്രോൽസവത്തിൽ മികച്ച നടനുള്ള പുരസ്കാരം നേടിയിരുന്നു. മികച്ച നടനായി അക്കാദമി അവാർഡിനായി നോമിനേറ്റ് ചെയ്യപ്പെട്ട

സാം, അബീറ

കൗതർ ബെൻ ഹാനിയ

യാഹ്യാ സിറിയൻ വംശജനാണ്. Fearless Girl (2019), Opium (2016) എന്നിവയാണ് യാഹ്യായുടെ മറ്റ് പ്രധാന ചിത്രങ്ങൾ.

ലോകത്തിലെ അഭയാർത്ഥികളിൽ നല്ലൊരു ഭാഗം സിറിയയിൽ നിന്നുള്ളവരാണ്. അതുകൊണ്ട് തന്നെയാണ് സിറിയൻ അഭയാർത്ഥി ജീവിതങ്ങൾ ലോകത്തിലെ വിവിധഭാഷകളിൽ നിർമ്മിക്കപ്പെടുന്ന ചിത്രങ്ങളിൽ പ്രമേയങ്ങളാകുന്നത്. അഭയാർത്ഥികളോടുള്ള സംവിധായകരുടെ ഐക്യപ്പെടലിന്റേയും അവരുടെ ദുരന്തജീവിതങ്ങളിൽ അവർക്കുള്ള ആശങ്കകളുടേയും രേഖപ്പെടുത്തലുകളാണ് ഈ ചിത്രങ്ങൾ. അഭയാർത്ഥികളെ ദുരിതപൂർണ്ണമായ ജീവിതത്തിനു വിട്ടുകൊടുത്തവരോടുള്ള പ്രേക്ഷകരുടെ പ്രതിഷേധത്തിന്റെ സൂചനയാണ് അത്തരം ചിത്രങ്ങളുടെ കാഴ്ച.

ഇറാൻ സിനിമയിലെ പുതിയ പ്രതിരോധകാഴ്ച

"What I can observe from my own story,
is that the satisfaction that you receive once you resist
oppression and despotism can be higher than the price you have to pay."
- Mohammed Rasoulof

2020 ഫിബ്രുവരി 29, ബർലിൻ. പ്രസിദ്ധമായ ബർലിൻ അന്താരാഷ്ട്ര ചലച്ചിത്രോൽസവത്തിന്റെ പുരസ്കാരവിതരണചടങ്ങ് നടക്കുന്ന പ്രൗഢമായ വേദി. മേളയിലെ ഏറ്റവും മികച്ച ചിത്രത്തിനുള്ള ഗോൾഡൻ ബെയർ (Golden Bear) പുരസ്കാരം നേടിയ ഇറാൻ ചിത്രം 'ദേർ ഈസ് നോ ഈവിള്'ന്റെ (There is no Evil) സംവിധായകൻ മൊഹമ്മദ് റസ്ലോഫ് (Mohammed Rasoulof) പുരസ്കാരം സ്വീകരിക്കുന്നതിനായി വേദിയിലെത്തിയിട്ടില്ല. മുൻ സിനിമകളിലെ ഭരണകൂടവിരുദ്ധപരാമർശങ്ങളുടെ പേരിൽ ഇറാനിലെ കോടതി അദ്ദേഹത്തിനു ഒരു വർഷം തടവ് ശിക്ഷ വിധിച്ച്, പാസ്പോർട്ട് പിടിച്ചെടുക്കയും രാജ്യത്തു നിന്ന് പുറത്തേക്ക് പോകുന്നത് നിരോധിക്കയും ചെയ്തിരുന്നു. പകരം അദ്ദേഹത്തിന്റെ മകളും ചിത്രത്തിലെ നടിയുമായ ബറാൻ റസ്ലോഫ് (Baran Rasoulof) മേളയിലെ ഏറ്റവും ഉന്നതമായ പുരസ്കാരം സ്വീകരിച്ചുകൊണ്ട് പറഞ്ഞു: "പുരസ്കാരം ലഭിച്ചതിൽ വളരെയധികം സന്തോഷമുണ്ട്, എന്നാൽ ഇത് സ്വീകരിക്കാൻ സംവിധായകനു ഇവിടെ വരാൻ കഴിയാത്തതിൽ ദു:ഖവുമുണ്ട്. ഇത് അദ്ദേഹത്തിനുള്ളതാണ്." പുരസ്കാരം ഉയർത്തിപ്പിടിച്ചുകൊണ്ട് അവർ സദസ്യരെ അഭിവാദ്യം ചെയ്തു. അപ്പീൽ തള്ളിയതിനെ തുടർന്ന് 2020 മാർച്ച് നാലിനു ഇറാൻ ഭരണകൂടം റസ്ലോഫിനെ ജയിലിലടച്ചു. 2020

ദേർ ഈസ് നോ ഈവിൾ

ലെ കേരള അന്താരാഷ്ട്ര ചലച്ചിത്രമേളയിൽ പ്രദർശിപ്പിച്ച "ദേർ ഈസ് നോ ഈവിൾ". മേളയിൽ സജീവചർച്ചയ്ക്ക് വഴിതുറന്നിരുന്നു.

'രാജ്യത്തിന്റെ സുരക്ഷയ്ക്ക് ഭീഷണി'യാവുകയും 'അസത്യപ്രചരണങ്ങൾ നടത്തുക'യും ചെയ്തു എന്നതായിരുന്നു റസ്സോഫിന്റെ പേരിലുള്ള കുറ്റം. ഈ സംഭവത്തിൽ ഇറാനിലെ സെന്റർ ഫോർ ഹ്യൂമൺ റൈറ്റ്സ് (Centre for Human Rights) എക്സിക്യൂട്ടീവ് ഡയറക്ടർ ഹാദി ഘയെമി (Hadi Ghaemi) യുടെ പ്രതികരണമിങ്ങിനെയായിരുന്നു: "ഇറാനിയൻ സമൂഹത്തിന്റേയും സംസ്കാരത്തിന്റേയും ഗവർമ്മെന്റ് നറേറ്റീവുകൾ പിന്തുടരാൻ വിസമ്മിതിക്കുന്ന രീതിയിലുള്ള ഒരു കലാപരമായ ദർശനം മുമ്പോട്ട് വെച്ചതായിരുന്നു മൊഹമ്മദ് റസ്സോഫ് ചെയ്ത 'തെറ്റ്'. ഗവർമെന്റ് നിയമങ്ങൾക്ക് വിരുദ്ധമായി സ്വതന്ത്രമായി പ്രവർത്തിക്കുന്ന ചലച്ചിത്രപ്രവർത്തകർക്ക് കൊടുക്കേണ്ടിവരുന്ന വിലയാണ് ഈ ശിക്ഷ സൂചിപ്പിക്കുന്നതെന്നും അദ്ദേഹം പ്രതികരിച്ചു. രണ്ട് വർഷത്തേക്ക് ഒരു രാഷ്ട്രീയ പാർട്ടിയിലും സാമൂഹികസംഘടനകളിലും അംഗമാകുന്നതിൽ നിന്നു റസ്സോഫിനു രാജ്യം വിലക്കേർപ്പെടുത്തിയിട്ടുണ്ട്. റസ്സോഫിന്റെ ശിക്ഷയിൽ പ്രതിഷേധിച്ച 2020 ബർലിൻ ചലച്ചിത്രമേള, തങ്ങളുടെ പ്രതിഷേധക്കുറിപ്പ് ഇറാൻ ഭരണകൂടത്തിന് ട്വീറ്റ് ചെയ്തു: "2020 ബർലിൻ ചലച്ചിത്രോൽസവമായ 'ബെർലിനാലെ' (Berlinale)യിൽ ഗോൾഡൻ ബെയർ (Golden Bear) നേടിയ ഇറാൻ ചലച്ചിത്രകാരൻ മൊഹമ്മദ് റസ്സോഫിന്റെ തടവിൽ ബെർലിനാലെ ഔദ്യോഗികമായി പ്രതിഷേധിക്കുന്നു. കലയുടേയും അതിന്റെ ആവിഷ്കാരത്തിന്റേയും സ്വാതന്ത്ര്യം

ജാഫർ പനാഹി

നിലനിർത്തണമെന്ന കാര്യങ്ങൾ ഉയർത്തിപ്പിടുക്കുന്നു.” ഇതിനു പുറമെ കാൻ ചലച്ചിത്രോത്സവമടക്കം പല അന്താരാഷ്ട്രമേളകളും റസ്സോഫിന്റെ ശിക്ഷാനടപടിയിൽ തങ്ങളുടെ പ്രതിഷേധങ്ങൾ ഇറാൻ ഭരണകൂടത്തെ അറിയിച്ചിരുന്നു.

തന്റെ പേരിലുള്ള ആരോപണങ്ങളെല്ലാം അടിസ്ഥാനരഹിതമാണെന്ന് റസ്സോലാഫ് പ്രതികരിച്ചു. തന്റെ ചിത്രങ്ങൾ രാഷ്ട്രീയ പ്രമേയങ്ങളല്ല കൈകാര്യം ചെയ്യുന്നത്, മറിച്ച് രാഷ്ട്രീയ പ്രത്യാഘാതങ്ങളുണ്ടാക്കുന്ന സാമൂഹികവിമർശനങ്ങളാണെന്ന് പറഞ്ഞ അദ്ദേഹം, വിമർശനങ്ങളുടെ നേരെ അക്ഷമയും അസഹിഷ്ണുതയും കാണിക്കുന്നത് തികച്ചും പ്രതിലോമകരമാണെന്ന് ഓർമ്മിപ്പിച്ചു. ഇറാനിലെ സാംസ്കാരിക-ഇസ്ലാമിക മാർഗ്ഗനിർദ്ദേശക വകുപ്പ് (Ministry of Culture and Islamic Guidance) രാജ്യത്തെ എല്ലാ കലാസാംസ്കാരിക പ്രവർത്തനങ്ങളും പതിവായി സെൻസർഷിപ്പിനു വിധേയമാക്കാറുണ്ട്. അതിന്റെ ഭാഗമായി നിരവധി സിനിമകൾ രാജ്യത്ത് നിരോധിക്കപ്പെടുകയും അവയുടെ സംവിധായകർ ജയിലറകളിൽ കഴിയുകയുമാണ്.

കഴിഞ്ഞ കുറേ വർഷങ്ങളായി ഇറാൻ സിനിമയുടെ ചരിത്രം നിരോധനങ്ങളും ജയിലറകളും ചാട്ടവാറടികളുമാണ് രേഖപ്പെടുത്തിക്കൊണ്ടിരിക്കുന്നത്. 2016 ഫെബ്രുവരിയിൽ ഇറാൻ-കുർദിഷ് ഡോക്യുമെന്ററി Writing on the City-യുടെ സംവിധായകൻ കെയ്‌വാൻ കരീമി (Keyvan Karimi)യെ ഭരണകൂടത്തേയും ഇസ്ലാം മതത്തേയും അപമാനിച്ചു എന്നതിന്റെ പേരിൽ 223 ചാട്ടവാറടിക്കും ഒരു വർഷത്തെ ജയിൽ ശിക്ഷയ്ക്കും ഇരുപത് ദശലക്ഷം ഇറാനിയൻ റിയാൽ പിഴയടക്കാനുമായി ശിക്ഷിച്ചിരുന്നു. ആദ്യവിധിപ്രകാരം ആറുവർഷത്തേക്കുള്ള ജയിൽശിക്ഷ അപ്പീലിനു ശേഷമാണ് ഒരു വർഷമായി കുറഞ്ഞത്. 2009 ൽ ഇറാനിൽ നടന്ന തിരഞ്ഞെടുപ്പിലെ ക്രമക്കേടുകൾക്കെതിരെ ശക്തമായ നിലപാടെടുത്ത ഗ്രീൻ പ്രസ്ഥാനത്തെക്കുറിച്ചുള്ള, ഡോക്യുമെന്ററിയിലെ

പരാമർശങ്ങളായിരുന്നു ഈ ശിക്ഷകൾക്ക് കാരണമായതെന്നത് വ്യക്തമായിരുന്നു. കരീമി ഒരു കുർദ്ദുവംശജനാണെന്നത് ശിക്ഷയുടെ കാഠിന്യം വർദ്ധിക്കാൻ മറ്റൊരു കാരണമായി മാറി. 2010 മാർച്ചിൽ സുഹൃത്തുക്കളായ മൊഹമ്മദ് റസ്സോഫും പ്രസിദ്ധ ഇറാൻ സംവിധായകൻ ജാഫർ പനാഹി (Jafar Panahi)യും 'ദേശീയസുരക്ഷയ്ക്കും രാജ്യത്തിനുമെതിരായി പ്രചരണങ്ങൾ നടത്തി' യെന്ന പേരിൽ ആറു വർഷത്തേക്ക് ശിക്ഷിക്കപ്പെട്ടിരുന്നു. അപ്പീൽ സമർപ്പിച്ചപ്പോൾ ശിക്ഷ ഒരു വർഷമാക്കി ചുരുക്കിയെങ്കിലും അത് നടപ്പിലാക്കപ്പെട്ടില്ല. 2017 ൽ കാൻ ചലച്ചിത്രമേളയടക്കം നിരവധി അന്താരാഷ്ട്രചലച്ചിത്രമേളകളിൽ പുരസ്കാരങ്ങൾ നേടിയ റസ്സോഫിന്റെ 'എ മേൻ ഓഫ് ഇന്റെഗ്രിറ്റി' (A Man of Integrity) ഇറാനിൽ നിരോധിക്കപ്പെട്ടു. ഈ ചിത്രത്തിന് കാനിൽ Un Certain Regard വിഭാഗത്തിൽ ലഭിച്ച പുരസ്കാരം സ്വീകരിച്ച് നാട്ടിലെത്തിയ റസ്സോഫിന്റെ പാസ്സ്പോർട്ട് അധികാരികൾ പിടിച്ചെടുക്കുകയും തുടർന്ന് സിനിമകൾ നിർമ്മിക്കാനുള്ള അനുമതി നിഷേധിക്കുകയും ചെയ്തു.

2017 മുതൽ രാജ്യത്തിലെ Culture and Media Courtന്റെ നിരന്തരമായ ചോദ്യം ചെയ്യലുകൾക്ക് വിധേയനായിക്കൊണ്ടിരിക്കുയാണ് മൊഹമ്മദ് റസ്സോഫ്.

"എന്റെ ചിത്രങ്ങൾ രാജ്യത്തിന്റെ ധീരതയേക്കുറിച്ചും മഹത്വത്തേക്കുറിച്ചുമല്ല പറയുന്നത് എന്നതായിരുന്നു എനിക്കെതിരേയുള്ള പ്രധാന 'കുറ്റം'. ഞാൻ വിദേശങ്ങളിൽ ഇറാനെ ഇടിച്ചു താഴ്ത്തുകയാണെന്ന് പൊതുവെ പ്രചരിപ്പിക്കപ്പെട്ടു. എനിക്കെതിരെ വിധി പ്രസ്താവിച്ച

ബറാൻ റസ്സോഫ്

ജഡ്ജിയോട് എന്റെ സിനിമകൾ കണ്ടിട്ടുണ്ടോ എന്ന് ഞാൻ ചോദിച്ചിരുന്നു. ഇല്ലെന്നായിരുന്നു അദ്ദേഹത്തിന്റെ മറുപടി. അതുകൊണ്ട് തന്നെ എല്ലാം വ്യാജവും കെട്ടിച്ചമച്ചതുമാണെന്ന് വ്യക്തമാണ്. നീതിയും നിയമവും നടപ്പിലാക്കുന്നതിനുമപ്പുറം രാജ്യത്തെ സംരക്ഷിക്കുക എന്നൊരു ലക്ഷ്യം മാത്രമേ ഇറാനിലെ നീതിന്യായവ്യവസ്ഥയ്ക്കുള്ളൂ എന്ന് വീണ്ടും വ്യക്തമാക്കപ്പെട്ടുകയാണ്." അദ്ദേഹം പ്രതികരിക്കുന്നു.

പ്രസിഡന്റ് റൂഹാനി (Rouhani) ഇറാനിൽ ഭരണമേറ്റെടുത്തതിനുശേഷം അനവധി ചിത്രങ്ങൾ രാജ്യത്ത് നിരോധിക്കപ്പെട്ടിരുന്നു. പല ലോകപ്രശസ്തസംവിധായകരും ജയിലുകളിലും വീട്ടുതടങ്കലിലും അടയ്ക്കപ്പെട്ടു. ഏറ്റവുമൊടുവിൽ കാൻ ബർലിൻ മേളകളിൽ പ്രശസ്തവിജയങ്ങൾ കരസ്ഥമാക്കിയ മൊഹമ്മദ് റസ്ലോഫ് തടവിൽ കിടക്കുകയാണ്. സമാനമായ അവസ്ഥ തന്നെയാണ് മൊഹമ്മദ് റസ്ലോഫിന്റെ സുഹൃത്തും സഹപ്രവർത്തകനുമായ ജാഫർ പനാഹിയും ഇറാനിൽ നേരിട്ടുകൊണ്ടിരിക്കുന്നത്. ഇരുപത് വർഷത്തേക്ക് ചികിൽസയ്ക്കും ഹജ്ജ് കർമ്മത്തിനുമൊഴികെ രാജ്യത്തിനു പുറത്തു പോകാൻ പാടില്ലെന്ന് ഇറാൻ ഭരണകൂടം പനാഹിയെ വിലക്കിയത് 2010ലാണ്. അതോടൊപ്പം ചലച്ചിത്രനിർമ്മാണവും മാധ്യമങ്ങളുമായുള്ള അഭിമുഖങ്ങളും വിലക്കപ്പെട്ടു. എന്തിനേറെ ഒരു തിരക്കഥ എഴുതുന്നതിൽ നിന്നുവരെ ഇറാനിലെ ഭരണകൂടം പനാഹിയെ വിലക്കിയിരുന്നു. അതിനെതിരെ ലോകം മുഴുവൻ പ്രതിഷേധമുയർന്നു, ലോകത്തിന്റെ വിവിധഭാഗങ്ങളിലേയും ഇറാനിലേയും ചലച്ചിത്രപ്രവർത്തകർ ഒന്നടങ്കം പ്രതിഷേധിച്ചു. സംവിധായകനായ പനാഹിയില്ലാതെ, കാനിൽ നിറഞ്ഞ കൈയ്യടികൾക്കിടയിൽ അദ്ദേഹത്തിന്റെ 'ത്രീ ഫെയ്സസ് (Three Faces, 2018) പ്രദർശിപ്പിക്കപ്പെട്ടു. മികച്ച തിരക്കഥയ്ക്ക് പനാഹിക്ക് ലഭിച്ച പുരസ്കാരം സ്വീകരിച്ചത് പനാഹിയുടെ മകൾ സോൾമാസ് പനാഹിയായിരുന്നു. പിതാവെഴുതിയ കുറിപ്പ് അവർ സദസ്സിനു മുമ്പിൽ വായിച്ചു. തന്റെ സഹപ്രവർത്തകരോടും സുഹൃത്തുക്കളോടുമുള്ള അദ്ദേഹത്തിന്റെ നന്ദിയും കടപ്പാടും ആ കുറിപ്പിൽ നിറഞ്ഞുനിന്നു.

അക്കാലത്ത് നൽകിയ ഒരു അഭിമുഖത്തിൽ പനാഹി ഇങ്ങനെ പ്രതികരിച്ചു: "സാമൂഹിക പ്രശ്നങ്ങൾ നമ്മെ അലോസരപ്പെടുത്തിക്കൊണ്ടേയിരിക്കും. അവയോടുള്ള പ്രതികരണമാണ് നമ്മുടെ സിനിമകൾ. ഈ സിനിമകളിലൂടെ നാം സമൂഹത്തിലെ പ്രശ്നങ്ങൾ കാണുകയും ലോകത്തെ കാണിക്കുയും അവയെക്കുറിച്ച് പഠിക്കുകയും ചെയ്യുന്നു. ഈ സിനിമകൾ നമ്മെ എവിടെ എത്തിക്കുമെന്ന് പറയാൻ കഴിയില്ല. നാം നദിയുടെ ഏറ്റവും അടിയിൽ കിടക്കുന്ന മണലാണ്.

ദേർ ഈസ് നോ ഈവിൾ

നമ്മെ പുറത്താക്കാൻ ശ്രമിക്കുന്നവർ ഒഴുകിപ്പോകുകതന്നെ ചെയ്യും. ഈ നാട്ടിലും ജനങ്ങളിലും വിശ്വാസമുള്ളതിനാൽ നാമിവിടത്തന്നെ ജീവിക്കും". തന്റെ ചലച്ചിത്രപ്രവർത്തനങ്ങൾ തുടർന്ന പനാഹി അടുത്ത ചിത്രം 'ദിസ് ഈസ് നോട്ട് എ ഫിലിം' (This is not a Film, 2011) ഒരു ഫ്ലാഷ് ഡ്രൈവിലാക്കി കേക്കിനകത്ത് ഒളിപ്പിച്ച് കടത്തിയാണ് 2011-ലെ കാൻ ഫിലിം ഫെസ്റ്റിവെലിൽ പ്രദർശിപ്പിച്ചത്. പനാഹിയോടൊപ്പം ശിക്ഷിക്കപ്പെട്ട ഇറാനിലെ നടി മർസിയെഹ് വഫമെഹ് റിയെ (Marzieh Vafamehr) ഗ്രനാസ് മൗസ്സവി (Granaz Moussavi)യുടെ 'മൈ ടെഹ്റാൻ ഫോർ സെയ്ൽ' (My Tehran for Sale, 2009) ലിൽ അഭിനയിച്ച കുറ്റത്തിനാണ് തൊണ്ണൂറ് ചാട്ടവാറടിക്കും ഒരു വർഷത്തെ ജയിൽശിക്ഷയക്കും കോടതി ശിക്ഷിച്ചത്. സദാചാരവിരുദ്ധമായ രീതിയിൽ ചിത്രത്തിലഭിനയിച്ച എന്നതായിരുന്നു അവർക്കെതിരെയുള്ള ആരോപണം.

2017 മുതൽ റസ്സോഫിന്റെ ചലച്ചിത്രനിർമ്മാണം ഭരണകൂടം നിരോധിച്ചിരുന്നു. 2019 ജൂലൈയിലാണ് കോടതി ഒരു വർഷത്തേക്ക് അദ്ദേഹത്തെ ശിക്ഷിക്കുന്നത്. അപ്പീൽ കൊടുത്തശേഷമുള്ള ഇടവേളയിലാണ് 'ദേർ ഈസ് നോ ഈവിൾ' എന്ന പുരസ്കാരചിത്രം അദ്ദേഹം നിർമ്മിക്കുന്നത്. രാജ്യത്ത് എന്തെങ്കിലും മാറ്റങ്ങൾ വരണമെങ്കിൽ നാമെല്ലാവരും ത്യാഗം ചെയ്യേണ്ടിവരുമെന്ന് അദ്ദേഹം പറയുന്നു. സ്വതന്ത്രസിനിമകൾ സംവിധാനം ചെയ്യാൻ തനിക്കും വിലകൊടുക്കേണ്ടി വന്നിട്ടുണ്ട്. ഇനിയുമത് വേണ്ടിവരുമെന്ന് അദ്ദേഹം കരുതുന്നു.

ഇറാനിലെ സാംസ്കാരിക സ്വാതന്ത്ര്യത്തേക്കുറിച്ച് പ്രസിഡന്റ് റൂഹാനി തന്റെ പ്രസംഗങ്ങളിൽ എപ്പോഴും സൂചിപ്പിക്കാറുണ്ടെങ്കിലും അദ്ദേഹത്തിന്റെ ഭരണകാലത്ത് നിരവധി സിനിമകൾ ഇറാനിൽ നിരോധിക്കപ്പെട്ടുകഴിഞ്ഞു. ഇപ്പോഴും അത് തുടർന്നുകൊണ്ടിരിക്കയാണ്. ഇറാനിലെ സാംസ്കാരികവകുപ്പ് അദ്ദേഹത്തിന്റെ നേരിട്ടുള്ള നിയന്ത്രണത്തിലാണെന്നത് ഇവിടെ ഓർമ്മിക്കേണ്ടതാണ്. രാജ്യത്തിന്റെ ഇന്നത്തെ അവസ്ഥയിൽ വലിയ മാറ്റമൊന്നും പ്രതീക്ഷിക്കാൻ കഴിയില്ലെങ്കിലും ലോകനിലവാരമുള്ള നിരവധി ചിത്രങ്ങൾ ഇപ്പോഴും അവിടെ നിർമ്മിക്കപ്പെടുന്നുണ്ട്. അവയിൽ ബഹുഭൂരിപക്ഷം ചിത്രങ്ങളും അന്താരാഷ്ട്രമേളകളിൽ പുരസ്കാരങ്ങൾ നേടുന്നുണ്ട് എന്നത് ശ്രദ്ധേയമാണ്.

ലോകത്തിൽ വധശിക്ഷ വളരെക്കൂടുതലായി നടപ്പിലാക്കപ്പെടുന്ന രാജ്യങ്ങളിലൊന്നാണ് ഇറാൻ. ആംനെസ്റ്റിയുടെ കണക്കനുസരിച്ച്, 2017 ൽ ലോകത്തിൽ നടപ്പാക്കപ്പെട്ട വധശിക്ഷകളിൽ പകുതിയും ഇറാനിലായിരുന്നു. 2019ൽ 225 പേരെ ഇറാനിൽ വധശിക്ഷയ്ക്ക് വിധിച്ചപ്പോൾ അമേരിക്കയിൽ അത് 22 പേർ മാത്രമായിരുന്നു. ഇറാനിൽ വധശിക്ഷ നടപ്പിലാക്കുന്നത് മിക്കവാറും നിർബ്ബന്ധസൈനിക സേവനം ചെയ്യുന്ന സാധാരണക്കാരാണ്. തൂക്കിക്കൊല്ലുന്നവരുടെ കാലിനടിയിലെ സ്റ്റൂൾ മാറ്റിയും അല്ലെങ്കിൽ വെടിവെച്ചുമാണ് അവർ പ്രാകൃതമായ ഈ ശിക്ഷ നടപ്പിലാക്കുന്നത്. ഇവരിലാണ് തന്റെ ചിത്രം 'ദേർ ഈസ് നോ ഈവിൾ' മൊഹമ്മദ് റസ്സോഫ് കേന്ദ്രീകരിക്കുന്നത്. പരസ്പരബന്ധമുള്ള നാലു കഥകൾ ചേർത്തുവെച്ചുകൊണ്ടാണ് രണ്ടര മണിക്കൂർ ദൈർഘ്യമുള്ള ചിത്രം സംവിധായകൻ പ്രേക്ഷകരിലെത്തിക്കുന്നത്. ഇറാനിൽ സിനിമ സംവിധാനം ചെയ്യാൻ തനിക്കുള്ള നിയന്ത്രണങ്ങളെ മറികടക്കാനായിരുന്നു ചിത്രം നാലു ഭാഗങ്ങളിലായി മാറ്റിയതെന്നും അതുകാരണം ഒരു പ്രമേയത്തെ നാലു വ്യത്യസ്തങ്ങളായ ദിശകളിലൂടെ ആവിഷ്കരിക്കാൻ സാധ്യമായെന്നും റസ്സോഫ് അഭിമുഖത്തിൽ വെളിപ്പെടുത്തുന്നുണ്ട്. ജയിലുകളിൽ വധശിക്ഷയ്ക്ക് വിധിക്കപ്പെട്ടവരുടെ ശിക്ഷ നടപ്പിലാക്കാൻ നിയോഗിക്കപ്പെട്ടവർ അനുഭവിക്കുന്ന മാനസികപീഢനങ്ങളുടെ കഥ പറയുമ്പോൾ, വധശിക്ഷയെന്ന പ്രാകൃതമായ ശിക്ഷാരീതിയിലേക്കും അതിന്റെ ധാർമ്മികമായ പരിസരങ്ങളിലേക്കുമാണ് സംവിധായകനെത്തുന്നത്. 2017 ൽ തന്റെ ശിക്ഷക്കെതിരെ അപ്പീൽ കൊടുത്ത് അതിന്റെ ഫലം കാത്തുകഴിയുന്ന റസ്സോഫ്, തനിക്ക് പോകാൻ അനുവാദമില്ലാതിരുന്ന സ്ഥലങ്ങളിൽ തന്റെ അസ്സിസ്റ്റന്റുമാരെ ഉപയോഗിച്ചാണ് ചിത്രത്തിന്റെ ഷൂട്ട് പൂർത്തിയാക്കുന്നത്.

ദേർ ഈസ് നോ ഈവിൾ

ഭരണകൂടത്തിന്റെ ഇടപെടലുകൾ ഒഴിവാക്കാനായി, നാലു ഷോർട്ട് ഫിലിമുകളെന്ന രൂപത്തിൽ നിർമ്മിച്ച ചിത്രത്തിന്റെ ഔദ്യോഗിക രേഖകളിലൊരിടത്തും സംവിധായകനായ റസ്സോഫിന്റെ പേര് സൂചിപ്പിച്ചിരുന്നില്ല.

തൂക്കിക്കൊന്നും വെടിവെച്ചും വധശിക്ഷ നടപ്പിലാക്കുന്നവർ, പ്രതികൾ ചെയ്ത കുറ്റമെന്തായിരുന്നു എന്ന് അറിഞ്ഞ് ഗുരുതരമായ കുറ്റം ചെയ്തവരെയാണല്ലോ തങ്ങൾ കൊന്നതെന്ന് കരുതി ആശ്വസിക്കുന്നു. തന്റെ രാജ്യത്തിനു വേണ്ടി താൻ ചെയ്തത് ശരിയായിരുന്നു എന്നവർ കരുതുന്നു. എന്നാൽ പ്രതികളുടെ യഥാർത്ഥ കുറ്റമല്ല തങ്ങൾ മനസ്സിലാക്കുന്നതെന്നും. കൊടുംകുറ്റവാളികളെന്ന് അറിയപ്പെടുന്ന പലരും നിരപരാധികളാണെന്നും അവർ അറിയുന്നില്ല. ഇത് ഭരണകൂടം സൃഷ്ടിക്കുന്ന ഒരു കെണി മാത്രമാണെന്ന് വളരെ വൈകി മാത്രമാണ് അവർ തിരിച്ചറിയുന്നത്. വധശിക്ഷ നടപ്പാക്കുന്ന അപൂർവ്വം ചിലർ മാത്രം ഒന്നും സംഭവിക്കാത്തതുപോലെ തങ്ങളുടെ പതിവു ജീവിതം തുടരുന്നു. മറ്റു ചിലർ സ്വന്തം ജീവൻ അപകടത്തിലാക്കിയും അതിൽ നിന്ന് രക്ഷപ്പെടുമ്പോൾ, വേറെ ചിലർ തങ്ങൾ നടപ്പാക്കിയ ശിക്ഷയിൽ പശ്ചാത്തപിച്ചുകൊണ്ട് ജീവിതകാലം മുഴുവൻ മാനസിക പീഡനങ്ങളനുഭവിച്ചുകൊണ്ട് കഴിയുന്നു. ഇവ ആവിഷ്കരിക്കാനായി വ്യത്യസ്തങ്ങളായ നാലു കഥകൾ സംവിധായകൻ ഈ ചിത്രത്തിൽ പറയുന്നത് തികച്ചും വേറിട്ട അന്തരീക്ഷങ്ങൾ സൃഷ്ടിച്ചുകൊണ്ടാണ്.

ചിത്രത്തിലെ 'ദേർ ഈസ് നോട്ട് ഈവിൾ' എന്ന് പേരിട്ട ആദ്യ അദ്ധ്യായം ടെഹ്റാൻ നഗരത്തിൽ സാധാരണ ജീവിതം മുമ്പോട്ട് കൊണ്ടു പോകുന്ന മദ്ധ്യവയസ്കൻ ഹെഷ്മതിലാണ് സംവിധായകൻ കേന്ദ്രീകരിക്കുന്നത്. വീട്ടിലേക്കുള്ള പതിവു റേഷൻ വാങ്ങുകയും അദ്ധ്യാപികയായ ഭാര്യയേയും മകളേയും സ്കൂളിൽ നിന്ന് കൂട്ടിക്കൊണ്ടുവരികയും ചെയ്യുന്നു ഹെഷ്മത്. ഭാര്യക്കും മകൾക്കുമൊപ്പം സൂപ്പർമാർക്കറ്റിൽ പോകുന്നതിനിടയിൽ പിസ്സ കടയിൽ പോയി അയാൾ മകളെ സന്തോഷിപ്പിക്കുന്നുമുണ്ട്. രോഗിയായ അമ്മയെ സന്ദർശിച്ച് അവർക്കാവശ്യമായ കാര്യങ്ങൾ ചെയ്ത് കൊടുക്കുന്ന അയാൾ, അടുത്ത ദിവസം നടക്കാൻ പോകുന്ന സുഹൃത്തിന്റെ വിവാഹത്തിനു കൊടുക്കാനായി സമ്മാനം വാങ്ങുന്നത് വളരെ സന്തോഷത്തോടെയാണ്. ഒരു പതിവു ഇറാൻ സിനിമയുടെ കാഴ്ചകളിലൂടെ നാം പൊയ്ക്കൊണ്ടിരിക്കെയാണ് ചിത്രത്തിന്റെ അന്ത്യം നമ്മെ അത്ഭുതപ്പെടുത്തുന്നത്. ഒരു പുലർച്ചെ ഉറങ്ങിയെണീറ്റ ഹെഷ്മത്, തന്റെ കാറിൽ ജോലിസ്ഥലത്തെത്തുന്നു. തന്റെ മുറിയിലെ ഭിത്തിയിലുറപ്പിച്ച ബട്ടനുകൾ ശ്രദ്ധിച്ചുകൊണ്ട് പച്ചനിറത്തിലുള്ള ബൾബുകൾ പ്രകാശിക്കുന്ന ഘട്ടത്തിൽ അയാൾ ബട്ടൻ അമർത്തുന്നു. ഒരു കൂട്ടം ആളുകൾക്കുള്ള വധശിക്ഷ നടപ്പിലാക്കുകയായിരുന്നു അയാളെന്ന അറിവിൽ നാം സ്തബ്ധരാവുന്നു. മരണവേദനകൊണ്ട് പിടയുന്ന ഒരു കൂട്ടം കാലുകളിൽ ഒതുങ്ങുന്ന ഈ കാഴ്ച നമ്മുടെ മനസ്സിൽ എക്കാലവും മായാതെ കിടക്കുന്നു. കൂട്ടവധശിക്ഷയുടെ ഭയാനകമായ ഈ ദൃശ്യം

ദേർ ഈസ് നോ ഈവിൾ

ദേർ ഈസ് നോ ഈവിൾ

എക്കാലവും നമ്മെ പിന്തുടരുക തന്നെ ചെയ്യും. തികച്ചും വികാരരഹിതനായി, മറ്റേതൊരു ജോലിയും ചെയ്യുന്ന ഒരാളെപ്പോലെ ഹെഷ്മത് തന്റെ ജോലി പൂർത്തിയാക്കി വീട്ടിലേക്ക് മടങ്ങുന്നു.

സ്വന്തം രാജ്യം സംരക്ഷിക്കാനായി നിയോഗിക്കപ്പെട്ട പട്ടാളക്കാരെ സഹായിക്കാനെന്ന രൂപത്തിൽ രാജ്യത്തിലെ യുവാക്കൾക്ക് നിർബ്ബന്ധസൈനികസേവനം നിയമം മൂലം നടപ്പിലാക്കിയ ഇറാനിൽ, അവരെ ഉപയോഗിച്ചാണ് ജയിലുകളിൽ വധശിക്ഷ നടപ്പിലാക്കുന്നത്. ഇതിന്റെ വ്യത്യസ്തങ്ങളായ ദൃശ്യങ്ങളാണ് അടുത്ത മൂന്നു അദ്ധ്യായങ്ങളിൽ നാം കാണുന്നത്. 'അവൾ പറഞ്ഞു, നിനക്കത് ചെയ്യാം' (She Said, 'You Can Do It) എന്ന രണ്ടാമദ്ധ്യായം നിർബ്ബന്ധപട്ടാളസേവനം ചെയ്യുന്നതിനിടെ, ആദ്യമായി വധശിക്ഷ നടപ്പിലാക്കാൻ നിയോഗിക്കപ്പെട്ട സാധാരണക്കാരനായ പൂയയുടെ മാനസിക സംഘർഷങ്ങളാണ് രേഖപ്പെടുത്തുന്നത്. ശിക്ഷിക്കപ്പെട്ട ആളെപ്പോലെ തന്നെ വധശിക്ഷയുടെ തലേദിവസം രാത്രി ഉറങ്ങാൻ കഴിയാത്ത അയാൾ തനിക്കാരേയും കൊല്ലാൻ താൽപ്പര്യമില്ലെന്നും

അങ്ങനെ ചെയ്യാൻ നിർബ്ബന്ധിക്കുന്നയാളാരായാലും അയാളെ താൻ കൊല്ലുമെന്നും പ്രതിജ്ഞയെടുക്കുന്നു. പിറ്റേ ദിവസം പുലർച്ചെ തനിക്ക് ചെയ്യേണ്ട കാര്യമോർത്ത് രാത്രി അയാൾക്ക് ഉറങ്ങാൻ കഴിയുന്നില്ല. തന്റെ സഹോദരന്റെ സഹായത്താൽ ഇതൊഴിവാക്കാനാവുമെന്ന് പൂയ കരുതുന്നുണ്ടെങ്കിലും അയാൾക്കതിനു കഴിയുന്നില്ല. തൂക്കിക്കൊല താനേറ്റെടുക്കാമെന്ന് പറയുന്ന പൂയയുടെ സുഹൃത്ത് അലി, തന്റെ സഹോദരിയുടെ ചികിത്സയ്ക്കാവശ്യമായ വലിയ തുകയാണ് അയാളോട് ആവശ്യപ്പെടുന്നത്. താൻ രണ്ട് വട്ടമത് ചെയ്തിട്ടുണ്ടെന്നും ഒരു പ്രാവശ്യം കൂടെ ചെയ്യുന്നതുകൊണ്ട് ഒരു വ്യത്യാസവുമുണ്ടാവില്ലെന്നും അയാൾ കരുതുന്നു. പൂയയ്ക്ക് താൽപ്പര്യമുണ്ടെങ്കിലും അലി ആവശ്യപ്പെട്ട സംഖ്യ അയാൾക്ക് നൽകാവുന്നതിനുമപ്പുറത്തായിരുന്നു. ഒടുവിൽ മറ്റ് വഴിയൊന്നുമില്ലാതെ, പുലർച്ചെ തൂക്കിക്കൊല്ലാൻ വിധിക്കപ്പെട്ട കുറ്റവാളിക്കും മറ്റൊരു പട്ടാളക്കാരനുമൊപ്പം പുറപ്പെട്ട അയാൾ രണ്ടുപേരേയും പൂട്ടിയിട്ട ശേഷം അവിടെ നിന്ന് ഓടി രക്ഷപ്പെടുകയാണ്. ഭാവിജീവിതത്തേപ്പറ്റി ഒന്നും ചിന്തിക്കാതെ, പുറത്ത് കാത്തുനിന്ന കാമുകിക്കൊപ്പം അവളുടെ സംഗീതപഠനത്തിനായി അയാൾ ആസ്ട്രിയയിലേക്ക് രക്ഷപ്പെടുന്നു. ഭരണകൂടത്തിന്റെ നിർബ്ബന്ധസൈനികസേവനമെന്ന കുരുക്കിൽ വീഴുന്നവരുടെ ദയനീയമായ അവസ്ഥ ചിത്രത്തിന്റെ ഈ ഭാഗം പ്രേക്ഷകർക്ക് നൽകുന്നുണ്ട്. രണ്ട് വർഷക്കാലം നീണ്ടുനിൽക്കുന്ന നിർബ്ബന്ധസൈനികസേവനം പൂർത്തിയാക്കാതെ ഇറാനിൽ ആർക്കും ജോലി കിട്ടുകയോ, പാസ്പോർട്ട് ലഭിക്കയോ ഇല്ല. അവരിൽ വധശിക്ഷ നടപ്പാക്കാൻ വിസമ്മതിക്കുന്നവരെ കോർട്ട് മാർഷ്യൽ ചെയ്തതിനു ശേഷം ഭരണകൂടം ശിക്ഷിക്കുന്നു. ജീവിതത്തിൽ മറ്റു വഴികളൊന്നുമില്ലാതെ ആരേയും കൊല്ലാൻ തയ്യാറാവേണ്ടിവരുന്ന ഇത്തരക്കാർ, യുദ്ധം പ്രോൽസാഹിപ്പിക്കുന്ന ഇറാനിലെ ഭരണവ്യവസ്ഥയുടെ ചിഹ്നങ്ങളായി മാറുകയാണ്. ചിത്രത്തിന്റെ ഈ ഭാഗത്ത്, ഡോർമെറ്ററിയിൽ കഴിയുന്ന അത്തരക്കാർക്കിടയിലെ സംഭാഷണം ഇറാനിലെ യുവാക്കളുടെ നിസ്സഹായ അവസ്ഥയാണ് ദൃശ്യവൽക്കരിക്കുന്നത്. മുകളിലുള്ളവർ അനുശാസിക്കുന്ന നിയമം അനുസരിക്കാൻ ബാദ്ധ്യസ്ഥരായ തങ്ങൾ, അവർ കൊല്ലാൻ പറഞ്ഞാൽ കൊല്ലാൻ തയ്യാറാകണമെന്നും, അല്ലെങ്കിൽ രാജ്യം വിട്ട് മറ്റെങ്ങോട്ടെങ്കിലും പോകണമെന്നും അവരിൽ മിക്കവരും അഭിപ്രായപ്പെടുന്നു. ഇത് ഇറാനാണ്, ഇവിടെ നിയമില്ല, പണവും അഴിമതിയും മാത്രമാണുള്ളതെന്ന് മറ്റൊരാൾ പറയുന്നു. തികച്ചും വ്യത്യസ്തമായ മറ്റൊരു അഭിപ്രായം രേഖപ്പെടുത്തുന്ന പൂയ അവരെല്ലാവരിൽ നിന്നും ഒറ്റപ്പെടുകയാണ്.

ദേർ ഈസ് നോ ഈവിൾ

അടുത്ത അദ്ധ്യായം ജന്മദിനം (Birthday) മുൻഭാഗത്തിൽ നിന്ന് വ്യത്യസ്തമാണ്. നിർബ്ബന്ധപട്ടാളസേവനം നടത്തുന്ന ജയിലിൽ നിന്ന് മൂന്ന് ദിവസത്തെ അവധിയിൽ കാമുകിയെ കാണാനെത്തിയ ജവാദ്, തന്റെ യൂനിഫോം മാറി. പുഴയിൽ കുളിച്ച ശേഷമാണ് കാമുകി നാനയെ ക്കാണാൻ അവളുടെ വീട്ടിലെത്തുന്നത്. താനതേവരെ ജീവിച്ചുകൊണ്ടി രുന്ന ലോകത്തിൽ നിന്നുമാറി പുതിയൊരു അന്തരീക്ഷത്തിലെത്തുന്ന ജാവദ് തന്റെ ഭാവി വധുവായ നാനക്കായി പിറന്നാൾ സമ്മാനം കൊണ്ടുവന്നിരുന്നു. നാനയുടെ പിതാവാണ് വീട്ടിൽ നടന്ന ദുരന്തത്തെ ക്കുറിച്ച് അയാളോട് പറയുന്നത്. അവരുടെ കുടുംബത്തിലെ ഒരു അംഗ ത്തെപ്പോലെ കരുതിയിരുന്ന കെയ്വാന്റെ മരണമായിരുന്നു അത്. നാനയ്ക്ക് ഒരു സഹോദരനും അവളുടെ മാതാപിതാക്കൾക്ക് ഒരു മകനു മായിരുന്ന കെയ്വാൻ നാട്ടുകാർക്ക് ഏറെ പ്രിയപ്പെട്ടവനുമായിരുന്നു.

കെയ്‌വാനും നാനയും തമ്മിലുള്ള ബന്ധത്തിൽ സംശയിക്കുന്ന ജാവദ്. അവളിൽ നിന്ന് അയാളെക്കുറിച്ച് കൂടുതൽ വിവരങ്ങൾ ശേഖരിക്കുന്നു. ഭരണകൂടത്തിനെതിരെ ശക്തമായ നിലപാടുണ്ടായിരുന്ന രാഷ്ട്രീയപ്രവർത്തകനായിരുന്ന കെയ്‌വാൻ ഗ്രാമത്തിലുള്ളവർക്ക് സഹായങ്ങൾ ചെയ്തുകൊടുത്തിരുന്നു. അയാളുടെ ചിന്തകളും വിശ്വാസങ്ങളും കാരണമായിരുന്നു പോലീസ് അയാളെ അന്വേഷിച്ചിരുന്നതെന്ന് നാന പറയുന്നു. ഒരിക്കലും രാഷ്ട്രീയക്കാരെ വിശ്വസിക്കരുതെന്ന് പറയുന്ന ജാവദിനെ അവൾ രൂക്ഷമായി നോക്കുന്നത് കെയ്‌വാനെ ഓർത്തുകൊണ്ടുതന്നെയാണ്. ജാവദ് കരുതുന്ന രീതിയിലുള്ള ബന്ധമായിരുന്നില്ല അവർക്കിടയിലുണ്ടായിരുന്നതെന്ന് വളരെയേറെക്കഴിഞ്ഞു മാത്രമാണ് അയാൾ തിരിച്ചറിയുന്നത്. ജാവദും നാനയും കെയ്‌വാൻ താമസിച്ചിരുന്നിടത്ത് പോകുമ്പോൾ അന്തരീക്ഷത്തിൽ കെയ്‌വാന്റെ പാട്ട് കേൾക്കുന്ന നാന, തന്റെ മാത്രമല്ല, ഗ്രാമത്തിലെ മുഴുവൻ കുട്ടികളുടേയും ഗുരുനാഥനായിരുന്നു കെയ്‌വാനെന്ന് പറയുമ്പോൾ, അവളുടെ കണ്ണുകൾ അയാളോടുണ്ടായിരുന്ന ബഹുമാനം കൊണ്ട് തിളങ്ങുന്നുണ്ടായിരുന്നു. വിപ്ലവകാരിയെന്ന് മുദ്ര കുത്തി, പോലീസ് അറസ്റ്റ് ചെയ്ത് കൊണ്ടുപോയ കെയ്‌വാൻ പിന്നീട് വധശിക്ഷയ്ക്ക് വിധേയനാവുകയായിരുന്നു. അയാളുടെ ശവസംസ്കാര ചടങ്ങിൽ ബന്ധുക്കളെ മാത്രം അനുവദിക്കുന്ന അധികാരികൾ ജീവിച്ചിരുന്ന കെയ്‌വാനെ മാത്രമല്ല, അയാളുടെ ശവശരീരത്തേയും ഭയപ്പെടുന്നു. നാനയുടെ ബന്ധു അറാസിനോട് ജാവദ് പറയുന്നു: "ഈ മോശം കാലം ഉടൻ അവസാനിക്കുമെന്ന് നമുക്ക് പ്രതീക്ഷിക്കാം".

കെയ്‌വാനെ ഓർമ്മിക്കുന്ന ചടങ്ങിനിടെ അയാളുടെ ഫോട്ടോ കാണുന്ന ജാവദ് ഞെട്ടുന്നു. അയാൾക്ക് താങ്ങാവുന്നതിനുമപ്പുറത്തായിരുന്നു ആ സത്യം. അവിടെ നിന്ന് ഓടിപ്പോകുന്ന ജാവദിനെ ആകെ തകർന്ന അവസ്ഥയിലാണ് നദിക്കരയിൽ നാന കണ്ടെത്തുന്നത്. കെയ്‌വാന്റെ കാലിനടിയിലെ സ്റ്റൂൾ വലിച്ച് മാറ്റി അയാൾക്ക് വധശിക്ഷ നടപ്പിലാക്കിയത് താനായിരുന്നുവെന്നും അയാൾ ഒരു ക്രിമിനലാണെന്ന വിശ്വാസത്തിലായിരുന്നു അത് ചെയ്തതെന്നും ജാവദ് നാനയോട് വെളിപ്പെടുത്തുമ്പോൾ അതൊരു കുറ്റസമ്മതമായിരുന്നു. വധശിക്ഷ നടപ്പിലാക്കിയതിന്റെ പേരിൽ തനിക്ക് കിട്ടിയ മൂന്നു ദിവസത്തെ അവധിയിലാണ് നാനയുടെ പിറന്നാളിനു അവിടെ വരാൻ കഴിഞ്ഞതെന്നും ജാവദ് വെളിപ്പെടുത്തുന്നു. തനിക്ക് ഏറ്റവും പ്രിയപ്പെട്ട ആളെ കൊന്നതിനുപകരമായി ലഭിച്ച അവധിയിലാണ് തന്റെ പിറന്നാളാഘോഷിക്കാൻ ജാവദ് വന്നതെന്ന അറിവിൽ തകരുന്ന നാന നദിക്കരയിൽ നിന്ന് അയാളെ രക്ഷിക്കുന്നുണ്ടെങ്കിലും, അവൾ അയാളുടെ ജീവിതത്തിൽ നിന്നും വളരെയകലെ എത്തിക്കഴിഞ്ഞിരുന്നു.

ചക്കകൊണ്ടൊരു തൂണ്
തൂണിനകത്തൊരു നൂല്
നൂല് വലിച്ചാൽ തേന്- എന്ന് താളാത്മകമായി പാടി. തൊടിയെന്തെന്ന് ഇതിനകം അവർക്കു മനസ്സിലായി. തേനെന്നു കേട്ടപ്പോൾത്തന്നെ സന്ധ്യക്ക് തോട്ടത്തിൽ വച്ച് അപ്പൂപ്പനെടുത്തുകൊടുത്ത വാഴക്കുടപ്പനിലെ ഉറയുന്ന തേനാണ് എല്ലാവർക്കും ഓർമ്മ വന്നത്.

പാർവ്വതി വാഴത്തേനെന്നും അമ്മു വാഴക്കൂമ്പിലെത്തേനെന്നും പറഞ്ഞു. മുത്തശ്ശീ ക്ലൂ ക്ലൂ എന്നായി ഡോൺ. നിന്റെ 'ഇഗ്ലൂ' വീണ്ടും വന്നോടാ ഡോണു എന്നായി മുത്തശ്ശി. ഒരു 'ഇഗ്ലു' പിടിച്ചോ ഒരു പൂവാണ് കുലയായി പൂക്കും ചുവപ്പുനിറമാണ്. ഉടൻ വന്നു ഉത്തരം 'തെറ്റിപ്പൂവ്' അതേ ചെത്തിപ്പൂവെന്നും പറയും. ഇപ്പോൾ എല്ലാവർക്കും ചെത്തിപ്പൂങ്കുലയൊടിച്ച് തേൻ കുടിച്ചതുവരെ ഓർമ്മവന്നു. ശരി ശരി ഉത്തരം ശരി എന്നായി മുത്തശ്ശി.

തുടർന്ന് ഇടശ്ശേരിക്കവിയുടെ പൂതപ്പാട്ടിലെ തെച്ചിപ്പൂവ് ചുവക്കാനുള്ള കാരണത്തെക്കുറിച്ചുള്ള കഥ ലഘുവായി വിവരിച്ചുകൊടുത്തു. പൂതം നാലും കൂട്ടി മുറുക്കി നീട്ടിത്തുപ്പിയതു വീണാണ് പൂവ് ചുവന്നതെന്നു കേട്ടപ്പോൾ പലരും മൂക്കത്തു വിരൽവച്ചു. ഇപ്പോഴത്തെ 4-ാം ക്ലാസ് പുസ്തകത്തിൽ ഈ കവിതയുടെ ചില ഭാഗങ്ങൾ കൊടുത്തിട്ടുണ്ടെന്നും ഈ കവിത തൊട്ടടുത്ത ക്ലാസിൽ പ്രീത ടീച്ചർ പഠിപ്പിക്കുന്നതു കേൾക്കാമെന്നും അമ്മു ഓർമ്മിച്ചു!

രാത്രിയിൽ വിടരുന്ന പൂക്കളെപ്പറ്റിയായി പിന്നത്തെ ചർച്ച. ദൂരെനിന്നും അരിച്ചെത്തുന്ന മണം പാലപ്പൂവിന്റേതാണെന്നും അതിദൂരം പ്രസരിക്കുന്ന മണമാണ് ഇതെന്നും മുത്തശ്ശി പറഞ്ഞു. ഏഴിലംപാല പൂവിന്റെ മണം പരക്കുന്നത് ഊഴിയുടെ നിശ്വാസമെന്ന് മഹാകവി ജി പാടിയത് മുത്തച്ഛനും ഓർത്തു പറഞ്ഞു.

ഏഴിലംപാല കൊടകപാല എന്നൊക്കെ കേട്ടപ്പോൾ ഡോൺ മുത്തശ്ശിയെ ചേർന്നിരിക്കാൻ തുടങ്ങി. എന്താ ഡോണു കുളിരുന്നോ എന്നായി മുത്തശ്ശി. ഏയ് ഇല്ല എന്ന

മറുപടി പറഞ്ഞെങ്കിലും അവന് ഒരു പേടിയനുഭവപ്പെടുന്നത് മുത്തശ്ശിയറിഞ്ഞു. മുത്തശ്ശീ പ്രേതം പ്രേതം എന്നായി സൈന. കാര്യം മനസ്സിലാക്കിയ മുത്തച്ഛൻ കുട്ടികളെ പറഞ്ഞു പഠിപ്പിച്ചിരിക്കുന്ന അനാവശ്യങ്ങളെക്കുറിച്ച് ഓർമ്മിപ്പിച്ച് ലഘുവിവരണം തന്നെ നടത്തി. പ്രേതം സങ്കല്പമാണെന്നും ശുദ്ധമായ ഭാവനയാണെന്നും 'ലോകത്താദ്യമായി യൂണിഫോം ഏർപ്പെടുത്തിയത്' പ്രേതങ്ങൾക്കാണെന്നും വരെ തമാശരൂപത്തിൽ പറഞ്ഞു. അതുകേട്ട് എല്ലാവരും ചിരിച്ചു. അങ്ങനെ ഒന്നില്ലെന്നും അന്ധവിശ്വാസങ്ങൾ വച്ചുപുലർത്തരുതെന്നും മുത്തശ്ശി പറഞ്ഞു.

മുറ്റത്തിന്റെ കോണിലെ ഒരനക്കം കുട്ടികളെ ചെറുതായൊന്നു പേടിപ്പിച്ചു. ഇതുവരെ സംസാരിച്ചത് പ്രേതത്തെക്കുറിച്ചായിരുന്നതാണ് കാരണം. ശബ്ദം കേട്ടിടത്ത് നോക്കുമ്പോൾ ഒരു പക്ഷി. സൈന മൂങ്ങാ മൂങ്ങാ എന്നു വിളിച്ചു പറഞ്ഞു. രാത്രിയിൽ വരുന്ന പക്ഷി മൂങ്ങായെന്ന് അവൾ കേട്ടുവച്ചിരുന്നു. എന്നാലത് ഉപ്പനായിരുന്നു. ഉപ്പനെക്കുറിച്ചായി ചർച്ച. നിലാവുണ്ണുന്ന പക്ഷിയാണ് ഉപ്പനെന്നും നിലാവുള്ള രാത്രിയിൽ അവ ഇരപിടിക്കാനിറങ്ങാറുണ്ടെന്നും മുത്തശ്ശി വിവരിക്കുമ്പോൾ കുട്ടികൾ അത്ഭുതസ്തബ്ധരായി. ഉപ്പനെക്കുറിച്ച് രാമപുരത്തുവാര്യരുടെ *വഞ്ചിപ്പാട്ടിലും രാമായണം ചമ്പുവിലും* വിവരിക്കുന്നുണ്ടെന്നും പറഞ്ഞത് സൈന ഒഴികെ എല്ലാവർക്കും മനസ്സിലായി. എന്നാലും തിത്തിതാ താ തിത്തൈ തൈ എന്നു താളമിടാൻ അവളും മറന്നില്ല.

പിന്നെ കുറച്ചുനേരം വായ്ത്താരിയും പാട്ടുമായി. 'അക്ഷരങ്ങളെ താളത്തിൽ ചൊല്ലുന്നതാണ് വായ്ത്താരി'യെന്നുകൂടി മുത്തശ്ശി പറയുമ്പോൾ ഇതുവരെ അറിയാത്ത പുതിയ കാര്യത്തിൽ അവർ തെല്ലതിശയിച്ചു.

'തെയ് തെയ് താരോ തിന്താരോ'

'ധിമി ധിമി ധിമി ധിന്തിമിതാരാ' .... തുടങ്ങിയ ഈണങ്ങളിൽ വായ്ത്താരി മുഴങ്ങി.

ചൂട്ടു മിന്നിച്ച് ചിലർ തോട്ടുവക്കിലൂടെ കടന്നു പോകുന്നത് എല്ലാവരും കണ്ടു. മുത്തശ്ശിയുടെ വീട് എത്ര മനോഹരമായ

സ്ഥലത്താണ് സ്ഥിതി ചെയ്യുന്നതെന്നവർ സ്വയം വിലയിരുത്തി. തോടും കുളവും കാടും മരവും ചെടിയും വയലും എന്നുവേണ്ട കവിതയിലെ വർണ്ണനകളും തോല്ക്കുന്ന ഇടം. 'മാവും പിലാവും പുളിയും കവുങ്ങും തെങ്ങും ഫലം തിണ്ടുമിളംകവുങ്ങും' എന്ന മട്ടിലാണ് എന്ന് അമ്മു ഓർത്തപ്പോൾ പാറു നക്ഷത്രങ്ങളും മിന്നാമിനുങ്ങും ഉപ്പനും മൂങ്ങയും ഇരുളും വെളിച്ചവും പരക്കുന്ന മുറ്റവുമാണ് ഓർത്തിരുന്നത്. കൊച്ചുസൈന മുത്തശ്ശിമടിയിൽ തല വച്ചുകിടന്നു. 1, 2, 3, 4 അൻപത് നാല്പത്തിയഞ്ച് തൊണ്ണൂറ് ഇങ്ങനെ നക്ഷത്രങ്ങളെയെണ്ണി. ഡോണാകട്ടേ മുത്തച്ഛനൊപ്പം കൂടി. മുറ്റത്തിന്റെ കോണിലെ കനകാംബര മൊട്ടുകൾ ശേഖരിച്ച് വെടിവച്ചു കളിച്ചു. ഓരോന്നായി പെറുക്കിക്കൂട്ടി ഇടയ്ക്കിടയ്ക്ക് മുത്തച്ഛന്റെ ചുമലിലും അവൻ പ്രയോഗിച്ചു. കുട്ടികൾ പുതിയൊരനുഭവം പകർന്ന് രാവിന്റെ സൗന്ദര്യവും ലഹരിയും നുകർന്നു. അമ്പിളിമാമനു വലിപ്പം വർദ്ധിക്കുന്നതും നേരം വൈകുന്നതും അവരാരുംതന്നെ അറിഞ്ഞിരുന്നില്ല. തോട്ടത്തിൽ നിന്നെത്തിയ കാറ്റ് അവരെ ചെറിയതോതിൽ കുളിരനുഭവിപ്പിച്ചു. അടുക്കളയിൽനിന്നും പറന്നുവന്ന മണം സൈന തിരിച്ചറിഞ്ഞു. മുത്തശ്ശി 'പപ്പടം, പടപടം കിപ്പടം കിടകിടം' അവളുടെ പാട്ട് പുതിയ വരികളായിട്ടും എല്ലാവർക്കും ഇഷ്ടപ്പെട്ടു. പപ്പടം പൊടിയുന്ന ശബ്ദത്തിലാണല്ലോ അവൾ വിവരിച്ചതെന്നതിൽ സന്തോഷം വന്നു. മുത്തശ്ശിക്കൊപ്പം കൂടി കുട്ടികൾ സ്വന്തം കവിതകൾ രചിക്കാൻ തുടങ്ങിയതായി മുത്തച്ഛനും തോന്നാതിരുന്നില്ല. എല്ലാവർക്കും വിശപ്പായി. 'ഇവിടെയെല്ലാം റെഡി'യെന്ന കൊച്ചു മുത്തശ്ശിയുടെ അറിയിപ്പിൽ എല്ലാവരും സന്തുഷ്ടരായി. ഇനി ഊണായാലോ എന്ന ചോദ്യത്തിന് 'ആകാമല്ലോ' എന്നായി എല്ലാവരും. തർക്കങ്ങളെല്ലാം തീർന്ന് ഒരേസ്വരത്തിൽ അഭിപ്രായമുയർന്നപ്പോൾ കുഞ്ഞുങ്ങൾക്ക് വിശപ്പുണ്ടായിരുന്നുവെന്ന് മുത്തശ്ശിമാരും മനസ്സിലാക്കി.

തറയിൽവിരിച്ച പായയിൽ എല്ലാവരും ഇരുന്നു. മുമ്പിൽ തൂശനില നിരന്നു. കടങ്കഥ പ്രതീക്ഷിച്ചവർക്ക് വിഭവമെത്തി. 'അനിയത്തി ചോന്നിട്ട് ഏടത്തി പച്ചപ്പ്, മുത്താച്ചി മഞ്ഞച്ച്' ഇലയെക്കുറിച്ചായിരുന്നു ആദ്യ ഇനം. തളിരിലയും പാകമായ

ഇലയും പഴുത്തിലയും കുട്ടികൾക്ക് ഓർമ്മയിലെത്തി. ഉടൻ മുത്തച്ഛനുമൊരു കടങ്കഥ കണ്ടെത്തി. 'വരുമ്പോൾ ചുമന്നത് പോകുമ്പോൾ കറുത്തത്.' മണ്ണടിയുന്നിടം വരെയുള്ള ഇല യുടെ അവസ്ഥയെ വ്യക്തമാക്കുന്ന കാച്ചിക്കുറുക്കിയ കടങ്കഥ യായിരുന്നു അത്. 'താനേ പരന്നത്' എന്നു കൊച്ചുമുത്തശ്ശി പറഞ്ഞുകഴിഞ്ഞപ്പോൾ ഇല വിഭവസമൃദ്ധമായി. വറുത്തുപ്പേ രിയും പപ്പടവും തോരനും അങ്ങനെ പലതും ഇലയുടെ ഒരു വശം നിറച്ചു. ഇലയുടെ അറ്റത്തായി സ്ഥാനം പിടിച്ച വെളു ത്തപൊടി അവർക്ക് സംശയമുണ്ടാക്കി. 'അച്ഛനെപ്പേടിയില്ല മ്മയെപ്പേടിയില്ലെല്ലാർക്കുമവനേറ്റമുറ്റ ബന്ധു' എന്ന് മുത്തച്ഛൻ പറഞ്ഞു. ചില ചട്ടമ്പികളെക്കുറിച്ച് പറയുന്ന ഇക്കാര്യം മുത്ത ച്ഛൻ ഇപ്പോൾപ്പറഞ്ഞതെന്തിനാണെന്ന് മുത്തശ്ശിയും ശങ്കിച്ചു. ആരും ഒന്നും ഉത്തരമായിപ്പറഞ്ഞില്ല. ഒരു കടങ്കഥകൂടി മുത്ത ച്ഛൻ പ്രയോഗിച്ചു. 'അമ്മ തൊട്ടാലും മകൻ തൊട്ടാലും മകൻ ഇല്ലാതാകും' അമ്മയും മകനും ആരെന്നും മരിക്കുന്നതാരെ ന്നുമായി ആലോചന. പാറു വിളിച്ചുപറഞ്ഞു: കടങ്കഥയ്ക്കു ത്തരം കിട്ടി തീപ്പെട്ടി. ശ്ശോ എന്ന് കൂട്ടുകാർ പറഞ്ഞു. ഉത്തരം തെറ്റ്. അമ്മുവിന്റെ അടുത്ത ഉത്തരം ശരിയായിരുന്നു ഉപ്പ്. അമ്മ കടൽ അതായത് വെള്ളം, വെള്ളം വീണാൽ ഉപ്പലിഞ്ഞില്ലാ താകും. നല്ല ആശയമുള്ള കടങ്കഥ. മുത്തശ്ശി വിലയിരുത്തി. ഉപ്പിനെക്കുറിച്ചിനിയും കടങ്കഥയുണ്ടെന്നായി മുത്തച്ഛൻ. അദ്ദേഹം തുടർന്ന് ചില കടങ്കഥകൾ അവതരിപ്പിച്ചു. ഈ നേര മൊക്കെ ഇലയിലെ വിഭവങ്ങൾ എല്ലാം അതേപടി ഇരിപ്പുറ പ്പിച്ചു.

23

കൂനനും കുപ്പായക്കാരനും

മുത്തശ്ശി ഓർമ്മിപ്പിച്ചു. മക്കളേ ചോറു കഴിച്ചില്ല. ഇലയുടെ അടിയിലെ വെള്ളപ്പൊടി ആദ്യമേ നാവിൽ തൊട്ട സൈന 'പ്പ' എന്ന് ശബ്ദമുണ്ടാക്കി. അതിനെ നീക്കിവച്ചു. എനിക്കിതുവേണ്ട പയങ്കര ഉപ്പ് എന്നായി അവൾ 'ഹയ്യോ മക്കളേ ഇതുപ്പുതന്നെ' എന്നായി കൊച്ചു മുത്തശ്ശി. പറ്റിയ അബദ്ധം ഇപ്പോഴാണ വൾക്ക് ഓർമ്മ വന്നത്.

'കാക്കയും കോഴിയും കൊത്താത്ത വിത്ത്
വെള്ളത്തിലിട്ടാൽ അലിയുന്ന വിത്ത്
കാട്ടിൽമുപ്പറ വെറുതേവച്ചാൽ
നായും നരിയും തിന്നില്ല' കടങ്കഥയിലെ കാവ്യകല്പനയും അലങ്കാരപ്രയോഗവും അമ്മുവിനും പാറുവിനും മനസ്സിലായി. മുത്തശ്ശിയുടെ തത്ത്വചിന്താപരമായ ഇടപെടലുകളും ഇടയ്ക്കി ടയുണ്ടായി. എല്ലാവരും ഭക്ഷണം കഴിക്കാൻ തുടങ്ങി. കൊച്ചു മുത്തശ്ശിയും മുത്തശ്ശിയും എല്ലാ വിഭവങ്ങളുമായി എന്നുറപ്പു വരുത്തി. അവർക്കൊപ്പം ഇരുന്നു. ഉപ്പിനെക്കുറിച്ചെത്ര കടങ്ക ഥകൾ, എത്ര മനോഹരമായ കടങ്കഥകൾ ഇനിയുമുണ്ട് ഇതേ വിധമെന്ന് മുത്തശ്ശിയും ഓർമ്മിപ്പിച്ചു. കൊച്ചു മുത്തശിയുടെ ഇടപെടലുമുണ്ടായി– കൂട്ടിത്തിന്നാനൊന്നാന്തരമാ–ണൊറ്റക്കാ യാലാർക്കും വേണ്ട– ഇലയിലെ കറികൾ എല്ലാവരും എടുത്തു രചിച്ചുതുടങ്ങി. സൈന ഓരോന്നും എടുത്ത് സൂക്ഷ്മനിരീ

ക്ഷണം നടത്തി. കറിവേപ്പില തുടങ്ങി പലതും അവൾ മാറ്റിവച്ചു. എല്ലാം തിന്നണം എന്നവളെ ഉപദേശിച്ചെങ്കിലും ശീലം മാറ്റാനവൾക്കായില്ല.

'ഇട്ടാൽപൊട്ടാത്ത കിങ്ങിണി മുട്ടയും' ഒരു കലത്തിൽ രണ്ടുകറിയും' ഒക്കെ ഇലയിൽ നിരക്കുന്നത് വളരെ രുചികരമായി ആഹാരം എന്നതിനു സൂചനയായി. ഇട്ടാൽ പൊട്ടാത്ത കിങ്ങിണിമുട്ട 'കടുകാ'ണെന്നും മറ്റേതിനുത്തരം 'മുട്ട'യാണെന്നും പറഞ്ഞപ്പോൾ ഇലയ്ക്കരികിലെ മുട്ടപൊരിച്ചതും സൈന മാറ്റിവച്ച കടുകും കൂട്ടുകാർക്ക് പെട്ടെന്നു ബോദ്ധ്യമായി.

'കടലിൽ കൂനനും' 'ആയിരം കടലോടി വന്ന ചെങ്കുപ്പായക്കാരനും' ഇലയിൽ വന്നിരുന്നു. എല്ലാവർക്കും ഊണിഷ്ടമായി. എഴുന്നേറ്റു കൈകഴുകി വരാന്തയിൽ ഇരുന്നു. സൈന എരിവുകാരണം ശ് ശ് എന്നൊരു ശബ്ദമുണ്ടാക്കി. മുത്തശ്ശി ഒരു ചെറുപഴം അവൾക്കു കൊടുത്തു. മേശമേൽ പഴം വച്ച് ആവശ്യമുള്ളവർക്കും കഴിക്കാം എന്നായി. ഒടുവിൽ മുത്തശ്ശി പറഞ്ഞതിങ്ങനെ. 'അഞ്ചാരും കുഞ്ചാരും കൂടി ഗുഹ കാണാൻ പോയ്. അഞ്ചാരിങ്ങോട്ടും പോന്നു കുഞ്ചാരങ്ങോട്ടും പോയി.' അഞ്ചാര് എന്നാൽ അഞ്ചുപേർ സൈന, ഡോൺ, അമ്മു, പാർവ്വതി, മുത്തശ്ശി. എന്നാലും രണ്ടുപേരുണ്ടല്ലോ എന്നായി അമ്മു. ഒടുവിലാണ് സംഗതി പിടികിട്ടിയത്. ഇതൊന്നുമല്ല ഉത്തരം എന്ന് മുത്തശ്ശിയുടെ മുമ്പിലെത്തി എല്ലാവരും തുള്ളിട്ടു. മുത്തശ്ശി പറയണം. പറഞ്ഞേ മുത്തശ്ശി എന്നായി എല്ലാവരും. ഇതിന് ഒരു ചെറിയ വിശദീകരണം വേണമെന്നായി മുത്തശ്ശി. അഞ്ചാര് അഞ്ചു വിരലും ചേരുന്ന വലംകൈ. കുഞ്ചാര് ഉരുട്ടിയെടുക്കുന്ന ഉരുള' ഹ ഹ ഹ എന്ന് ചിലർ ചിരിച്ചു തുടങ്ങി. കുസൃതി നോട്ടങ്ങളും പരസ്പരം പങ്കുവച്ചു. ഗുഹയെന്നാൽ വായ. കണ്ടു കഴിഞ്ഞപ്പോഴാ ചോറുരുള വയറിനുള്ളിൽപ്പോയി കൈ പുറത്തും. എന്തൊരു രസം എന്തൊരു ഭാവന എന്തെല്ലാം അർത്ഥങ്ങളാണ് കടങ്കഥയ്ക്ക്. എല്ലാവരും സന്തോഷിച്ചു.

ഇളംകാറ്റ് ചെറുതായൊന്നു ശക്തിപ്രാപിച്ചു. മുല്ലയും

പിച്ചിയും പൂത്ത നറുമണം മൂക്കിലെത്തി. കൊച്ചു മുത്തശ്ശി നെടുനീളത്തിൽ കോർത്തിട്ട മുല്ലമാലയിൽനിന്നാണാ മണമെന്ന് സൈന കണ്ടെത്തി. ആ മാലയെ ചൂണ്ടി നിന്ന അവൾ നിലാവിൽ ഒരു പ്രതിമ പോലെ നിശ്ചലയായി. പൂക്കളോട് പ്രത്യേകിച്ചും മുല്ല, പിച്ചി തുടങ്ങിയവയോട് പെരുത്തിഷ്ടക്കാരിയായ അമ്മുവിനറിയാമായിരുന്നു. രാവിലെ ഇത് തങ്ങളെ അണിയിക്കാൻ തന്നെയാണ് മുത്തശ്ശി കെട്ടിയതെന്ന്. എല്ലാവർക്കും പൂമാലയിൽ ചെറിയ കമ്പമുണ്ടായി. വിടർന്നുവരുന്ന പൂമൊട്ടുകളിൽ നിന്നെത്തിയ ഹൃദ്യമായ മണം അത്രയേറെ ആസ്വാദ്യപ്രദമായിരുന്നു. തൊട്ടടുത്ത തൊഴുത്തിൽനിന്ന് ചില ശബ്ദങ്ങൾ കേൾക്കായി. ഓരോരുത്തരും ചെവി വട്ടം പിടിച്ചു. മുത്തശ്ശീ ഇവിടൊരു ശബ്ദം.... ങാ അത്. ചെത്തനാരു ചെത്തി ച്ചെത്തി വീശാനാരു വീശി വീശി, പുള്ളോക്കുടം വീർത്ത് വീർത്ത് - വരുന്നതാണ്. ആർക്കും ഒന്നും പിടികിട്ടിയില്ല. ഒടുവിലാണ് വസ്തുത ബോദ്ധ്യമാക്കിയത്. മുത്തച്ഛന്റെ പശു പുല്ലു തിന്നുന്നതായിരുന്നു അത്. നിലാവിന് വെളിച്ചം പോരാത്തതുകൊണ്ട് കൊച്ചു മുത്തശ്ശി മേശപ്പുറത്ത് ഒരു വിളക്കു കൊണ്ടു വച്ചു. എല്ലാവരിലും അതു കൗതുകം ജനിപ്പിച്ചു. വൈദ്യുതദീപങ്ങൾ ഉണ്ടായിട്ടും ഇവിടെ അതു തെളിക്കാതെ ഈ വിളക്കു കൊണ്ടു വച്ചതിൽ എല്ലാവരും അതിശയിച്ചു. അതിന്റെ മഞ്ഞ വെളിച്ചത്തിൽ ചുറ്റുമിരുന്നവർ ആംഗ്യങ്ങൾ കാണിച്ചു. അല്പം മാറിനിന്ന് മുത്തച്ഛൻ ഡോണിനെ ആംഗ്യം കാട്ടി വിളിച്ചു. മാറി നിന്ന് ഈ ദൃശ്യം കണ്ട അവന് ആ നിഴലുകൾ അങ്ങേയറ്റം രസകരമായി. മുത്തച്ഛൻ ഒരു കടങ്കഥ ഈണത്തിൽ തട്ടി മൂളി-കാതു പിടിക്കുമ്പോൾ നാക്കു നീട്ടുന്നോന്റെ നാവു വെള്ളത്തിൽ-മുത്തശ്ശി ഒരു ചിരിയിൽ ആ കടങ്കഥയാസ്വദിച്ചു. എന്താ കൊച്ചു മുത്തശ്ശീ മുത്തച്ഛൻ പറഞ്ഞത്. ഒരു ക്ലൂ താ. കൊച്ചു മുത്തശ്ശി ഒരു കടങ്കഥയാണ് ക്ലൂ ആയി നല്കിയത്. 'പൊക്കിളിൽ തൊട്ടാലിളിച്ചു കാട്ടും.' സൈന ഉടൻതന്നെ അടുത്തിരുന്ന പാറുചേച്ചിയെ ഇക്കിളിയാക്കാൻ തുടങ്ങി. ചിരിച്ചേ ചിരിച്ചേ ഇക്കിളിവന്നു ചിരിച്ചേ. ആ ചിരിയിൽ എല്ലാവരും പങ്കുചേർന്നു. ഡോണിന്റെ ഉത്തരം ശരിയായിരുന്നു 'ടോർച്ച്

ലൈറ്റ്' അങ്ങനെ ലൈറ്റുമായി ബന്ധപ്പെട്ടതാണ് മുത്തച്ഛന്റെ കടങ്കഥയെന്ന് എല്ലാവർക്കും മനസ്സിലായി. കാതും നാക്കും വാലുമുള്ളത് ചിമ്മിനി വിളക്കായിരിക്കാമെന്ന് പാറു വിചാരിച്ചു. ആ ഉത്തരം അവൾ ഉറക്കെ വിളിച്ചു പറഞ്ഞു. ചിമ്മിനി വിളക്ക് അല്ലെന്നാലും അടുത്തെത്തിയെന്ന് മുത്തച്ഛൻ പറഞ്ഞു കേട്ടപ്പോൾ എല്ലാവർക്കും ഉത്സാഹമായി. ഊഹവും നിഗമനവും മെച്ചപ്പെടുന്നുവെന്ന് മുത്തശ്ശിക്കും മനസ്സിലായി. ഒടുവിൽ ഉത്തരം കണ്ടെത്തി. 'മേശവിളക്ക്' എല്ലാവരും അതിശയിച്ചു. ഉത്തരം ശരി. പണ്ട് മേശവിളക്കില്ല. റാന്തൽ എന്ന വിളക്കായിരുന്നു അന്ന് പ്രചാരത്തിലിരുന്നത്. ഉത്തരം റാന്തൽവിളക്ക്. അമ്മുവിന് മുത്തച്ഛനുണ്ടാക്കിയ ഓലപ്പീപ്പി സമ്മാനമായിക്കിട്ടി. ഉടൻ തന്നെ സൈനയും ഡോണും ഓരോ കളിപ്പാട്ടം ഉണ്ടാക്കിക്കൊടുക്കണമെന്നു പറഞ്ഞ് മുത്തച്ഛനൊപ്പംകൂടി. ഇരുവർക്കും ഓരോ കളിവാച്ചും പാറുവിന് കണ്ണടയും ഉടൻ റെഡി. അടുക്കളയിൽനിന്നും ചില ഒച്ചകളും മണവുമൊക്കെ വന്നു. മുത്തച്ഛൻ രാത്രി പലഹാരമാണ് കഴിക്കുക. കുഞ്ഞുങ്ങൾക്കൊപ്പം ഇരുന്ന് മുത്തച്ഛൻ ഊണു കഴിച്ചത് അടുക്കളക്കാരി മറന്നുപോയി. അവരുടെ പതിവു ജോലി അവർ മറന്നില്ല. അവിടെന്താ മുത്തശ്ശീ ശബ്ദം–ങാ 'ശീശു രണ്ടൊച്ച എടുത്തുനോക്കി നൂറോട്ട' കൊച്ചുസൈന മൂക്കുപൊത്തി അമ്മേ ശീശൂ. പോടീ കുറുമ്പി അതൊന്നുമല്ല. ദോശ ചുടുന്നതാ പാറു പറഞ്ഞു. ഉത്തരം ശരിയെന്നു പറഞ്ഞെങ്കിലും സൈനയുടെ കുസൃതിച്ചിരിയടങ്ങിയിരുന്നില്ല. വരാന്തയിൽ നിലവിളക്ക് മൂന്നു തിരിയിൽ കത്തി നില്ക്കുന്നു. എല്ലാവരും ആ കാഴ്ച എപ്പോഴാണ് കണ്ടത്. വിളക്ക് കത്തിച്ച് ദീപം തൊഴുന്ന പതിവുള്ള അമ്മുവും പാറുവും ഇത് വൈകിയാണ് കണ്ടത്. അതിലവർക്ക് തെല്ലുപ്രയാസവും തോന്നാതിരുന്നില്ല. മുത്തശ്ശി പതിവു നാമംചൊല്ലലും ഭസ്മക്കുറിയിടലും മുടക്കിയില്ല. അപ്പോൾ കുട്ടികൾ പുറത്തായിരുന്നതിനാൽ വിളിച്ചില്ലെന്നേയുള്ളൂ.

ഓരോരുത്തരായി ഓടിവന്ന് വിളിക്കിൽ തൊട്ടു വണങ്ങി ഇലത്തുമ്പിലിരുന്ന ഭസ്മംകൊണ്ട് കുറിചാർത്തി. ഓമന മുഖ

ങ്ങൾ കൂടുതൽ പ്രസരിപ്പുള്ളതായി മുത്തശ്ശിക്കു തോന്നി. വിളക്കിന്റെ തിരി മങ്ങിത്തുടങ്ങി. മുത്തശ്ശി അതോർമ്മിപ്പിച്ചത് കടങ്കഥയിലൂടെതന്നെയായിരുന്നു.

'ആലത്രവയലെന്നൊരു വയല്, പൂവാലൻ പക്ഷിയെന്നൊരു പക്ഷി, ആലത്രവയലിലെ വെള്ളം വറ്റുമ്പോൾ, പൂവാലൻ പക്ഷിക്കു മരണം.' വയലും പക്ഷിയും വെള്ളവുമൊക്കെ വന്നപ്പോൾ ഏതോ കൃഷിയെക്കുറിച്ചാണെന്നവർ കരുതിയതിൽ അത്ഭുതമില്ല. പ്രത്യേകിച്ചും കർഷകനായ മുത്തച്ഛന്റെ സഹായിയാണല്ലോ മുത്തശ്ശി. അവർ തല പുകഞ്ഞാലോചിച്ചു. വൈകുന്നേരം കൃഷിസ്ഥലത്തുകണ്ട പലതിലേക്കും ശ്രദ്ധപോയി. ഒന്നിലും ഉത്തരം കണ്ടെത്താനായില്ല. വീണ്ടും തുല്ലിട്ടു. ദാ ഈ കത്തുന്ന നിലവിളക്കു നോക്കൂ–എല്ലാവർക്കും അത്ഭുതം. വയലെവിടെ പക്ഷിയെവിടെ എന്നൊക്കെ ആലോചിച്ചവരിരുന്നു. മുത്തശ്ശി ഓരോന്നോരോന്നായി വിവരിച്ചു. പക്ഷി, തിരയിട്ട തട്ട്, വയല് വയലിലെ വെള്ളം, എണ്ണ കത്തുന്ന തിരി പൂവാലൻ പക്ഷി എണ്ണ വറ്റുമ്പോൾ വിളക്കണയുന്നത്.

കടങ്കഥയിലെ അർത്ഥവ്യാപ്തിയും അലങ്കാരികതയും അമ്മുവും പാറുവും നന്നായി മനസ്സിലാക്കി. മറ്റു രണ്ടുപേരും ഇതുകേട്ട് അത്ഭുതപരതന്ത്രരായി വരാന്തയുടെ മൂലയിലായി മുത്തച്ഛന്റെ ചാരുകസേര കണ്ട സൈന ഓടിച്ചെന്നതിൽ കയറി ഒരു വശം ചരിഞ്ഞ് കണ്ണ് പൊത്തിക്കിടപ്പായി. ആ കിടപ്പവൾക്ക് ഏറെ ഇഷ്ടപ്പെട്ടു. കൂടുതൽ സമയം കിടന്നാൽ അവൾ ഉറങ്ങുമെന്നു മുത്തശ്ശിക്കു മനസ്സിലായി. അവളെ ആരും ശല്യപ്പെടുത്തരുതെന്നു മുത്തശ്ശി ആംഗ്യരൂപത്തിൽ ഉപദേശിച്ചു. തൊട്ടടുത്ത് ഭിത്തിയിൽ ചാരിവച്ചിരുന്ന കുട എടുത്ത് ഊന്നിപ്പിടിച്ച് ഡോൺ മുത്തച്ഛന്റെ ഭാവം അനുകരിച്ചു. അതെല്ലാവർക്കും നന്നേ ഇഷ്ടമായി. മുത്തച്ഛന്റെ സംസാരവും അവൻ അതേപടി പകർത്തി. സ്കൂളിലെ മിമിക്രികലാകാരൻ കൂടിയാണ് ഡോണെന്ന് മുത്തശ്ശി അപ്പോഴാണ് മനസ്സിലാക്കിയത്. ഉടൻതന്നെ ചാരുകസേരയിൽ കിടന്ന തോർത്തെടുത്ത് മാറിൽച്ചേർത്തിട്ട് മുത്തശ്ശിയേയും അവതരിപ്പിച്ചു. മറ്റൊരു തോർത്തുകൊണ്ട് അവൻ മുത്തശ്ശിയുടെ മുടിക്കെട്ടും അതേപടി അനുകരിച്ചു. കളിയും ചിരിയുമായി ആ രാത്രി നീണ്ടു.

മുത്തശ്ശി അവനെ അങ്ങേയറ്റം അഭിനന്ദിച്ചു. മുത്തശ്ശി അവനായി *ഐതിഹ്യമാല* എന്ന പുസ്തകം തന്നെ സമ്മാനമായി നല്കി. ഒപ്പം എല്ലാവരും ഈ പുസ്തകം കൈമാറി വായിക്കണമെന്ന നിർദ്ദേശവും വച്ചു! *ഐതിഹ്യമാല*യിലെ ചില കഥകൾ വായിക്കുകയും കേൾക്കുകയും ചെയ്തിട്ടുള്ള അമ്മുവും പാറുവും ആ സമ്മാനം ഏറെ വിലപ്പെട്ടതായി കരുതി. ഡോണുമോനേ നീ ആ 'എട്ടെല്ലൻ കുട്ടപ്പനൊറ്റക്കാലനെ' അങ്ങുവയ്ക്ക്. മുത്തച്ഛന്റെ സന്തതസഹചാരിയാണവൻ. തന്റെ കൈയിലെ കാലൻ കുടയ്ക്കിങ്ങനെയൊരു കടങ്കഥയുണ്ടെന്നറിഞ്ഞ അവർ മുത്തശ്ശിയുടെ അപാരമായ കടങ്കഥാ പ്രാവീണ്യത്തിന് എന്തു സമ്മാനമാണ് നല്കേണ്ടതെന്ന് സംശയിച്ചില്ല. ചക്കരമുത്തം കൊണ്ടവർ മുത്തശ്ശിയെ പൊതിഞ്ഞു. ഈ സമയം ചാരുകസേരയിൽ സുഖമായുറങ്ങിയ സൈന ഇടയ്ക്കിടെ കാലാട്ടുകയും ചിരിക്കുകയും ചെയ്യുന്നത് എല്ലാവരും കണ്ടു. 'സൂത്രക്കാരി ഉറങ്ങിയില്ല' എന്നു പറഞ്ഞവളെ സമീപിക്കുമ്പോൾ അവൾ കൂർക്കം വലിക്കുന്നതാണവർ കേട്ടത്. സ്വപ്നത്തിലവൾ പറമ്പിൽ സഞ്ചരിച്ചതാവാമെന്ന് മുത്തശ്ശി പറഞ്ഞു. അവളെയും താങ്ങി മറ്റു മക്കളോടൊപ്പം മുത്തശ്ശി ഉറക്കറയിലേക്കു പോയി.

24

ശാരിവള്ളി ശകുന്തളവള്ളി

അമ്മുവിനും പാറുവിനും മുത്തശ്ശി മുടി ചീകിക്കെട്ടി. തല മുടിയെക്കുറിച്ച് കടങ്കഥകളില്ലേ മുത്തശ്ശീയെന്നു അവരാരാഞ്ഞു. കൊള്ളാം നിങ്ങളുടെ ഈ സൗന്ദര്യത്തിന് കടങ്കഥയില്ലെന്നാരു മക്കളേ പറഞ്ഞത്. ദാ കേട്ടോളൂ. 'ആയിരംവള്ളി അരുമവള്ളി അമ്മക്കതിനോടെന്തിഷ്ടം' കണ്ടോ പെണ്ണിന് മുടി അഴകാണ്. അമ്മയ്ക്കിഷ്ടം അതിനോടാണ്. തന്റെ നരച്ചമുടിക്ക് സൗന്ദര്യ മില്ലായിരിക്കാം. പണ്ട് മുത്തച്ഛൻ പറയുമായിരുന്നു പനങ്കുല പോലുള്ള മുടിയൊരലങ്കാരം തന്നെയെന്ന്. തുടർന്ന് ആറ്റിൽ കുളിച്ചതും മുടിയുണക്കിയതുമൊക്കെ മുത്തശ്ശി വിവരിച്ചു. 'ആയിരം വള്ളി കറുത്ത വള്ളി ആറ്റിലിറങ്ങിയാലൊറ്റവള്ളി' എന്നായി അടുത്തത്. മുത്തശ്ശി നിർത്തിയില്ല. “ഇലയില്ലാ ത്തൊരു പൂവില്ലാത്തൊരു കായില്ലാത്തൊരു കരിവള്ളി” എന്നും “ഇല്ലത്തമ്മ കുളിച്ചുവരുമ്പോൾ പാമ്പുകളനവധി പിന്നാലെ യെന്നും” കായ്ക്കില്ല പൂക്കില്ല വെട്ടിയാൽ മുളക്കില്ല എന്നും വിശേഷിപ്പിക്കുന്നത് തലമുടിയെക്കുറിച്ചാണെന്നും പറഞ്ഞു. തലമുടിയോടുള്ള ഇഷ്ടം എത്രമാത്രമെന്ന് ഈ പറച്ചിലിൽ അവർക്കു മനസ്സിലായി. പച്ച വെളിച്ചെണ്ണ തേച്ച് കുളിച്ച് മുടി കോതിക്കെട്ടി മുടിത്തുമ്പിൽ തുളസിക്കതിരും ചൂടിയാൽ പെണ്ണിന് സൗന്ദര്യവും മുടിയഴകും കൂടുമെന്നുകൂടി മുത്തശ്ശി

കൊച്ചുമക്കളെ പഠിപ്പിച്ചു.

ഇനി മുത്തശ്ശിയുടെ മുടിയെക്കുറിച്ചും കടങ്കഥയുണ്ടെന്നായപ്പോൾ ഈ മുത്തശ്ശിക്കെന്തു സമ്മാനം കൊടുത്താൽ പ്രതിഫലമാകുമെന്ന് അവർ ആലോചിച്ചു. അതെന്താണു മുത്തശ്ശീ പറഞ്ഞില്ലല്ലോ... ദാ "കൂടെ വന്നവൻ നിറംമാറി" നരച്ചമുടിയുടെ പ്രാധാന്യം കല്പിക്കുന്ന ആ കടങ്കഥയും അപാരമായ ലോകവീക്ഷണം തന്നെയായിരുന്നു.

താളംമുറുകി പാട്ടിന്റെയീണം കൊഴുത്തു. 'പൂക്കുകില്ലീ 'കാട് കായ്ക്കുകില്ലീക്കാട് വെട്ടിയാൽ വീണ്ടും തഴയ്ക്കുമല്ലോ' എന്നായിരുന്നു പ്രവചനസ്വഭാവമുള്ള അടുത്ത കടങ്കഥ. മുത്തശ്ശി വാചാലയായി. മക്കളേ തലമുടി സൂക്ഷിക്കണം. ഓരോ ഇഴയിലും ആരോഗ്യം ഒളിഞ്ഞിരിക്കുന്നു. നന്നായി എണ്ണതേച്ച് വിരലുകൾകൊണ്ട് അമർത്തി തലയാകമാനം ഉഴിയണം. എണ്ണതേച്ച് കുറച്ചുനേരം ഇത് തുടരണം!

തുടർന്ന്, 'വരുമ്പോൾ കറുത്തിട്ട് പോകുമ്പോൾ വെളുത്തിട്ട്' എന്നു ഒരു മുത്തശ്ശി പറഞ്ഞപ്പോൾ കുട്ടികൾ സങ്കടപ്പെട്ടു. ആ കടങ്കഥ വേണ്ട മുത്തശ്ശീ. അതെന്താ മക്കളേ. മുത്തശ്ശി നമ്മെ വിട്ടെങ്ങും പോകില്ലല്ലോ പിന്നെന്തിനാണങ്ങനെ. എടീ ബഡുക്കൂസുകളേ അത് ലോകനിയമമല്ലേ. ജനിച്ചാൽ മരിക്കില്ലേ മരിക്കണ്ടേ. അല്ലെങ്കിൽ പിന്നെ നിങ്ങൾ എന്നും സുന്ദരിമാരായിരുന്നു പോവില്ലേ. കുശുമ്പത്തികളേ. എല്ലാവരെയും ചിരിപ്പിച്ചെങ്കിലും കുട്ടികൾ വെറുതെ വിഷമിച്ചു.

'വെട്ടിയാലും വെട്ടിയാലും വളരുന്ന കാടെ'ന്നും 'വേവിച്ചാൽ വേവില്ലെന്നും കത്തിച്ചാൽ കത്തുമെന്നും' 'ശാരിവള്ളി ശകുന്തളവള്ളി വെള്ളത്തിലിട്ടാൽ ചീയാത്തവള്ളിയെന്നും' മുത്തശ്ശി തലമുടിയെക്കുറിച്ചു പറഞ്ഞു. പെൺകുട്ടികൾ തലമുടി ദൈവത്തിന്റെ വരദാനമായിക്കരുതി സൂക്ഷിക്കണമെന്നും നിങ്ങൾ രണ്ടുപേരും ഭാഗ്യശാലികളാണെന്നും മുടിയുടെ ലക്ഷണം നോക്കി മുത്തശ്ശി പറഞ്ഞപ്പോൾ മുത്തശ്ശിയുടെ മുഖത്തേക്ക് തല ഉയർത്തി നോക്കിയ കണ്ണുകൾ പ്രകാശമാനമായി. അവരെ ചേർത്തുവച്ച് പൂന്താനത്തിന്റെ ജ്ഞാനപ്പാനയിലെ

വരികൾ മുത്തശ്ശി ഈണത്തിൽചൊല്ലി. സൈന തല ഉയർത്തി നോക്കുന്നതുപോലെ മുത്തശ്ശിക്കു തോന്നി. അവളെ തുടയിൽത്തട്ടി ഉറക്കി. ഒപ്പം അമ്മുവും പാറുവും ഉറക്കത്തിലാണ്ടു. ഡോൺ ഇതിനകംതന്നെ സൈനയ്ക്കടുത്തായി ഉറങ്ങിക്കഴിഞ്ഞിരുന്നു. മക്കളെ ഉണർത്താതെ എഴുന്നേറ്റ് മുത്തച്ഛന് ചൂടുവെള്ളവും രാത്രിയാഹാരവും കൊടുത്തു പരിചരിക്കാൻ മുത്തശ്ശി എഴുന്നേറ്റു പോയി.

താക്കോൽ കൊടുക്കാതരുണോദയത്തിൽ താനേ മുഴങ്ങുന്ന വലിയൊരലാറം കേട്ട് മുത്തശ്ശി ഉണർന്നു. കിഴക്കിന്റെ മുഖം തുടുത്തുവരുന്നു. അടുത്തുള്ള ക്ഷേത്രത്തിലെ ശ്രീവെങ്കി

ടേശ്വര സുപ്രഭാതം നേർത്തൊഴുകിയെത്തി. ഇടയ്ക്ക് കുഞ്ഞുങ്ങളെ പലപ്പോഴായി വന്നു നോക്കി. തലേന്നത്തെ യാത്ര അവരിലുളവാക്കിയ കൗതുകം ആ ഉറക്കത്തിൽ വ്യക്തമായിരുന്നു. പലരുടെയും മുഖത്ത് ചിരിയുടെയും സന്തോഷത്തിന്റെയും സാന്നിദ്ധ്യം ഉണ്ടായിരുന്നു. അടുക്കള ഉണർന്നു കഴിഞ്ഞു. കറവക്കാരനെത്താൻ സമയമായിരിക്കുന്നു. മുത്തച്ഛൻ തൊഴുത്തിനരികിലുണ്ട്. വാലാട്ടി നില്ക്കുന്ന പൂവാലിപ്പശുവിന് വയ്ക്കോലും പുല്ലും ഇടകലർത്തി പുൽത്തൊട്ടി നിറച്ചിരിക്കുന്നു. തേങ്ങാപ്പിണ്ണാക്കും നാടൻ തവിടും ചേർത്ത മിശ്രിതം വേറെ. പൂവാലിക്കും സന്തോഷം. പാലു ചുരത്താൻ ഇനി താമസമില്ല. ഒഴിഞ്ഞ പാത്രത്തിൽ സൂചിവണ്ണത്തിലുള്ള പാൽ വീഴുമ്പോഴുള്ള പ്രത്യേകതരം ശബ്ദം ഉണർന്നുകിടന്ന സൈന കേട്ടു. അവൾക്കതു എന്തെന്നു മനസ്സിലായില്ല. ഉണർന്നു കിടക്കുകയാണ് ഡോണും പാർവ്വതിയും. കൂടുതൽ ഉറങ്ങുന്ന ശീലക്കാരിയായ അമ്മുവിനെ സൈന വന്ന് ഇക്കിളിപ്പെടുത്തി ഉണർത്തി. വരിവരിയായി നാലുപേരും മുത്തശ്ശിക്കു മുമ്പിലെത്തി.

മുറ്റത്തിന്റെ കോണിൽ കൂട്ടിവച്ചിരുന്ന പഴുത്ത മാങ്ങ; പന്തലിച്ചുനിന്ന നാട്ടുമാവിൽ നിന്നുതിർന്നു വീണവയായിരുന്നു. അതിന്റെ സുഗന്ധം എല്ലാവരുടെയും നാവലിയിച്ചു. ഹായ് മാമ്പഴം എന്നുപറഞ്ഞ് സൈന ഒന്നെടുത്തു കടിച്ചു. മോളേ പല്ലുതേയ്ച്ചിട്ടാവാം ബാക്കിയെല്ലാം. അവൾ മാമ്പഴം കൈകളിലൊതുക്കി മുത്തശ്ശിയുടെ നിർദ്ദേശം അനുസരിച്ചു. മുറ്റത്തിന്റെ മറ്റൊരു കോണിൽ പഴുക്കടയ്ക്ക കൂട്ടിവച്ചിരിക്കുന്നു. സമീപത്തെ അടയ്ക്കാമരത്തിൽനിന്നും കൊഴിഞ്ഞു വീണവ. കൗതുകക്കാഴ്ചകൾ തന്നെയായിരുന്നു എല്ലാം. കാലിത്തൊഴുത്തിൽ നെറ്റിയിൽ പൂവുള്ള പൈക്കന്ന് കെട്ടുകുറ്റിയെ നക്കി കൊതിയൂറി നില്ക്കുന്നു. അടുത്തായി അലസമായിക്കിടന്ന് അയവിറക്കുന്ന മറ്റൊരു പശുവിനെയും കാണായി. കറവക്കാരൻ പാൽ കറന്ന് പാത്രത്തിലേക്കൊഴിക്കുന്നു. റബ്ബർ പാലുമാത്രമാണ് സൈന ഇതിനുമുമ്പ് ഇത്രയും കണ്ടിട്ടുള്ളത്. അവൾ കൗതുകത്തോടെ അതു കണ്ടു നിന്നു. ഒരുഗ്ലാസ് ചൂടുപാൽ മുത്തച്ഛനവൾക്കു കൊടുത്തു. ഒരറപ്പുമില്ലാതെ

അവൾ വാങ്ങി കുടിച്ചു. മേൽച്ചുണ്ടിൽ പത ഉണങ്ങാതെ പറ്റിയിരുന്നു. അതിന്റെ ചെറുചൂടും രുചിയും അവൾക്ക് ഏറെ ഇഷ്ടപ്പെട്ടു.

അമ്മുവിനെയും പാറുവിനെയും സൈന വിവരമറിയിച്ചു. 'അപ്പൂപ്പൻ പാലുകറക്കി' വാ കാണിച്ചു തരാമെന്നായി. എല്ലാവരും ഒളിച്ചും പതുങ്ങിയും എത്തി. അപ്പൂപ്പൻ ചുണ്ടിൽ വിരൽവച്ച് ശൂ എന്നാംഗ്യം കാണിച്ചു. ബഹളം വച്ചാൽ പാൽചുരത്തില്ലെന്നു അച്ഛൻ പറഞ്ഞിട്ടുള്ളത് പാർവ്വതിക്കറിയാമായിരുന്നു. അവർ അവിടുന്ന് പോയി.

മുറ്റമടിക്കുന്ന മുത്തശ്ശിക്കൊപ്പം കൂടിയ നാൽവർസംഘം രാവിലെ സംശയങ്ങൾ ഉന്നയിച്ചു തുടങ്ങി. മുത്തശ്ശിയും അതാഗ്രഹിച്ചു. വീട് മൂകമായിട്ട് നാളുകളേറെയായി. കുരുന്നുകളുടെ സ്പർശവും സാന്നിദ്ധ്യവുമില്ലെങ്കിൽ ഒരു വീടും വീടാവില്ല. അലച്ചും വിളിച്ചുമൊക്കെയാണ് വീടുണർന്നത്.

മുത്തശ്ശി 'ഒരമ്മപെറ്റ മക്കളെല്ലാം വിറച്ചുവിറച്ച്...' ങാ, രാവിലെ കടങ്കഥയുമായിട്ടാണല്ലോ വരവ്. മാമ്പഴം വേണ്ടേ? ഇനിയുമുണ്ട് പഴങ്ങൾ. റമ്പൂട്ടാനും സീതപ്പഴവും. കായ്കനികളായി വീട്ടുവളപ്പിൽ എന്തെല്ലാം വിഭവങ്ങൾ! പാർവ്വതി ഇവിടുത്തെ നിത്യസന്ദർശകയാണ്. അവൾക്ക് അതിന്റെയെല്ലാം സ്ഥാനമറിയാം. പാറു മുത്തശ്ശിക്ക് ഇത്തിരി തിരക്കുണ്ട്. പരിസരമൊക്കെ പോയിക്കണ്ടോളൂ. കൊച്ചു മുത്തശ്ശി ചായയുമായെത്തി. വലിയ പാത്രം മുറ്റത്തിന്റെ കോണിൽവച്ച് ഗ്ലാസുകളിൽ ചായ പകർന്നുകൊടുത്തു. ശുദ്ധമായ നാടൻ പാലുചേർത്ത് തയ്യാറാക്കിയ ചായ എല്ലാവരും ആസ്വദിച്ചു കുടിച്ചു. ഉണർന്നാൽ ചായ കുടിക്കുന്ന പതിവുകാരാണ് എല്ലാവരും. ഇതു പ്രതീക്ഷിച്ചിരുന്നതുപോലായിരുന്നു എല്ലാവരുടെയും സഹകരണം. സൈനയ്ക്ക് ചൂട് ചായ പറ്റില്ല. നന്നേ തണുക്കണം. ഉടൻതന്നെ മുത്തശ്ശി ചായ തണുപ്പിച്ചു നല്കി. ചായകുടി കഴിഞ്ഞ് എല്ലാവരും വീട്ടുവളപ്പ് ചുറ്റാനിറങ്ങി.

25

ചോണനുറുമ്പും ചങ്ങാതി

അണ്ണാറക്കണ്ണന് ഇവരുടെ വരവ് അത്രയ്ക്കിഷ്ടപ്പെട്ടി ല്ലെന്നു തോന്നുന്നു. ചിൽചിൽ ശബ്ദമുണ്ടാക്കി കയറിയിറ ങ്ങാനും ചില്ലകൾ മാറി ചാടാനും തുടങ്ങി. നേരത്തെ അറിയാ മായിരുന്ന കടങ്കഥ ഒന്നവൾ പ്രയോഗിച്ചു. 'കൊമ്പിൽ കുറു വടി ചാടിച്ചാടി' ഹായ് അണ്ണാറക്കണ്ണൻ ചാടിച്ചാടിപ്പോകുന്നു. സൈനയുടെ ഉത്തരം ബഹുകേമമെന്ന് സംഘാംഗങ്ങൾ വില യിരുത്തി. പുതുക്കാഴ്ചകൾ നിരവധിയായിരുന്നു. 'വേലിപ്പൊ ത്തിൽ പൊന്നെഴുത്താണി' എന്ന് പാർവ്വതി പറഞ്ഞെങ്കിലും ആർക്കും ഒന്നും മനസ്സിലായില്ല. സൂക്ഷിച്ചു നോക്കുമ്പോൾ ഒരു വാൽ മിനുങ്ങുന്നു. ചെറിയ ഭയം വന്നുപോയി. മുത്തശ്ശി യില്ലാത്തത് പ്രശ്നമാണെന്ന് അവൾ കരുതി. അപ്പോഴേക്കും അത് അരണയാണെന്ന് എല്ലാവർക്കും മനസ്സിലായി. അതിന്റെ വാൽ ആണി പോലെയുള്ളതും മിനുങ്ങുന്നതുമാണെന്നവർ തിരിച്ചറിഞ്ഞു!

കടിയുറുമ്പും ചോണനുറുമ്പും വരിവയ്ക്കുന്നതും കൂട്ടം കൂടിയിട്ട് പിരിഞ്ഞുപോകുന്നതും അവർക്ക് രസകരമായിത്തോ ന്നി. ആ കാഴ്ച കുറച്ചു നേരം അവർ ആസ്വദിച്ചു. തെങ്ങിൻച്ചു വട്ടിലാരോ വെട്ടിക്കിളയ്ക്കുന്ന ശബ്ദം കേൾക്കായി. അവിടെ ത്തുമ്പോൾ മുത്തച്ഛൻ കൈക്കോട്ടുമായി നില്ക്കുന്നു. അവർ അതിശയിച്ചു. ഈ മുത്തച്ഛൻ എപ്പോഴിവിടെത്തി? മുത്തച്ഛാ

ഏകസ്വരത്തിൽ വിളിച്ച് കുട്ടികൾ ചുറ്റും കൂടി. ഉറക്കം സുഖമായിരുന്നോ കാഴ്ചകൾ ഇഷ്ടപ്പെട്ടോ?

അടർന്നുവീണ ഓലയും മടലും ചിതൽ തിന്നു തുടങ്ങിയിരിക്കുന്നു. അവ തെങ്ങിനു ചുവട്ടിലേക്കിട്ട് മണ്ണുമൂടുകയാണ് മുത്തച്ഛൻ. നിമിഷങ്ങൾക്കകം തന്നെ വലിയ ഒരു കപ്പുനിറയെ ചൂടുചായയുമായി മുത്തശ്ശിയുമെത്തി. കുട്ടികൾ സന്തോഷത്തിലായി. കടങ്കഥ മുത്തശ്ശി എത്തിയല്ലോ എന്നവർ സന്തോഷിച്ചു.

'കുന്നിമണികളേ, കാന്താരികളേ എങ്ങനെയുണ്ട് കാഴ്ചകൾ.' അവർ മുത്തശ്ശിക്കു ചക്കരമുത്തം സമ്മാനിച്ചു. അതിൽ എല്ലാവരുടെയും മറുപടിയുടെ മാധുര്യം നിഴലിച്ചു. ഡോണു ഇന്നല്ലേ കാഴ്ച ബംഗ്ലാവു കാണാൻ നിന്റെ അച്ഛനുമമ്മയും അനിയത്തിയും പോകുന്നെന്ന് പറഞ്ഞത്. 'നീ പോകുന്നില്ലേ? ഇല്ല. ഇതിനപ്പുറം വേറെ കാഴ്ചയെവിടെയാണുള്ളത്. ഞാനില്ല അവർ പൊയ്ക്കോട്ടെ. കാഴ്ചബംഗ്ലാവെന്നു കേട്ടിട്ട് ആർക്കും അത്ര കൗതുകം തോന്നിയില്ല. അതിലേറെ ചേതോഹരമായിരുന്നു അവർക്കിവിടുത്തെ അനുഭവം.

മുത്തശ്ശിയെ ഉറ്റുനോക്കിയ സൈനയെ നോക്കി മുത്തശ്ശി പറഞ്ഞു. 'ഇരുവരിപ്പെണ്ണുങ്ങൾ സുന്ദരിപ്പെണ്ണുങ്ങൾ ഇരുവരുമൊരുമിച്ചേ കരയൂ.' പാറുവിനെയും അമ്മുവിനെയും നോക്കിയെങ്കിലും അവരിൽ ഒരു ഭാവമാറ്റവും കാണാൻ ഡോണിനായില്ല. അവർ പരസ്പരം നോക്കി എല്ലാവർക്കും സംശയമായി.

ആരെയാ മുത്തശ്ശീ പറഞ്ഞത്. എല്ലാവരെയും ഉദ്ദേശിച്ചുതന്നെ. മുത്തശ്ശി ഒരു പൊതുതത്ത്വമാണ് അവതരിപ്പിക്കുന്നതെന്ന് സൈന ഒഴിച്ച് എല്ലാവർക്കും ബോദ്ധ്യമായി. മുത്തശ്ശി ഒരു ക്ലൂ കൊടുത്തു. എല്ലാവർക്കുമുള്ള അവയവമാണ്. ഈ ലോകമാസകലം ചുറ്റിത്തിരിയാൻ ശേഷിയുള്ളതാണ്. 'കണ്ണ്' എന്ന ഉത്തരത്തോടെ കടങ്കഥ പൂരിപ്പിച്ചതു പാറു ആയിരുന്നു. എല്ലാവരും അവളെ പുകഴ്ത്തി. മുത്തശ്ശി ഇടയ്ക്കു പറഞ്ഞു. ഇനി ക്ലൂ ഇല്ല. കണ്ടെത്തിപ്പറയണം. ഊഹിച്ചും ആലോചിച്ചും ഉത്തരം കണ്ടെത്തണം.

'കുറുമ്പുകളേ വിശപ്പു മറന്നോ. എന്തെങ്കിലും കഴിക്കേണ്ടേ വാ എല്ലാവരും വാ പ്രാതൽകഴിച്ചു മടങ്ങാം.' വീട്ടിൽപ്പോകേണ്ട സ്കൂൾ തുറക്കാറാവുന്നു. പുതുവസ്ത്രങ്ങൾ, കുട, പുസ്തകം, ബുക്ക് ഒക്കെ നേരത്തേ വാങ്ങണം. ക്ലാസിൽ മിടുക്കരാവണം മാതൃകകളായിരിക്കണം. സ്കൂൾ തുറക്കുന്ന കാര്യം ഓർമ്മിച്ചിട്ടുപോലും അവരിൽ ഭാവമാറ്റമില്ല. മുത്തശ്ശിയുണ്ടെങ്കിൽ എന്തു സ്കൂൾ എന്ന ഭാവമായിരുന്നു അവർക്ക്. മുത്തശ്ശിയുടെ കൈയിൽ താക്കോൽക്കൂട്ടം കിലുങ്ങി. ഓർക്കാതെ എടുത്തുകൊണ്ട് പോന്നതായിരുന്നു. കണ്ടയുടൻ ഒരു കടങ്കഥ വച്ചുകാച്ചി ഡോൺ. 'കിക്കിലുക്കും കിലുകിലുക്കും ഉത്തരക്കൂട്ടിലൊളിച്ചിരിക്കും' എല്ലാവർക്കും സംഗതി മനസ്സിലായി. ഉത്തരം ഉടൻ വന്നു. താക്കോൽ കൂട്ടം. ഉടൻ മുത്തശ്ശി മറ്റൊരു കടങ്കഥയാണ് ഓർത്തെടുത്തത്. 'കരുവാൻ കുട്ടൻ കാവല്ക്കാരൻ' എന്നായിരുന്നു. കരുവാൻ എന്നത് ആരെന്ന് ആർക്കും പെട്ടെന്ന് മനസ്സിലായില്ല. തുല്ല് തന്നെ. അതേന്ന് എല്ലാവരും സമ്മതിച്ചു തുല്ലുവേണ്ട എനിക്കുത്തരമറിയാമെന്നായി മുത്തച്ഛൻ. മുത്തച്ഛനെ മത്സരത്തിനു വിളിച്ചില്ലെന്നായി മുത്തശ്ശി. തർക്കം മൂക്കുമെന്നായപ്പോൾ ശരി മുത്തച്ഛനൊരവസരം കൊടുക്കാമെന്നായി. ഉടൻ വന്നു ഉത്തരം താക്കോൽ.

26

എല്ലാരും സുല്ലിട്...

'**അ**മ്പട കള്ളാ' എന്ന മുത്തശ്ശി പ്രയോഗം എല്ലാവർക്കും ഇഷ്ടമായി. മുത്തശ്ശിയും മുത്തച്ഛനും തമ്മിലുള്ള മനപ്പൊരുത്തം കുട്ടികൾ നേരത്തേ മനസ്സിലാക്കിയിട്ടുള്ളതാണല്ലോ. മുത്തച്ഛനെ പ്രാതലിനു കുഞ്ഞുങ്ങൾ ക്ഷണിച്ചെങ്കിലും കുറേക്കൂടി കഴിഞ്ഞാലേ സമയമാകൂ എന്ന സ്നേഹപൂർവ്വമായ മറുപടിയിൽ അവരെ പറഞ്ഞയച്ച് തൊഴിലിൽ വ്യാപൃതനായി. ചേമ്പിന്റെയും ചേനയുടെയും ചുവട്ടിൽ മണ്ണണയ്ക്കുകയായിരുന്നു അടുത്ത ജോലി. മുത്തച്ഛാ വെട്ടുകത്തി എടുക്കാൻ മറക്കേണ്ട. ദൂരെയായി വച്ചിരുന്ന ആ ആയുധം എടുത്തൊന്നു പെരുമാറിയാൽക്കൊള്ളാമെന്ന് കൊച്ചുസൈനയുടെ ആഗ്രഹമാണ് ആ ഉപദേശത്തിൽ തെളിഞ്ഞത്. 'കാട്ടിൽ ചെന്നാൽ വെട്ടിവിളങ്ങും. വീട്ടിൽ വന്നാൽ ചത്തുകിടക്കും' എന്ന പ്രസ്താവന, രൂപത്തിലുള്ള കടങ്കഥ വെട്ടുകത്തിയെക്കുറിച്ചാണെന്ന് കുട്ടികളെ ബോദ്ധ്യപ്പെടുത്തി അവർ വീട്ടിലേക്കു നടന്നു. ദൂരെ തീവണ്ടിയുടെ ഇരമ്പം കേൾക്കായി. എന്നും കേൾക്കുന്നതാണെന്നാലും മുത്തശ്ശി കടങ്കഥ പറഞ്ഞപ്പോൾ എല്ലാവർക്കും കൺഫ്യൂഷനായി 'കാട്ടുവെട്ടിത്തോടുകെട്ടി പാലമിട്ടു പാളമിട്ടു. നീണ്ടൊരുത്തൻ തീവിഴുങ്ങി കുക്കിവിളിച്ചോടിയെത്തി' തീവണ്ടിയുടെ

ചൂളംവിളി കേട്ടിട്ടുണ്ടെങ്കിലും ഡോണും സൈനയും തീവണ്ടിയിൽ കയറിയിട്ടില്ല. പാലം, പാളം തീയെന്നൊക്കെ കേട്ടപ്പോൾ അമ്മുവിനും പാറുവിനും സംഗതി പിടികിട്ടി. 'തീവണ്ടി' എന്നവർ ഉടനേ പറഞ്ഞു. ഉത്തരം ശരിയെന്നു മുത്തശ്ശിയും തലകുലുക്കി. തെങ്ങിൻതോപ്പിൽ വീണുകിടന്ന നാളികേരം കൂടി എടുത്താണ് അവർ യാത്ര ആരംഭിച്ചത്. സൈന അതെടുത്ത് ചേർത്തുപിടിച്ചു. വലിയ സന്തോഷമവളുടെ മുഖത്ത് കളിയാടി. 'കണ്ണ് രണ്ടല്ല. മൂന്നുണ്ട്. എന്നിട്ടെന്താ കാണാൻ വയ്യ. മുത്തശ്ശി നേരത്തെ പ്രായത്തെക്കുറിച്ചു സൂചിപ്പിച്ചിരുന്നതുകൊണ്ട് മുത്തശ്ശിയെക്കുറിച്ചാവും പറഞ്ഞതെന്ന് ഡോൺ കരുതി ഉടൻ പറഞ്ഞു. 'മുത്തശ്ശി'. എടാ ബഡുക്കൂസേ, നീ എന്നെ കളിയാക്കാൻ തുടങ്ങിയോ? 'കണ്ണോളം വെള്ളമുണ്ട് മുങ്ങാൻ തികയില്ല' എന്നായി അടുത്ത കടങ്കഥ. കലത്തിലെ വെള്ളം, കുടത്തിലെ വെള്ളം എന്നൊക്കെ പലരും പറഞ്ഞു. ഉത്തരത്തിനടുത്തെത്തിയില്ല. ഒടുവിൽ മുത്തശ്ശി തന്നെ ഉത്തരം പറഞ്ഞു. രണ്ടും നാളികേരം. സൈന കൈയിലിരുന്ന നാളി

കേരത്തിന് ഒരുമ്മ നല്കി കുറേക്കൂടി ചേർത്തുപിടിച്ചു. സൈനു വീഴല്ലേ മക്കളേ എന്നുപദേശിച്ചു മുത്തശ്ശി.

'കൊമ്പിൽ തൂങ്ങുന്ന പക്ഷിക്ക് കൊക്കില്ലെ'ന്ന പറച്ചിലിൽ ഉത്തരമൂഹിച്ചവർ വാവൽ എന്നുടൻ പറഞ്ഞത് മുത്തശ്ശിക്ക് സന്തോഷമായി. ഇനി ഞാനൊരു കടങ്കഥ ചോദിക്കട്ടെ മുത്തശ്ശീന്നായി സൈന. അവളുടെ കുസൃതി എന്താവുമെന്നറിയാൻ എല്ലാവരും കാതോർത്തു. ഇതിനകം കൈകഴച്ച് നാളികേരമവൾ തറയിലിട്ടു. ആരും ഇടയ്ക്ക് ഇക്കാര്യം ശ്രദ്ധിച്ചിരുന്നില്ല. 'അടിക്കാത്ത മുറ്റം' ഏതെന്നായിരുന്നു ആ കടങ്കഥ. നഴ്സറി ക്ലാസിൽ ടീച്ചർ ചോദിച്ച കടങ്കഥ ദിവസങ്ങളായി അവൾ ഓർമ്മിക്കുകയായിരുന്നു. ഇപ്പോഴാണ് പിടികിട്ടിയത്. അവളെ തോല്പിക്കേണ്ടെന്നു കരുതി ആരും ഉത്തരം പറഞ്ഞില്ല. 'എല്ലാരും സുല്ലിട്'. എല്ലാവരും സുല്ലിട്ടു ഉടൻ വന്നു കറക്ട് ഉത്തരം. ആകാസാം.... ഞാ ആകാശം ശരിയുത്തരം എന്നുപറഞ്ഞ് കൈയടിച്ചപ്പോൾ കുഞ്ഞുമുഖം സന്തോഷത്തിൽ തിളങ്ങി.

വീട്ടിലെത്തി കാലും മുഖവും കഴുകി അകത്ത് എല്ലാവരും കയറി. കൊച്ചുമുത്തശ്ശി ചോദിച്ചു മക്കളേ വിശപ്പും ഇല്ലെന്നായോ, വീടുകളിൽ തിരികെയെത്തുമ്പോൾ അച്ഛനമ്മമാർ പറയും കുഞ്ഞുങ്ങൾ കോലം കെട്ടെന്ന്, വേഗം വാ കാപ്പി കുടിക്കാം. എല്ലാവരും എത്തി. മുത്തശ്ശിമാർ വിളമ്പി. ഇഷ്ടപലഹാരം എന്തെന്ന് മുത്തശ്ശി ആരാഞ്ഞു. പലർക്കും പലതായിരുന്നു ഇഷ്ടം. അമ്മു ശാശൂ രണ്ടൊച്ച എന്നുപറഞ്ഞു. സൈന ഞെട്ടില്ലാ വട്ടയില എന്നുപറഞ്ഞൊപ്പിച്ചു. ഇട്ടാൽ പൊട്ടാത്ത കിങ്ങിണി മുട്ട എന്നായിരുന്നു ഡോണിന്റെ അഭിപ്രായം. അതു തെല്ലു ചിരി പടർത്തി. കടുകാണെടാ മണ്ടാ. കിങ്ങിണി മുട്ട എന്നായി പാറൂ. ഞാ അതു വേണ്ട മുട്ടയാണ് ഞാനും ഉദ്ദേശിച്ചത്. അവൻ തിരുത്തി. പുട്ടും പയറും പപ്പടോം മേശമേൽ വിഭവങ്ങൾ നിരന്നു. ദോശ, പുട്ട്, പുഴുങ്ങിയ മുട്ട എല്ലാവർക്കും ഇഷ്ടമായി. ചമ്മന്തി ചേർത്ത ദോശയും ഒപ്പം മുട്ടയും കഴിച്ച് എല്ലാവരും തൃപ്തരായി. ഒപ്പം പപ്പടവും. പുട്ട് മുത്തശ്ശി

മാർക്കിഷ്ടവിഭവമായതിനാൽ അതും മിച്ചം വന്നില്ല. രസകരമായ, രുചികരമായ പ്രാതലിനുശേഷം കുട്ടികൾ മുറ്റത്തോടിക്കളിച്ചു. മാവിൽ കെട്ടിയ ഊഞ്ഞാലിൽ തിമിർത്താടി. കണ്ണാംപൊത്തിക്കളിച്ചും ഒളിച്ചുകളിച്ചും കുട്ടികൾ വീടും പരിസരവും നിറഞ്ഞു. മുത്തശ്ശിമാർ ഈ സമയം ഉച്ചയൂണൊരുക്കുന്ന തയ്യാറെടുപ്പിലായിരുന്നു.

27

പരീക്ഷയ്ക്കും ക്ലൂ

ഒരു പാളയിൽപ്പൊതിഞ്ഞു എന്തോ ഒന്ന് മുത്തശ്ശിയെ ഏല്പിച്ചിട്ട് ഉച്ചയ്ക്കുള്ള വിഭവമായി എന്നു മുത്തച്ഛൻ പറഞ്ഞു. മുത്തച്ഛനെത്തിയപ്പോൾ തന്നെ എല്ലാവരും ഒപ്പംകൂടി. ഇടുപ്പിൽ തിരുകിയിരുന്ന കത്തിയെടുത്ത് ഇലപ്പൊതിയഴിച്ച് പഴുത്തു തുടുത്ത പേരയ്ക്കാ ഓരോന്നായി മൂക്കുചെത്തി ആദ്യം സൈനയ്ക്കും തുടർന്ന് മറ്റുള്ളവർക്കും കൊടുത്തു. നാവലയിക്കുന്ന രുചിയിൽ അവർ അലിഞ്ഞു. ഒരു കടികടിച്ച് പരമാവധി വായിലാക്കി സൈന നിന്നത് ഒന്നു കാണേണ്ടതു തന്നെ! മുത്തശ്ശി പാളപ്പൊതി ഉയർത്തിപ്പറഞ്ഞു. ഇതെന്താണെന്നു പറയുന്നവർക്ക് ഒരു സമ്മാനം മുത്തശ്ശിവക. ക്ലൂ ഇല്ല. എന്നാലും പ്ലീസ് മുത്തശ്ശി എന്നായി കുട്ടികൾ. ഞാ പറയാം. 'വെളുത്തിട്ടാണ് കുടപോലാണ്.' അവർ പരുങ്ങലിലായി. 'മാനത്തെ യുദ്ധത്തിനു ഭൂമി പിടിച്ച പരിച', പരിചയെന്നു കേടപ്പോൾ ചില ധാരണകൾ അമ്മുവിനും പാറുവിനും ഉണ്ടായി. ഒന്നിച്ചാണ് ശങ്കിച്ചെങ്കിലും ഉത്തരം പറഞ്ഞു. 'കുമിൾ'. മിടുക്കികൾ ശരിയുത്തരം. ഇനി സമ്മാനമെന്തെന്നല്ലേ. ഇതുകൊണ്ടുണ്ടാക്കിയ സ്പെഷ്യൽ കറി തന്നെ! എല്ലാവർക്കും സന്തോഷമായി. കുമിളിന്റെ ഗുണത്തെക്കുറിച്ചും അരിക്കുമിൾ, ഉപ്പുകുമിൾ, പെരുങ്കളക്കുമിൾ ഇങ്ങനെ ഭക്ഷ്യയോഗ്യമായവയ്ക്ക്

ഏറ്റവും വിലപ്പിടിപ്പുണ്ടെന്നും നൂറുകണക്കിനിനങ്ങൾ വിഷമുള്ളവയാണെന്നും അവ ഭക്ഷ്യയോഗ്യമല്ലെന്നും കൂടി മുത്തശ്ശി വിവരിച്ചു. ഇതൊക്കെ ഇത്ര കൃത്യമായിപ്പറയാൻ ഇനിയാരെന്ന് മുത്തച്ഛൻ സംശയിക്കാതിരിക്കുന്നില്ല!

കാപ്പികുടി കഴിഞ്ഞപ്പോൾ മുത്തച്ഛൻ ചാരുകസേരയിൽക്കിടന്ന് കുഞ്ഞുങ്ങളുടെ കളികൾ വീക്ഷിച്ചു. തന്റെ കുട്ടിക്കാലത്ത് ഉണ്ടായിരുന്നവയിൽ പലതും മൺമറഞ്ഞതോർത്തു. കുട്ടികൾ കളിവീടു കെട്ടുന്നതും കഞ്ഞീം കറീം വയ്ക്കുന്നതും കൗതുകത്തോടെ കണ്ടു. ചെറിയ ഒരനുക്കത്തോടെ കട്ടിലിനടിയിൽനിന്ന് എഴുന്നേറ്റുവന്ന സൈന... ശ്... മിണ്ടല്ലേ മുത്തച്ഛാ ഞാൻ ഒളിച്ചിരിക്കുകയാണ് എന്നു പറഞ്ഞു. 'അമ്പടീ കേമീ' എന്ന് വളിച്ച് മുത്തച്ഛൻ അവളെച്ചേർത്തണച്ചു.

കള്ളനും പൊലീസും ഇന്നും നിലനില്ക്കുന്നു. മർദ്ദനരീതികൊണ്ടാവാം ആൺകുട്ടികളാണിതിൽ സജീവം. അക്രമവാസനയും അതമർത്തുന്നതിനുള്ള ശ്രമവും പൊലീസുകാരിൽത്തന്നെയെന്നോർത്ത മുത്തച്ഛൻ പണ്ടത്തെ ഒരു കളിയോർത്തു. കളിയെന്നു പറഞ്ഞുകൂടാ കാര്യം തന്നെയാണ്. തുമ്പികൾ പറക്കുന്ന വൈകുന്നേരം ഒരു തുമ്പിയെ ലക്ഷ്യമാക്കി അതിനെ പിന്തുടർന്നു അതു പറന്ന് പലേടത്തും പോയി. പറന്നുപറന്ന് അപ്പൂപ്പനു സമീപമെത്തി. അത് അപ്പൂപ്പന്റെ കഷണ്ടിത്തലയിൽപ്പറ്റി. മറ്റൊന്നുമോർത്തില്ല കൈയിലിരുന്ന കമ്പുകൊണ്ടൊന്നടിച്ചു തുമ്പി പറന്നകന്നു. പിന്നത്തെപ്പുകിൽ പറയണോ. ഊന്നുവടിയുമായി കുറേ ഓടിച്ചു! പിടികൊടുക്കാതെ രക്ഷപ്പെട്ടു. ഏറെക്കഴിഞ്ഞാണ് അപ്പൂപ്പന് കോപം ഒഴിഞ്ഞത്. പിന്നെ അദ്ദേഹം മറന്നുകളഞ്ഞു.

കുട്ടികൾ കളിനിർത്തി മുത്തച്ഛനടുത്തെത്തി. സൈന ഓടാനും ചാടാനും മുത്തച്ഛനെ ക്ഷണിച്ചു. മുത്തച്ഛനോടാനാവില്ല മക്കളേ പ്രായമായി എന്നായി മറുപടി. ഒപ്പം ഒരു ലോകതത്ത്വം കടങ്കഥയായി വന്നു.

'കൊഞ്ചികൊഞ്ചി നാലേകാല്,
കൊഞ്ചലുതീർന്നാൽ രണ്ടേകാല്,
അറുപത് എഴുപത് മൂന്നേകാല്,

ആകെ തൊണ്ണൂറാറേകാല്! കുട്ടികൾ കണക്കു കൂട്ടാൻ തുടങ്ങി. പതിനഞ്ച് കാലുള്ളതാരെന്നായി പാറു. കൊഞ്ചികൊഞ്ചി വരുന്ന കാലാരുടേതെന്നായി അമ്മു. അറുപത് എഴുപത് മനുഷ്യനെപ്പറ്റിയെന്നായി ഡോണു. പാട്ടിന്റെ താളത്തിൽ മാത്രം ശ്രദ്ധിച്ച് സൈന. ഉത്തരം ആർക്കും പിടികിട്ടിയില്ല. ക്ലൂവിനായി ചെവിയോർത്തു. അമ്മൂ, പാറുട്ട്യേ നിങ്ങൾക്ക് പരീക്ഷയെഴുതാനും ക്ലൂ തരേണ്ടിവരില്ലേ മക്കളേ!' ഇങ്ങനെ പോയാൽ പറ്റില്ലല്ലോ ഊഹിച്ചു പറയൂ എന്നായി മുത്തച്ഛൻ.

മനുഷ്യനെപ്പറ്റിത്തന്നെയല്ലേ മുത്തച്ഛാ ഈ കടങ്കഥ. അതേ തീർച്ചയായും എന്ന മറുപടി അവരുടെ ചിന്തയുണർത്തി. മുത്തച്ഛൻ ഒന്നുകൂടിപ്പറയാം ശ്രദ്ധിക്കൂ. എല്ലാവരും കാതുകൂർപ്പിച്ചിരുന്നു. കൊഞ്ചി കൊഞ്ചി നാലേ കാല്. നാല് കാലെന്നർത്ഥം. കൊഞ്ചൽ കഴിയുമ്പോൾ രണ്ട് കാല്. അറുപത് എഴുപതൊക്കെയായാൽ കാല് മൂന്ന്. തൊണ്ണൂറാകുമ്പോൾ ആറുകാല്. ങാ ഇഴയുന്ന കുഞ്ഞ് നടക്കുന്ന പ്രായം വാർദ്ധക്യത്തിലെ ഊന്നുവടി കിടപ്പിലാകുമ്പോൾ കട്ടിലുൾപ്പെടെ ആറുകാല് തകൃതിയായി വന്നു ഉത്തരം. സൈന ഇതിനൊന്നും ചെവി കൊടുത്തില്ല. അപ്പൂപ്പന്റെ കാലൻകുടയുടെ ചന്തം നോക്കിയിരിപ്പായിരുന്നു കൂട്ടത്തിൽ അവ്യക്തമായി ചില പാട്ടുകളും പാടു

ന്നുണ്ടായിരുന്നു. മനുഷ്യാവസ്ഥയെക്കുറിച്ച് ഇങ്ങനെ ചില തോർമ്മിപ്പിക്കുന്നതായിരുന്നു തുടർന്നുള്ള മുത്തച്ഛന്റെ ശ്രമങ്ങൾ.

'ഉണ്ടാക്കുന്നവനുപയോഗിപ്പി-
ലുപയോഗിപ്പോനറിയുന്നീല്!'

പലതും അങ്ങനെയല്ലേ മുത്തച്ഛാ അരി; നെല്ലുല്പാദിപ്പിക്കുന്ന കർഷകൻ അവന് കഴിക്കാൻ കൂടി കിട്ടുന്നില്ല. വലിയ മുതലാളിമാരല്ലേ ഉടമസ്ഥർ. ഞങ്ങളുടെ ഇക്കണോമിക്സിൽ കർഷകന്റെ ദാരിദ്ര്യത്തെക്കുറിച്ച് പറയുന്ന ഭാഗമാണെന്നാണ് എനിക്ക് തോന്നുന്നത്. അമ്മുവും ആ ആശയത്തിലാണെത്തിയത്. നമ്മുടെ രാജ്യത്തെ കർഷകരുടെ അവസ്ഥ പരിതാപകരമല്ലേ എന്നായി അവളും.

മുത്തച്ഛന് അവരുടെ കാർഷിക ചിന്തയിൽ തെല്ലു സന്തോഷം തോന്നി. കാണാതെ പഠിച്ച കാര്യങ്ങളാണെങ്കിലും ചിലതു പറയുന്നുണ്ടല്ലോ എന്ന്. പാറൂട്ട്യേ, കൃഷിയെപ്പറ്റിയൊന്നുമല്ല ഇതൊരു തത്ത്വചിന്താപരമായ കണ്ടെത്തലാണ്. 'ബുദ്ധി പരീക്ഷ കടങ്കഥയുടെ ഒരു ലക്ഷ്യമാണെ'ന്നു കൂടി മുത്തച്ഛൻ പറഞ്ഞുകൊടുത്തു.

ഇനിയും വരട്ടെ ഇത്തരം കടങ്കഥകളെന്ന ആഗ്രഹത്തിലായിരുന്നു പാറുവും അമ്മുവും. ഡോണിനിതത്ര ദഹിക്കുന്ന ലക്ഷണമായിരുന്നില്ല. എന്നാലും അവനും ചെവി വട്ടം പിടിച്ചു. ഇപ്പോൾ കുട നിവർത്തി അതിനകത്തിരുപ്പാണ് സൈന. സൈനുവിന്റെ അനക്കമില്ലല്ലോ എന്നു മുത്തച്ഛൻ പറഞ്ഞപ്പോൾ അവൾ കുടയുമായി എഴുന്നേറ്റു നടക്കാൻ തുടങ്ങി.

'കിട്ടാൻ വിഷമം കളയാൻ എളുപ്പം' എന്നതായിരുന്നു അടുത്ത മുന്നറിയിപ്പ്. കുട്ടികൾ കൂടുതൽ ആലോചിക്കാൻ തുടങ്ങി. മുത്തച്ഛന് അത് ഏറെ ഇഷ്ടമായി. കണ്ണുകളുടെ തിളക്കത്തിൽ ബുദ്ധിയുടെ പ്രവർത്തനം പ്രകടമായിരുന്നു.

പരസ്പരം ചർച്ചചെയ്തും ഉത്തരം കണ്ടെത്തിക്കൊള്ളാൻ മുത്തച്ഛൻ നിർദ്ദേശിച്ചു. കടങ്കഥ മത്സരത്തിൽ ഇതു സാദ്ധ്യമല്ലെന്നും കണ്ടെത്താനുള്ള കഴിവു വികസിക്കാനായാണിതു പറഞ്ഞതെന്നും മുത്തച്ഛൻ കൂട്ടിച്ചേർത്തു.

ഇംഗ്ലീഷ് ക്ലാസിൽ 'വൈസസ്റ്റ് ഫൂൾ' എന്നൊരു കഥ പറഞ്ഞ ടീച്ചർ ഇത്തരമൊരു സംഗതി സൂചിപ്പിച്ചത് പാറുവിനോർമ്മ വന്നു. 'ബുദ്ധി'യല്ലേ മുത്തച്ഛാ ഉത്തരം എന്നായി അവളുടെ സംശയം. കുട്ടികളെ ബുദ്ധിമുട്ടിക്കേണ്ടെന്നു കരുതി ഉത്തരം പറയാനൊരുങ്ങുമ്പോൾ ഡോണിന്റെ ഉത്തരം വന്നു. 'കീർത്തി' മുത്തച്ഛന് ഏറെ സന്തോഷമായി. ഡോൺ പറഞ്ഞത് വളരെ ശരി. കീർത്തിയാണുത്തരം. സദ്പ്രവൃത്തികളിലൂടെ മാത്രമേ ഇതു നേടാനാവൂ. 'ഒന്നാമവനാവൻ എളുപ്പം ഒന്നാമനായിത്തുടരാൻ പ്രയാസം' എന്ന ചൊല്ലുകൂടി മുത്തച്ഛൻ പറഞ്ഞുകൊടുത്തു. അപകീർത്തി ദുഷ്കീർത്തി എന്നൊക്കെപ്പറയുന്നത് കീർത്തിയുടെ വിപരീത സ്വഭാവമാണ്. ഇന്ന് ചിലർക്കൊക്കെ അതിലും അഭിമാനമുള്ളതുപോലെ തോന്നിപ്പോകുന്നു. നിങ്ങൾ കീർത്തിയുള്ളവരാവണം. പഠിക്കണം ചിന്തിക്കണം സദ്കർമ്മങ്ങൾ ചെയ്യണം..

28

വെള്ളിക്കിണ്ണം തുള്ളിത്തുള്ളി

മുത്തശ്ശിയെക്കണ്ടിട്ടേറെ നേരമായി. പള്ളിക്കൂടം തുറക്കാനുള്ള ദിനങ്ങളും അടുത്തുവരുന്നു. മുത്തച്ഛനെയും മുത്തശ്ശിയെയും അനുഭവിച്ചറിഞ്ഞ കുഞ്ഞുങ്ങൾക്ക് തിരികെപ്പോകാൻ വയ്യെന്നായി. സൈന ഒഴിച്ച് മൂന്നുപേരും മുത്തശ്ശിമാരുടെ അടുത്തേക്ക്, അടുക്കളയിലേക്ക് വച്ചുപിടിച്ചു. സൈന മുത്തച്ഛന്റെ വെറ്റിലച്ചെല്ലം, ചെരിപ്പ്, മേല്മുണ്ട് ഇങ്ങനെ ഓരോന്നിന്റെയും ചന്തം കണ്ടിരിപ്പായിരുന്നു. കാലും നീട്ടിയുള്ള ആ ഇരിപ്പിൽ അവളുടെ മനസ്സിന്റെ സന്തോഷം പ്രകടമായിരുന്നു.

അടുപ്പിൽ അരി തിളയ്ക്കുന്നു. കറിക്കുള്ള വിഭവങ്ങൾ അരിഞ്ഞെടുക്കുന്നു, അരയ്ക്കുന്നു. വിവിധ ജോലികളിലാണ് മുത്തശ്ശിയും കൂട്ടരും അടുപ്പിൽത്തിളയ്ക്കുന്ന അരിക്കലത്തിനു സമീപം അമ്മുവെത്തി. എന്താ വിശപ്പുണ്ടോ മോളേ? എന്നായി കൊച്ചു മുത്തശ്ശി. ഏയ് ഇല്ല. മുത്തശ്ശിമാരെക്കണ്ടില്ല അങ്ങനെ വന്നതാണ്. ദാ ഇതൊക്കെ ഒന്നു ശരിപ്പെടുത്തട്ടെ. ഇപ്പോൾ വിശക്കാൻ തുടങ്ങൂലേ പൊടികൾക്ക്. ശരിയാണ് സ്കൂൾ അടച്ചപ്പോൾ വിശപ്പും കൂടുതലാണ്. അമ്മ ഇടയ്ക്കിടെ ചോദിക്കും എന്താടീ വയറ്റില് കോഴീം കുഞ്ഞുങ്ങളുമുണ്ടോന്നു- എല്ലാവരും ചിരിച്ചു. ഓരോ കഷണം വെള്ളരിക്ക അവർക്കായി മുത്തശ്ശി നല്കി. കടുകുടെ തിന്ന സൈന ഹാ നല്ല രുശി

എന്നുകൂടിപ്പറഞ്ഞു. കേട്ടപ്പോൾ മുത്തശ്ശിമാർക്കും സന്തോഷമായി. 'രുശി' എന്ന പ്രയോഗം കേട്ട് എല്ലാവരും ചിരിച്ചു. 'അടുപ്പത്തെന്താ മുത്തശ്ശീ'ന്ന ചോദ്യത്തിന് 'ഇപ്പൊ കുത്തിയ പുത്തൻ കിണറിൽ പത്തഞ്ഞൂറ് കുളപ്പരല്' എന്നായിരുന്നു മറുപടി. അതെന്തെന്ന് ആരാഞ്ഞപ്പോൾ "ഇല്ലത്തമ്മ കുളിച്ചു വരുമ്പോൾ കുഞ്ഞിത്തെയ്യം തുള്ളിത്തുള്ളി" എന്നായി കൊച്ചുമുത്തശ്ശി. ആകെ കൺഫ്യൂഷനായല്ലോ എന്ന മട്ടിൽ പാർവ്വതി നില്ക്കുമ്പോൾ 'ചെമ്പിൽ ഭഗവതി തുള്ളിത്തുള്ളി' എന്നായി അമ്മു.... ങാ അമ്മൂന് ഗുട്ടൻസ് പിടികിട്ടിയെന്നായി മുത്തശ്ശിമാർ. ഒന്നും മിണ്ടാതിരുന്ന ഡോണും പാടി 'വെള്ളിക്കിണ്ണം തുള്ളിത്തുള്ളി' എല്ലാത്തിനുമുത്തരം അരി തിളയ്ക്കുന്നതാണെന്നു മുത്തശ്ശിമാർ പ്രഖ്യാപിച്ചു. കടങ്കഥയിൽ എന്റെ മക്കളെ ആർക്കും തോല്പിക്കാനാവില്ലെന്നായി മുത്തശ്ശി. അതുപിന്നെ ആരോടൊപ്പമാണവർ കൂടിയിരിക്കുന്നത്. കടങ്കഥ മുത്തശ്ശിയോടല്ലേ എന്നായി കൊച്ചുമുത്തശ്ശിയും.

ങാ, ഇതൊക്കെ എന്തെന്ന് നോക്കൂ. പച്ചക്കറികളും ആഹാര സാധനങ്ങളും ചൂണ്ടിക്കാട്ടി മുത്തശ്ശിമാർ ചോദിച്ചു. അവർ ഒന്നൊന്നായി കണ്ടും കേട്ടും തൊട്ടും അറിഞ്ഞു. ചെത്തിവൃത്തിയാക്കിയതും മണ്ണ് പുരണ്ടതുമായ ധാരളം വിഭവങ്ങൾ. എല്ലാം തൊടിയിലും പറമ്പിലും വിളഞ്ഞവ. മുറിച്ചും മുഴുവനായും അവിടവിടെക്കാണായി. അവർക്കാകെ വിസ്മയം. ഇത്രയും സാധനങ്ങൾ ഒന്നിച്ചു കാണുന്നതാദ്യം. മിനുമിനുത്ത ഒരു ഉരുളൻ സാധനം മുറിച്ച് അടുക്കളസ്ലാബിൽ വച്ചിരിക്കുന്നു. അതുതന്നെ ചെറിയ വട്ടങ്ങളായി വെട്ടി ഒരു പാത്രത്തിലുമിട്ടിട്ടുണ്ട്. അതിനെ തൊട്ടു സൈന ചോദിച്ചു. 'ഇതെന്താ മുത്തശ്ശീ സാധനം!'

'അനേകം മതിലുള്ളൊരമ്പലത്തിൽ ഒരുണ്ണിക്കൃഷ്ണൻ വെള്ളക്കൃഷ്ണൻ'– അവൾക്കതു മനസ്സിലായില്ല. ബാക്കിയുള്ളവർ ഏകസ്വരത്തിൽ പറഞ്ഞു. 'വാഴപ്പിണ്ടി'. അതേ 'ഉണ്ണിപ്പിണ്ടി' 'വാഴത്തട' എന്നൊക്കെപ്പറയും. ഇനി ഞാൻ പറയും നിങ്ങൾ കണ്ടെത്തണമെന്നായി മുത്തശ്ശി. ഏറ്റു എന്ന് അമ്മുവും പാറുവും. നോക്കാമെന്ന് ഡോണും പറഞ്ഞു. സൈന ഈ സമ

യമെല്ലാം അടുക്കളയുടെ അരികിൽക്കിടന്ന പൂച്ചയോടു ചങ്ങാത്തം കൂടുകയായിരുന്നു.

'കണ്ടാൽ കുഴമ്പ് കാര്യത്തിൽത്തോല്' ആരെയോ കളിയാക്കുകയാണ് മുത്തശ്ശിയെന്നു പാറുവിന് തോന്നി. അവൾ ചെറുചിരിയുമായി നിന്നു. എന്തു പറഞ്ഞാലും കേൾക്കാത്തവരായി ഇതിലാരുമില്ലല്ലോ എന്നൂഹിച്ച അമ്മു 'സവാള' എന്നുത്തരം പറഞ്ഞു. ശരിയുത്തരം ഉള്ളിയാണ്. രണ്ടും ഒരേ വർഗ്ഗമായതിനാൽ അമ്മുവിന് പോയിന്റ് കിട്ടും. മത്സരമാണോ മുത്തശ്ശീന്നായി ഡോണു. ങാ ഞാനതു മറന്നു. ഇനി മുതൽ മത്സരമാണ്. പോയിന്റ് മനസ്സിൽ കൂട്ടണം. ഓരോരുത്തരും എഞ്ചുവടി പഠിച്ചില്ലേ. എല്ലാവരും ഉവ്വ് എന്നായി ഉത്തരം.

'കറുത്തോൻ കുളിച്ചപ്പോൾ വെളുത്തോനായി' കൂട്ടത്തിൽ അല്പം കറുത്ത ഡോണിനെ എല്ലാവരും ശ്രദ്ധിച്ചു. മുത്തശ്ശി എടാ കറുമ്പാ നീ കറുമ്പനല്ല കുറുമ്പനാ. എല്ലാവരും ചിരിച്ചു. ഉത്തരം അതൊന്നുമല്ലെന്നു ബോദ്ധ്യമായി. 'ഉഴുന്ന് കഴുകിയെടുക്കുന്ന'തെന്നുള്ള അമ്മുവിന്റെ കണ്ടെത്തലിന് പോയിന്റ് വീണു. 'അടുക്കളക്കാര്യങ്ങളിൽ ശ്രദ്ധിക്കണം. അമ്മമാരെ സഹായിക്കണം. കഞ്ഞീം കറീം വയ്ക്കാൻ പഠിക്കണം. ആൺപെൺ വ്യത്യാസം നോക്കേണ്ട" എന്നെല്ലാം മുത്തശ്ശി ഉപദേശിച്ചു. പലതിലും അമ്മമാരെ സഹായിക്കുന്നവരായിരുന്നു സൈന ഉൾപ്പെടെ എല്ലാവരും.

'ചൊട്ടയിലെ ശീലം ചൊടലവരെ' എന്നും മുത്തശ്ശി അവരെ ഓർമ്മിപ്പിച്ചു.

'മുറം നിറച്ചിരുട്ടെ'ന്നായി മുത്തശ്ശി. പകലിലെന്തിനാണ് ഇരുട്ടിനെപ്പറ്റി എന്ന് ചിന്തിച്ചപ്പോൾ വട്ടിക്കു മീതെ മുറത്തിലിരിക്കുന്ന ഒരു സാധനം ഡോൺ കണ്ടു. അതെന്തെന്നായി സംശയം., ഒരുകൈ വാരി മുത്തശ്ശിയെക്കാണിച്ചു. സംശയം നിവർത്തിക്കണമെന്നായി അവൻ. കണ്ടയുടൻ മുത്തശ്ശി പറഞ്ഞു. മിടുക്കൻ. ഉത്തരം ശരി. 'എള്ള്'

'ഇമ്പ്രിക്കുഞ്ഞൻ ശൗര്യക്കാരൻ' എന്നു മുത്തശ്ശി പറഞ്ഞപ്പോൾ പാറുവിനവളുടെ വളർത്തു പട്ടിയെ ഓർമ്മ വന്നു. കുരച്ചു ചാടുമ്പോൾ അവന് ആകൃതിയേക്കാൾ മൂന്നിരട്ടിയാണ്

ശൗര്യം. എന്നാലും അടുക്കളയുമായി ബന്ധപ്പെട്ട് പട്ടി എന്ന ഉത്തരം അനുചിതമാവുമെന്നവളറിഞ്ഞു. 'കുരുമുള'കെന്നായി അവളുടെ കണ്ടെത്തൽ. വിളിച്ചുപറയുന്ന കാര്യത്തിൽ ഒളിച്ചു വയ്പില്ലാത്തവളാണ് പാറു. ഉടൻ വച്ചുകാച്ചി 'പട്ടി'. സൈന ഇരുന്ന ഇരുപ്പിൽ 'പൂച്ച' എന്നുറക്കെ വിളിച്ചു പറഞ്ഞു. മുത്തശ്ശിയുടെ വളർത്തുപൂച്ച അവളുടെ കൈയിൽ പാതി ഉയിരായിക്കഴിഞ്ഞിരുന്നു. കടങ്കഥയ്ക്കുത്തരം 'കാന്താരി മുളകെന്നു' പറഞ്ഞപ്പോൾ വീട്ടിൽവച്ച് മെഴുക്കുപുരട്ടിൽക്കിടന്ന കാന്താരി മുളകു കടിച്ചതിന്റെ എരിവാണ് ഡോണിനോർമ്മ വന്നത്.

29

വായുമില്ല നാക്കുമില്ല

അടുക്കളയോട് ചേർന്നുകണ്ട സ്റ്റോർ റൂം അല്പം ഇരുട്ടിലായിരുന്നെങ്കിലും വലിയ ഒരു പാത്രം എല്ലാവരുടെയും ശ്രദ്ധയിൽപ്പെട്ടു. തെല്ലിട കഴിഞ്ഞപ്പോൾ സൈന അതിനകത്ത് ഇരുപ്പുറപ്പിച്ചുകഴിഞ്ഞു. തലയിലെ കൊമ്പുകെട്ടിയ ഭാഗം പുറത്തു കാണാം. ഒപ്പം പൂച്ചയുടെ കുറുകലും മുത്തശ്ശീ ദാ ഞാനിവിടെയുണ്ടെന്നു പറയാനും അവൾ മറന്നില്ല. ഇരിപ്പിടം കൊള്ളാമല്ലോ കുന്നിമണീ. വല്ല എലിയും കടിക്കാതെ നോക്കണം. 'തലയില്ലാത്തമ്മയ്ക്ക് കാതുണ്ട് വായുണ്ട്' എല്ലാ കാളയ്ക്കും മണ്ടയ്ക്ക് കൊമ്പ്, വെള്ളക്കാളയ്ക്ക് പള്ളയ്ക്ക് കൊമ്പ്.' ഇതു രണ്ടും കടങ്കഥ തന്നെയെന്ന് കൂട്ടുകാർക്ക് ബോദ്ധ്യമായി. മുത്തച്ഛന്റെ കാളകളെയാണവൾക്ക് ഓർമ്മ വന്നത്. ഒച്ചിനെക്കുറിച്ച് കേട്ട കടങ്കഥയിൽ കാളയുമായി ഒരു ബന്ധവുമില്ലാതിരുന്നതിനാൽ വേറെയും സാദ്ധ്യതകൾ അന്വേഷിച്ചു. ഒടുവിൽ അടുക്കളപ്പാത്രങ്ങളെയും അവൾ ഓർത്തെടുത്തു. 'കുട്ടകം' എന്ന വലിയ പാത്രമാണ് ആദ്യത്തേതെന്നും 'വാൽക്കിണ്ടി'യാണ് അടുത്തതെന്നും കുട്ടികൾ അത്ഭുതത്തോടെ കേട്ടു.

സൈന കുട്ടകത്തിൽനിന്നും പുറത്തിറങ്ങാൻ പാടുപെട്ടു. ഈ തക്കം നോക്കി പൂച്ച ഉയിരുംകൊണ്ട് ഓടി. പിന്നീടതിനെ പിടിക്കാനവൾ മിനക്കെട്ടില്ല.

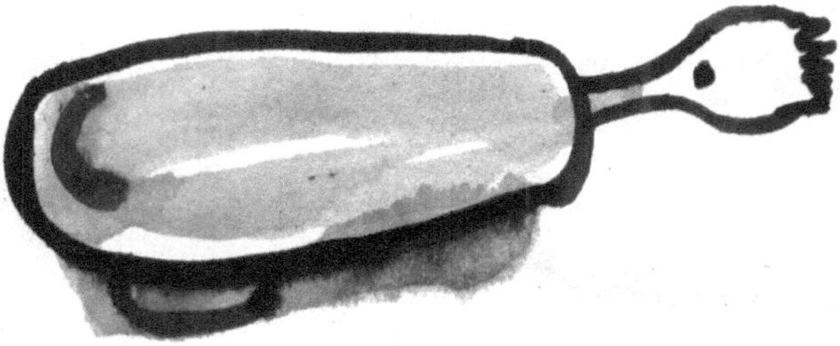

തേങ്ങ ചിരവാൻ മുത്തശ്ശി തുടങ്ങുമ്പോൾ അമ്മു ആ പണി ഏറ്റെടുത്തു. മക്കളേ കൈയിൽ പല്ലുകൊള്ളാതെ നോക്കണം. ഈയിടെയാണ് രാകിയത്. വലിയ മൂർച്ചയിലാണ്. സൈന പട്ടിയെ ഇണക്കാനുള്ള ശ്രമത്തിലാണ്. മുത്തശ്ശി പിന്തിരിപ്പിച്ചു. സൈനാ പട്ടിയോടു ചങ്ങാത്തം വേണ്ട. അവൻ വഷളനാണ് കടിക്കും. കൊച്ചു മുത്തശ്ശി അതു ശരിവച്ചു. ഒപ്പം 'അപ്പാട്ടെപ്പട്ടിക്ക് മുമ്പോട്ടു വാല്' എന്നുകൂടിപ്പറഞ്ഞു. അമ്പടി കേമീ സന്ദർഭമനുസരിച്ച് നീ കടങ്കഥ കണ്ടെത്തിയല്ലോ. അതിന്റെ ഉത്തരം അമ്മു പറഞ്ഞു. 'ചിരവ'. ചിരവയെന്നു പറയാൻ കാരണവുമുണ്ടായിരുന്നു. ഓരോന്നിനും ഓരോ കടങ്കഥയെങ്കിലും പറയുന്ന സ്വഭാവക്കാരായിരുന്നല്ലോ മുത്തശ്ശിമാർ. നല്ല നായയ്ക്ക് നാവിന്മേൽ പല്ലെന്നും 'വായില്ലല്ലോ നാക്കുമില്ലല്ലോ. നാക്കിന്മേലേ പല്ലുണ്ടല്ലോ' എന്നു കൂടി കൂട്ടിച്ചേർത്ത് മുത്തശ്ശി അങ്ങു തകർത്തു. ഇതെല്ലാം കണ്ടും കേട്ടുമിരുന്ന കുട്ടികൾ മുത്തശ്ശിമാരുടെ അസാധാരണമായ ഓർമ്മശക്തിയിൽ അഭിമാനം കൊണ്ടു.

ചേച്ച്യമ്മ

കൊച്ചു മുത്തശ്ശിയുടെ 'ചേച്ച്യമ്മ'യാണ് മുത്തശ്ശി. കൊച്ചു മുത്തശ്ശിയുടെ മക്കളെല്ലാം വിദേശത്താണ്. ഇക്കുറി വെക്കേഷനും നാട്ടിലെത്തിയില്ല. വീടടച്ചിട്ടിരിക്കുന്നു. അധികകാലവും മുത്തശ്ശിമാർ ഒന്നിച്ചാണ്. ഒരമ്മപെറ്റ മക്കൾ. ഏറെ ചെറുപ്പ

ത്തിലേ മുത്തശ്ശിമാർക്കമ്മ നഷ്ടപ്പെട്ടു. പിന്നെ വളർന്നത് വലിയ മുത്തശ്ശിയുടെ തണലിൽ. അതുകൊണ്ട് ചേച്ചിയും അമ്മയും ഒരാളായി അങ്ങനെ ചേച്ചി 'ചേച്ച്യമ്മ'യുമായി.

ഇക്കുറി വേനലവധിയിൽ മക്കളെത്തിയില്ലെന്ന ഖേദമിരുവർക്കുമില്ല. അവരേക്കാൾ കൂടുതലാണ് നാൽവർ സംഘം. മാത്രമല്ല, തീരെചെറിയ കുട്ടിയും അവരുടെ കൂട്ടത്തിലില്ല. മുത്തശ്ശിമാർക്കു കളിപ്പിക്കാനും കൂടെക്കളിക്കാനുമുള്ള പ്രായം കടന്നിരുന്നു അവർക്ക്.

അടുപ്പിൽ തീയൂതാനും തീ നീക്കാനും പാറു സഹായിച്ചു. അമ്മുവും അടുക്കളജോലികളിൽ മുഴുകി. പറ്റുന്ന ജോലിയാണോ മക്കളേ? അതേ എന്നു കുട്ടികൾ. 'ചുവന്നവൻ കുളിച്ചാൽ കറുക്കും.' എന്നായി കൊച്ചു മുത്തശ്ശി. ചുവന്നു തുടുത്തിരിക്കുന്ന പാറുവിനെ ഉദ്ദേശിച്ചാണെന്നാണ് എല്ലാവരും കരുതിയത്. 'ചോര തുടിക്കുമിറച്ചിക്കഷ്ണം നീറ്റിൽ വീണാൽ കരിയും കഷ്ണം' എന്ന പറച്ചിൽ കേട്ടപ്പോൾ സൈനയുടെ സാന്നിദ്ധ്യം ഉറപ്പായി. മുത്തച്ചീ എനിക്കും വേണം പൊരിച്ചയിറച്ചി. പാത്രത്തിൽ തയ്യാറാക്കിക്കഴിഞ്ഞ ഒരു കഷണം ഇറച്ചി എരിവു മാറ്റാൻ വെള്ളത്തിൽ മുക്കി ചെറുപാത്രത്തിലിട്ടു മുത്തശ്ശി സൈനയ്ക്കു കൊടുത്തു.

കൂട്ടുകാർ ഇറച്ചിക്കഷണമെന്നും ചുവന്നവനെന്നും കേട്ടപ്പോൾ മാംസംതന്നെ ഉത്തരമെന്നുറപ്പിച്ചു. എന്നാൽ, ശരിയുത്തരമിതൊന്നുമല്ലെന്ന ഭാവത്തിൽ 'തോലില്ലാപ്പഴമയ്യോ കുരുവില്ലാപ്പഴമയ്യോ തൊട്ടാൽ കൈ നാക്കിന്മേലയ്യയ്യോ' എന്നു പറഞ്ഞുവച്ചപ്പോൾ തെയ് തെയ് തോം എന്നായി സൈനു. സൈനു നല്ല മൂഡിലാണല്ലോ എന്നായി എല്ലാവുരുടെയും അഭിപ്രായം.

മുത്തശ്ശീ മൂന്നു കടങ്കഥകളുടെ ഉത്തരം വന്നില്ല. ഓഹോ അതെന്താ ആരും പറയാത്തെ. ഊണുകാലമാവുംവരെ കടങ്കഥ തന്നെ ആവാമെന്നായി മുത്തശ്ശിമാർ. കൂട്ടുകാരെല്ലാം അഭിപ്രായം ശരിവച്ചു. ശരി സമ്മതിച്ചല്ലോ. സമ്മതിച്ചു സമ്മതിച്ചു. ഒരേ സ്വരത്തിലഭിപ്രായം വന്നു. കൊച്ചു മുത്തശ്ശിക്ക് വേഗത കൂട്ടാൻ നിർദ്ദേശം കൊടുത്ത് ചേച്ച്യമ്മ ഒരു പാട്ടുപാടി. 'തൊഴിലിനിടയ്ക്കുള്ള ആയാസം തീർക്കാൻ പാട്ടു നല്ലതാണെന്നും കടങ്കഥകൾക്ക് താളം കൈവന്നത് തൊഴിലിനിടയിൽ

രൂപംകൊണ്ടതുകൊണ്ടാണെന്നും ഇരുവരും പറഞ്ഞു. എന്നിട്ട് ചേച്ച്യമ്മേ ഇനിയെന്താ അടുത്ത പണി എന്നായി കൊച്ചു മുത്തശ്ശി.

'ഈച്ചത്തൊടാത്തൊരിറച്ചിക്കഷണം
പൂച്ചതൊടാത്തൊരിറച്ചി കഷണം
തൊട്ടാൽനക്കുമിറച്ചിക്കഷണം
നീറ്റിൽ വീണാൽ കരിയും കഷണം'

ആവർത്തിച്ചുള്ള ഇറച്ചിപ്രയോഗം എല്ലാവരെയും തെല്ലൊന്നു കൊതിപിടിപ്പിച്ചു. മുത്തശ്ശീ നാലെണ്ണത്തിനുത്തരം ബാക്കി കിടക്കുന്നു. മുത്തശ്ശിമാർ വലിയ സന്തോഷത്തിലാണ്. ഊഹിക്കൂ.

'തീക്കനൽ' വെള്ളത്തിൽ വീണാലെന്താവും? കരിക്കട്ട. കരിക്കട്ടയെന്നാൽ കറുപ്പുനിറം. ചുവന്നവനാണ് തീക്കട്ട. വെള്ളത്തിൽ വീണാൽ കരിക്കട്ട.

പഴംപോലിരിക്കുന്ന തീക്കട്ട കൈയിലെടുത്തു നോക്കിയ കുസൃതിക്കുട്ടിക്കു പറ്റിയ അബദ്ധവും മുത്തശ്ശി വിവരിച്ചു. ഹനുമാൻ സൂര്യനുദിച്ചുവരുന്നതുകണ്ട് തുടുത്തു മുഴുത്ത് തിളങ്ങി വിളങ്ങുന്ന സൂര്യബിംബം കണ്ട് അത് ആഹാരസാധനമാണെന്നു കരുതി കുട്ടിക്കുരങ്ങ് ഒറ്റച്ചാട്ടം. സൂര്യബിംബത്തിനടുത്തെത്തി. സൂര്യനേക്കാൾ വലുതായ രാഹുവിനെയും ഐരാവതത്തെയും എതിരിട്ടു. ഇന്ദ്രദേവനു കോപം വന്നു. കുട്ടിക്കുരങ്ങിനുമേൽ വജ്രായുധം പ്രയോഗിച്ചു. താടിയിൽത്തട്ടി മുറിപ്പെട്ട കുരങ്ങൻ ഭൂമിയിൽ പതിച്ചു. തന്റെ കുഞ്ഞിനു മുറിവു പറ്റിയറിഞ്ഞ വായുഭഗവാൻ കുട്ടിക്കുരങ്ങനെയുമെടുത്ത് പാതാളത്തിലേക്കു പോയത്രെ! ഭൂമിയിൽ വായുവില്ലാത്ത അവസ്ഥ വന്നു. എല്ലാവർക്കും അങ്കലാപ്പായി. വായുവില്ലാതായാലത്തെ അവസ്ഥ..... ആകെപ്പുകിലായി.

ഒടുവിൽ ഭാവനപൂർണ്ണമായ കവിതാശകലവും മുത്തശ്ശി ഓർമ്മിപ്പിച്ചു. മഹാകവി കുമാരനാശാൻ മിന്നാമിനുങ്ങിനെക്കുറിച്ചു പാടുമ്പോൾ

'ചുടുന്നതല്ലീച്ചെറുതീയിതൊന്നുമേ,
കെടുന്നുമില്ലീമഴയത്തുപോലുമേ'

ഡോൺ പറഞ്ഞു മുത്തശ്ശീ കൺഫ്യൂഷൻ കൺഫ്യൂഷൻ.

എന്ത് കൺഫ്യൂഷനെടേ ഡോണു നിന്റെ ഒരു കമ്പ്യൂഷൻ. എല്ലാവരും ചിരിച്ചുപോയി.

ഇനി കടങ്കഥയിലേക്കു വരാം. ഈച്ച ഇറച്ചിക്കഷണം മണത്തറിഞ്ഞാൽ ഉടൻവരും. വന്ന് നിമിഷങ്ങൾക്കുള്ളിലതിനെ പൊതിയും. രോഗാണുക്കളെ നിറയ്ക്കും പൂച്ചയുമങ്ങനെ പാഞ്ഞുപതുങ്ങിവരും. കട്ടോണ്ടു പോകും. ഇപ്പോഴേതാണ്ടു പിടികിട്ടി എല്ലാവർക്കും. സൈനയിത്രയും വലിയ യുക്തിയിലൊന്നും ഇടപെടുന്ന പ്രകൃതമല്ല. അവൾ മുത്തച്ഛന്റെ വെള്ളി കെട്ടിയ ഊന്നുവടിയുടെ സൗന്ദര്യത്തിൽ മുഴുകി തിരിച്ചും മറിച്ചും ചേർത്തുവച്ചും ചന്തം നോക്കുകയായിരുന്നു. ഇതെല്ലാം തീക്കട്ട തന്നെയെന്ന് കൊച്ചുമുത്തശ്ശി പറയുമ്പോൾ തിരഞ്ഞെടുപ്പ് വിജയിച്ച സ്ഥാനാർത്ഥിയുടെ സന്തോഷമായിരുന്നു എല്ലാവർക്കും.

ഇതുപോലുള്ള കാവ്യാത്മകമായ കടങ്കഥകൾ ധാരാളമാണല്ലോ. മുത്തച്ഛാ എന്ന് ചോദ്യത്തിന് കുട്ടിക്കാലത്തെ അക്ഷരശ്ലോക സദസ്സുകളും കവിതാപൂരണവുമാണ് ഉത്തേജനമെന്ന് മുത്തച്ഛൻ പറഞ്ഞപ്പോൾ അതെങ്ങനെയാവാമെന്ന് കുട്ടികൾ ആരാഞ്ഞു. അതെളുപ്പമാണ്. മഹാകവി കുമാരനാശാന്റെ *നളിനി, ലീല, ചിന്താവിഷ്ടയായ സീത*യൊക്കെ നാലോ എട്ടോ വരികൾ ദിനവും മനഃപാഠമാക്കിത്തുടങ്ങാൻ മുത്തച്ഛൻ ഉപദേശിച്ചു. തീർച്ചയായും ഇതു ചെയ്യുമെന്നു പാർവ്വതിയും അമ്മുവും ഡോണും ഉറപ്പുകൊടുത്തു. മുത്തച്ഛനും മുത്തശ്ശിമാരും സന്തോഷം രേഖപ്പെടുത്തുകയും അനുഗ്രഹിക്കുകയും ചെയ്തു.

30

മുത്തശ്ശിക്കഥ കേട്ട് കേട്ട്

മുത്തച്ഛൻ ചെറിയ വിശ്രമത്തിനും മയക്കത്തിനുംശേഷം പാടവും പറമ്പും സന്ദർശിക്കാൻ പുറപ്പെട്ടു. ഇന്ന് പ്രത്യേകിച്ച് ജോലി ഒന്നും ചെയ്യുന്നില്ലെന്നു തീരുമാനിച്ചതിനാൽ സൈനയെ കൂടെക്കൂട്ടി. അവൾ ഇപ്പോൾ മുത്തച്ഛന്റെ സന്തത സഹചാരിയായിക്കഴിഞ്ഞിരിക്കുന്നു. മുത്തച്ഛനോടൊപ്പം കൂടുന്നോ എന്ന ചോദ്യം പ്രതീക്ഷിച്ചിരുന്നതുപോലെ അവൾ അദ്ദേഹത്തിന്റെതന്നെ തോർത്ത് തോളിന്റെ ഇരുഭാഗത്തായി കഴുത്തിൽ ചുറ്റി എഴുന്നേറ്റു നിന്നു. ഇരു തുമ്പുകളും തലയിലിഴഞ്ഞു. അതെടുത്ത് ചാരുകസേരയിലിട്ട് സൈനയേയും കൂട്ടി മുത്തച്ഛൻ പറമ്പിലേക്കു പോയി.

അടുക്കളയിൽ നല്ല ധൃതിയിലാണ് കാര്യങ്ങൾ നടന്നത്. കുറച്ചുനേരത്തെ ഇടവേള ജോലിയിൽ തടസ്സം വരുത്തി. ഒത്തുപിടിച്ചാൽ മലയും പോരുമെന്ന പ്രമാണം മുത്തശ്ശി ഓർമ്മിപ്പിച്ചു. എല്ലാവരും ചേർന്ന് ജോലികൾ വേഗത്തിൽ തീർക്കാനുള്ള ശ്രമമായി.

പാചകത്തിൽ മുത്തശ്ശിമാർ സമർത്ഥരാണ്. ഏറെ ചെറുപ്പത്തിലേ ശീലിച്ച പാചകരീതികൾ ഇന്നും ഒട്ടും ഊനം തട്ടാതെ നിലനിർത്തി കൂടുതൽ രുചിക്കൂട്ടുകൾ ഇരുവരും ചേർന്ന് തയ്യാറാക്കും.

കടങ്കഥകളിൽ നാടൻ കഥകൾ പലതും ഉണ്ടെന്നും അതിൽ ദേശീയത പ്രകടമാണെന്നും മുത്തശ്ശി പറഞ്ഞു. ഉപദേശീയത, പ്രാദേശികത തുടങ്ങി പല പ്രത്യേകതകളും കടങ്കഥയിലുണ്ടെന്നു കൂട്ടിച്ചേർത്തു. ഈ പറച്ചിലിലും അംഗചലനത്തിലും സമർത്ഥയായ ഒരു കഥ പറച്ചിൽകാരിയെ തന്നെയാണ് കൊച്ചുമക്കൾ കണ്ടത്.

'അഞ്ചേക്കറിലൊരു പുഞ്ചക്കണ്ടം

പുഞ്ചകിളച്ചാൽ വള്ളിക്കൂട്ടും'

എന്നു മുത്തശ്ശി പറയുമ്പോൾ മുത്തച്ഛന്റെ കൃഷിപ്പാടത്തെക്കുറിച്ചോർത്തെങ്കിലും ഒരു കാടോ പാഴ്ച്ചെടിയോ ഇല്ലാത്ത ആ കൃഷിയിടമല്ലേ ഉത്തരമെന്ന് മൂവർക്കും ബോദ്ധ്യമായി. കൂടുതൽ ബുദ്ധിമുട്ടാകരുതെന്നു കരുതി മുത്തശ്ശി തന്നെ കടങ്കഥയ്ക്കുത്തരംപറഞ്ഞു. 'വയറും കുടലും.'

അവയവങ്ങളെക്കുറിച്ചുള്ള വിവരണത്തിലേക്കാണ് കഥാഗതിയെന്ന് പാറുവിന് മനസ്സിലായി. ഇനിയിപ്പോൾ ചടപടേന്നുള്ള പോക്കായിരിക്കുമെന്ന് അമ്മുവിനും കുറച്ചെങ്കിലും ഉത്തരം പറയാൻ കഴിയുമെന്ന് ഡോണിനും ഉറപ്പായി.

'ഉരുട്ടാം പെരട്ടാം

എടുക്കാൻ വയ്യ' എന്നായിരുന്നു മുത്തശ്ശി പറഞ്ഞ്. അപ്പോൾ അമ്മിക്കല്ലിൽ അരച്ചുരുട്ടി എടുക്കുന്നത് കണ്ട് ഡോൺ പറഞ്ഞു. 'ചമ്മന്തി'. ചമ്മന്തിയൊന്നുമല്ലെടേ ഡോണേ ഇത് നിന്റെ കൂടെയുള്ള പാർട്ടിയാ ണ്ടേ, അതെന്തെന്ന സംശയമായി അവന്. ഒരു ചെറുചിരിയുമായി മുത്തശ്ശിമാർ ജോലികളിൽ വ്യാപൃതരായി. അമ്മു ചോദിച്ചു ഇതെന്തിനുള്ള അരപ്പാണ് മുത്തശ്ശീന്ന്. 'അരപ്പാൻ' എന്നു കേട്ടപ്പോഴേ ഡോണിനു അബദ്ധം മനസ്സിലായി. അരച്ചെടുക്കുന്ന സാധനം അരപ്പ്. അപ്പോൾ കണ്ണുണ്ടോ എന്ന സംശയം ഡോൺ പ്രകടിപ്പിച്ചു. മുത്തശ്ശിക്കു ഉത്തരം ബോധിച്ചു. അവനെ അഭിനന്ദിച്ചു. കൊച്ചുമുത്തശ്ശി ചേച്ച്യമ്മേ ഊണുകഴിഞ്ഞാൽ മൂന്നുപേരെ തിന്നണമെന്നല്ലേ? 'അതാരെയൊക്കെയാണെന്ന സംശയമുന്നയിക്കാൻ സൈനയില്ലാത്തതിനാൽ ഡോൺ സംശയാലുവായി. അമ്മു, പാർവ്വതി പിന്നെ താൻ. മൂന്നുപേരെത്തിന്നുകയോ മുത്തശ്ശീ. അതെന്തിനാ ണ്ടാ, അതങ്ങനെയാണ് അതിപ്പോൾ കാണിച്ചുത

രാമെന്നു പറഞ്ഞു തിരിഞ്ഞപ്പോൾ അവൻ ഓടാൻ തുടങ്ങി. കൂട്ടച്ചിരിയായി. എടാ മണ്ടാ വെറ്റിലമുറുക്കിനെക്കുറിച്ചാണ് മുത്തശ്ശി പറഞ്ഞത്. വെറ്റില, പാക്ക്, ചുണ്ണാമ്പ് ഇവരാണാ മൂന്നു പേർ. അവന് നാണം തോന്നാതിരുന്നില്ല. അവന്റെ ചിരി കണ്ടപ്പോൾ മുത്തശ്ശി പറഞ്ഞു. 'ഒരു കുട്ടയിൽ രണ്ടുവരി മുല്ലമൊട്ട്' ഡോണിന് ചമ്മൽ വിട്ടുമാറിയില്ലെങ്കിലും ഒരെരുത്തിൽ നിറയെ വെള്ളക്കാളകളെന്ന നാടൻ കടങ്കഥ അവനോർമ്മ വന്നതിന്റെ വെളിച്ചത്തിൽ പല്ലുകൾ ചേർത്തുവച്ച് ഉത്തരരൂപത്തിൽ ചിരിച്ചുകാണിച്ചത് മുത്തശ്ശിമാർക്കും കൂട്ടുകാർക്കും ഇഷ്ടപ്പെട്ടു. മിടുക്കൻ അവന്റെ ആംഗ്യം തന്നെയാണ് ഈ കടങ്കഥയുടെ ഉത്തരം. 'പല്ലുകൾ' പുറത്തുകാണിച്ചുതന്നെ എല്ലാവരും ചിരിച്ചു. സന്ദർഭത്തിനൊത്തുള്ള സൗമ്യമായ പ്രതികരണങ്ങൾ മുത്തശ്ശിമാരെ രസിപ്പിക്കുക തന്നെ ചെയ്തു.

അമ്മുവും ഡോണും പാറുവും ഇരുപ്പുറപ്പിച്ചു. അടുക്കളയിൽനിന്ന് അപ്പപ്പോൾ തിന്നാനുള്ള ചൂടുവിഭവങ്ങളും പാത്രങ്ങളിലും കൈകളിലുമായി എത്തിക്കൊണ്ടിരുന്നു. മുത്തശ്ശി പറഞ്ഞത് അവരുടെ ഇരിപ്പ് കണ്ടിട്ടാണെന്നവർ ധരിച്ചു.

'തൊട്ടടുത്താണിരിപ്പ്, കൈകൊണ്ട് തൊടാം. പക്ഷേ, സ്വന്തം കണ്ണുകൊണ്ട് കാണാൻ വയ്യ.' ജ്ഞാനപ്പാനയോ മറ്റോ ആയിരിക്കും. വേദാന്തമാണെന്നായി പാർവ്വതി. നമ്മളെത്തന്നെയല്ലേ എന്ന് ഡോണിനു സംശയം. അശ്രദ്ധയെക്കുറിച്ച് സൂചിപ്പിക്കാനായിരിക്കുമെന്ന് അമ്മു. ഉൽക്കണ്ഠയ്ക്ക് വിരാമമിട്ടുകൊണ്ട് കൊച്ചു മുത്തശ്ശി ഡോണിന്റെ തലയിൽത്തോണ്ടി. എന്ത് എന്ത്? എന്ന സംശയത്തിൽ അവൻ വാപൊളിച്ചിരുന്നു. അമ്മു ഉടൻ വിളിച്ചു പറഞ്ഞു 'തല തല'. തലയിൽത്തടവി എല്ലാവരും വിസ്മയം കൂറി. 'പേടിയില്ലാവടി രണ്ടെ'ന്നായി അടുത്തത്. വടികൊണ്ട് തല്ലുവാങ്ങിയകാലം മറന്ന കുട്ടികൾക്ക് ഊന്നുവടിയും വിസ്മൃതിയായിരിക്കുന്നു. വാർദ്ധക്യത്തിൽ സഹായമായ വടി പലരും ഉപേക്ഷിച്ചിരിക്കുന്നു. കുട്ടികൾ ഇതു കാണുന്നില്ല. വൃദ്ധരും കുറയുന്നു. ഡൈയടിച്ചു കറുപ്പിക്കുന്ന വയസ്സന്മാർക്കെന്തു സൂക്കേടാ? നരയൊരു ഭാഗ്യമല്ലേ. നരച്ചവരുടെ അറിവും കൂടുകയല്ലേ എന്നും ചെറുപ്പമെന്ന ഭാവമാണ് എല്ലാത്തിനും കാരണം എന്നൊക്കെ പറഞ്ഞ് മുത്തശ്ശിമാർ

പൊതു കാര്യങ്ങളിലേക്കു സംഭാഷണം നീട്ടി. ജരാസന്ധന്റെ കഥയും ഇടയ്ക്കു പറഞ്ഞുകൊടുത്തു. യയാതിക്കു വേണ്ടി യൗവനം ഹോമിച്ച മകൻ കഷ്ടം! എന്നും ഒടുവിൽ പറഞ്ഞ് ഡൈ അടിച്ച ആദ്യ മുത്തച്ഛൻ യയാതിയാണോ മുത്തശ്ശീന്ന ചോദ്യത്തിന് അതേന്നായി ഈർഷ്യകലർന്ന മറുപടി!

ഒപ്പം പേടിയില്ലാ വടി രണ്ടെന്നാൽ എപ്പോഴും കൊണ്ടു നടക്കുന്നതും എല്ലാത്തിനും സഹായിയാണീ വടിയെന്നും ചില്ലറ അടികളോ ശകാരമോ ഒക്കെ വാങ്ങിത്തന്നിട്ടുണ്ടാവു മെന്നും മുത്തശ്ശി സൂചിപ്പിച്ചു. പരസ്പരം ആശയങ്ങൾ പങ്കുവച്ച അവർ 'പേടിയില്ലാ വടി രണ്ടെണ്ണം' കാലോ കൈയോ എന്നാ യി. വടി കൈതന്നെയെന്നും പല്ലും നാവും കൂടി വലുപ്പം പറഞ്ഞ് അടിവാങ്ങിക്കൊടുത്ത് പല്ല് കൊഴിച്ച കഥയും മുത്തശ്ശി സാന്ദർഭികമായിപ്പറഞ്ഞു. കഥകളിൽ കൈക്കും കാലിനും നാക്കിനും മൂക്കിനും പല്ലിനും എല്ലാം വലിയ സ്ഥാനമാണ് നല്കിയിട്ടുള്ളതെന്നും ഓർമ്മിപ്പിച്ചു.

ദിവസങ്ങൾ അതിവേഗം കടന്നുപോയി. സ്കൂൾ തുറക്കാൻ ഇനി രണ്ടു ദിവസം. സ്കൂൾ യാത്രയ്ക്കുള്ള ഒരുക്കങ്ങളും ഏറെ. മക്കളെക്കൂട്ടിക്കൊണ്ടുപോകാൻ അച്ഛനമ്മമാരെത്തുമെ ന്നുറപ്പായി. കുഞ്ഞുങ്ങളെപ്പിരിയാനും വയ്യെന്നായി. മുത്തച്ഛന്റെ കളിക്കൂട്ടുകാരിയായി സൈന മാറി. വെറ്റിലച്ചെല്ലമെടുക്കാൻ, അടുക്കളയിൽ വിവരമറിയിക്കാൻ, ചെറു ചെറു സഹായങ്ങൾ നേരിട്ടു ചെയ്യാൻ, കണ്ണട, പാത്രം തോർത്ത് ഇവ യഥാസ്ഥാ നത്തു വയ്ക്കാൻ എടുത്തുകൊടുക്കാനൊക്കെ അവൾ പഠി ച്ചു. വീട്ടിലെ ഓരോ സാധനങ്ങളും യഥാസ്ഥാനത്തുതന്നെ വയ്ക്കാൻ ഇതിനകമവൾ ശ്രദ്ധിച്ചു.

സൈനയെ നഴ്സറി സ്കൂളിൽ ചേർക്കാൻ തീരുമാനിച്ച വിവരം നേരത്തേ പറഞ്ഞിരുന്നെങ്കിലും അവൾ മറന്നു. ചേച്ചി മാർക്ക് സ്കൂളിൽ പോകാറായെന്നും സൈനുവിന് അപ്പൂപ്പ നൊപ്പം നിന്നോളാമെന്നും മുത്തശ്ശി പറഞ്ഞപ്പോൾ അവളുടെ സന്തോഷം അളവറ്റതായിരുന്നു. മുത്തച്ഛനെപ്പിരിയുക അസാ ദ്ധ്യമാണെന്നവൾ പറയാതെ പറഞ്ഞു

31

കഥ കഥ കഥയോ കടങ്കഥ...

കലപിലയും ബഹളവുമായി കഴിഞ്ഞുപോയ നാളുകൾ എല്ലാവർക്കും ഹൃദ്യമായിരുന്നു. വൈകുന്നേരമായപ്പോൾത്തന്നെ സൈനയുടെ ഉമ്മയെത്തി. മോളെക്കാണാൻ തിടുക്കമില്ലെന്നാലും കുറേദിവസമായി കാണാത്ത ഒരു കുറവ് അവരിൽ പ്രകടമായി. സൈന എന്നെല്ലാവരും വിളിച്ച സജ്നയ്ക്ക് മുത്തച്ഛനെയും മുത്തശ്ശിയെയും കണ്ടതുകൊണ്ടോ എന്തോ വീട്ടുകാര്യങ്ങൾ മറന്നുപോയിരുന്നു. ഉമ്മയെക്കണ്ട മാത്രയിൽ മുത്തച്ഛന്റെ ചാരുകസേരയിലവൾ ഒളിച്ചു. ഡോണിന് ഞായറാഴ്ചകൾ പള്ളിയിൽ എത്താൻ കഴിയാത്തവിവരം ഓർമ്മിപ്പിച്ച് അമ്മയും അപ്പച്ചനും ഫോൺ ചെയ്തിരുന്നെങ്കിലും അവനുമതു കൂട്ടാക്കിയില്ല.

അമ്മുവും പാർവ്വതിയും പണ്ടേ ഇവിടെ സന്ദർശകരമായിരുന്നതിനാലും മുതിർന്നതിനാലും വ്യാകുലതകളില്ലായിരുന്നു.

സൈനയെയും അമ്മു, പാറു, ഡോൺ എല്ലാവരെയും നാളെ വീടുകളിലെത്തിക്കുമെന്ന ഉറപ്പിന്മേൽ എല്ലാവരും ഇരുട്ടും മുമ്പ് മടങ്ങിപ്പോയി.

രാത്രി ഭക്ഷണം നേരത്തേ കഴിച്ച് നിലാവുള്ള രാത്രിയിൽ നടുമുറ്റത്ത് എല്ലാവരും സമ്മേളിച്ചു. സ്കൂൾ തുറക്കുമ്പോൾ ഓരോരുത്തരും പഠിക്കുന്ന ക്ലാസുകളെക്കുറിച്ചും യൂണിഫോറത്തിനെക്കുറിച്ചും യാത്രയെക്കുറിച്ചും ഒക്കെയാണ് അന്നു

ചർച്ച ചെയ്തത്. എല്ലാവരും നേരത്തെ ഉറങ്ങി. മുത്തശ്ശിമാർക്ക് യഥാർത്ഥത്തിൽ സങ്കടമായി. മുത്തച്ഛന്റെ ചാരിക്കിടപ്പും അതിൽക്കിടന്നുതന്നെ പതിവില്ലാത്ത ഉറക്കവും അതിന്റെ സൂചനയായിരുന്നു.

പ്രഭാതത്തിൽ എഴുന്നേറ്റവർ കുളിക്കാതെയും സന്തോഷം പ്രകടിപ്പിക്കാതെയും അങ്ങുമിങ്ങും കൂടി. മുത്തശ്ശിമാർ പല്ലു തേയ്ക്കാൻ നിർബ്ബന്ധിക്കേണ്ടി വന്നു.

പല്ലു തേച്ച് കാൽ മുഖം കഴുകിയെത്തി ഒന്നിച്ചു പ്രാതൽ കഴിച്ചു. ഇനി നമുക്ക് വീടുകളിലേക്കു പോകാമെന്നായി. എല്ലാവർക്കും കോടിവസ്ത്രങ്ങൾ നല്കിയാണ് യാത്ര അയച്ചത്. കൊച്ചുസൈന എല്ലാവർക്കും മുത്തം നല്കി. കടങ്കഥകൾ പഠിക്കാൻ വരാമെന്ന് മുത്തച്ഛനോട് പറഞ്ഞു.

മനസ്സില്ലാ മനസ്സോടെ മുത്തച്ഛൻ യാത്രാനുമതി നല്കി. നാലുപേരും കോടി വസ്ത്രങ്ങളുമായി മുത്തശ്ശിമാർക്കൊപ്പം പടിയിറങ്ങി. ഓരോ വീടുകളിലുമെത്തുമ്പോഴും ആരും വീട്ടിൽക്കയറാൻ കൂട്ടാക്കിയില്ല. അവസാന വീടുവരെ എല്ലാവരും അനുഗമിച്ചു. ഒടുവിൽ ഓരോരുത്തരെയായി വീടെത്തിച്ച് മടക്കയാത്ര തുടങ്ങി. കുട്ടികൾ അതാതിടത്തായപ്പോൾ മുത്തശ്ശിമാർ മടങ്ങിപ്പോയി. കൺമറയുംവരെ അവർ കോടിവസ്ത്രങ്ങൾ ഇടതുകൈയിൽ തൂക്കി വലതുകൈ വീശി ഒരു ശില്പംപോലെ നിന്നു.

സ്കൂൾ തുറക്കുന്ന ദിവസത്തിന്റെ സന്തോഷത്തിൽ എല്ലാവരും പുത്തനുടുപ്പുകളണിഞ്ഞ് കടങ്കഥകളും പുത്തനറിവുകളുമായി സ്കൂളിലെത്തി. സ്കൂളെത്തുമ്പോൾ കണ്ടത് അതിശയക്കാഴ്ച തന്നെയാണ്. മുത്തശ്ശിമാർ ഇരുവരും സ്കൂൾ മുറ്റത്തുണ്ട്. കൈനിറയെ മധുരമിഠായികളുമായി. എല്ലാവർക്കും അതിയായ സന്തോഷം. മുത്തശ്ശിമാരെ അവർ കെട്ടിപ്പുണർന്നു. സ്കൂളിലെ മിക്ക കുട്ടികളും അവർക്കൊപ്പമായി. നിമിഷങ്ങൾക്കകം മുത്തശ്ശിമാർ എല്ലാവരുടെയും കൂട്ടുകാരായി. ഒട്ടും വൈകാതെ കഥയായി. പാട്ടായി കടങ്കഥയായി നിറഞ്ഞു. കഥ കഥ കഥയോ കടങ്കഥ...

www.ingramcontent.com/pod-product-compliance
Lightning Source LLC
LaVergne TN
LVHW040759051026
849519LV00007BA/2564
* 9 7 8 9 3 8 6 3 6 4 9 4 4 *